प्रस्तावना

सावित्रीबाई फुले पुणे विद्यापीठाच्या एम.कॉम. या शैक्षणिक वर्षासाठीच्या अभ्यासक्रमात या वर्षापासून सुधारणा करण्यात आली आहे. व्यवसाय प्रशासन (ज्ञान व्यवस्थापनाची मूलतत्त्वे) या पेपरच्या अभ्यासक्रमात करण्यात आलेल्या सुधारणांची जून २०२३ पासून अंमलबजावणी होत आहे. या सुधारित अभ्यासक्रमासाठी उपयुक्त असलेले पुस्तक आपल्या हाती देताना विशेष आनंद होत आहे. ज्ञान व्यवस्थापनाची मूलतत्त्वे याबाबत अनेक संदर्भ ग्रंथ प्रकाशित झालेले आहेत. मात्र, हे पुस्तक ज्ञान व्यवस्थापनाची मूलतत्त्वे यावर प्रकाश टाकणारे उपयुक्त पुस्तक आहे.

पुस्तकाच्या सुरूवातीला ज्ञान व्यवस्थापनाची सविस्तर ओळख करून देण्यात आली आहे. यात ज्ञान व्यवस्थापनाची प्रक्रिया व दृष्टिकोन, ज्ञान व्यवस्थापनाचे चक्र, स्वरूप आणि उत्क्राती याबाबत विवेचन करण्यात आले आहे. तसेच तथ्य, माहिती, ज्ञान आणि विवेक यातील फरक स्पष्ट करण्यात आला आहे. संस्थात्मक शिक्षण, ज्ञान संपादन, माहिती वितरण आणि माहितीचा अन्वयार्थ व ज्ञान सामायिकरणातील अडथळे याबाबत माहिती देण्यात आली आहे. पुस्तकाच्या दुसऱ्या प्रकरणात ज्ञान व्यवस्थापनाची साधने आणि तंत्रे, ज्ञान सामायिकरण, ज्ञान सादरीकरणाची प्रणाली, ज्ञानाचे मापन, ज्ञान व्यवस्थापन निर्देशांक, ज्ञान व्यवस्थापनात नेतृत्वाची भूमिका तसेच ज्ञान आणि बदलांचे व्यवस्थापन याबाबत सविस्तर माहिती देण्यात आली आहे. वित्तपुरवठा, विपणन, ई-कॉमर्स, संपूर्ण गुणवत्ता व्यवस्थापन, ग्राहक संबंध व्यवस्थापन, मानव संसाधने, कुत्रिम बुद्धिमत्ता यांचा ज्ञान व्यवस्थापनाशी असणारा परस्परसंबंध तिसऱ्या प्रकरणात स्पष्ट करण्यात आला आहे. चौथ्या प्रकरणात ज्ञान धोरण, त्याची निर्मिती, माहिती तंत्रज्ञान आधारित सेवांसाठी ज्ञान अभियांत्रिकी, ज्ञान आधारित व्यवसाय सेवा, ज्ञान अंकेक्षण या घटकांचा सविस्तर आढावा घेण्यात आला आहे. थोडक्यात, ज्ञान व्यवस्थापनाची मूलतत्त्वे जाणून घेण्यासाठी हे एक उपयुक्त पुस्तक आहे.

पुस्तक लेखनासाठी अनेक संदर्भ ग्रंथांची मदत झाली. पुस्तक लेखनाच्या बाबतीत महाविद्यालयाचे प्राचार्य, व्यवस्थापन सदस्य, सहकारी प्राध्यापक व प्राध्यापकेतर कर्मचारी, अभ्यासमंडळ सदस्य, विविध ग्रंथालयाचे ग्रंथपाल, विविध महाविद्यालयातील प्राध्यापक मित्र यांचे सहकार्य व प्रोत्साहन मिळाले. संदर्भ ग्रंथांच्या लेखकांसहीत इतर सर्वांविषयी आम्ही कृतज्ञता व्यक्त करतो. तसेच पुस्तकाचे प्रकाशक डॉ. राजेश पाटणे व सौ. विद्या पाटणे आणि सक्सेस पब्लिकेशन मधील कर्मचारी वर्ग यांच्याविषयी देखील आम्ही कृतज्ञता व्यक्त करतो.

With best wishes.

By Author

Syllabus

M.Com. - I (Sem. - II) (Business Administration)

Elements of Knowledge Management (Course Code : KM570MJ)

Unit	Topic	Lecture
1	**Introduction to Knowledge Management**	15
	1.1 Knowledge Management - Concept, Meaning, Definition, Nature and Relevance of it in today's Business world.	
	1.2 Early forms of Knowledge Management and Evolution of Knowledge Management	
	1.3 Knowledge Management Process	
	1.4 Approaches to Knowledge Management	
	1.5 Difference between data, information, knowledge and wisdom	
	1.6 Knowledge management cycle	
	1.7 Organisational Learning, Knowledge acquisition, Information distribution, Information interpretation	
	1.8 Obstacles to knowledge sharing	
2	**Tools and Techniques of Knowledge Management**	15
	2.1 Concept, Meaning, Types of Knowledge sharing	
	2.2 Tools and Technologies	
	2.3 System of Presenting Knowledge	
	2.4 Role of Knowledge Management in Management of Change	
	2.5 Measurement of Knowledge	
	2.6 Role of a Leader in Knowledge Management	
	2.7 The knowledge Management Matrix.	
3	**Cross Functional areas and Knowledge Management**	15
	3.1 Finance and Knowledge Management	
	3.2 Marketing and Knowledge Management	
	3.3 E- Commerce and Knowledge Management	
	3.4 TQM and Knowledge Management	
	3.5 CRM and Knowledge Management	
	3.6 Human Resource and Knowledge Management	
	3.7 Artificial Intelligence and Knowledge Management: Role of Artificial Intelligence In It	
4	**Knowledge Strategies**	15
	4.1 Meaning , Nature, Scope and knowledge strategy creation	
	4.2 Using Knowledge Management to safeguard Intellectual Property	
	4.3 Knowledge engineering for IT based services	
	4.4 Future Prospects of Knowledge Intensive Business Services and its impact on the economy	
	4.5 Knowledge Audit; Benchmarking Method, Balance Scorecard Method	

सावित्रीबाई फुले पुणे विद्यापीठाच्या जून २०२३ पासून सुरू झालेल्या एम. कॉम च्या
व्यवसाय प्रशासन (ज्ञान व्यवस्थापनाची मूलतत्त्वे) या विषयाच्या
अभ्यासक्रमासाठी व इतर विद्यापीठांच्या संबंधित अभ्यासक्रमासाठी उपयुक्त पुस्तक

व्यवसाय प्रशासन

(ज्ञान व्यवस्थापनाची मूलतत्त्वे)

(Course Code : KM570MJ)

M.Com. - I (Sem. - II)

As per New Education Policy (2020)

Prin. Dr. Nitin L. Ghorpade
(M.Com., B.Ed., SET, M.Phil, Ph.D.)
PDEA's Waghire College of Arts, Commerce and science, College, Saswad, Pune.

Prin. Dr. Sadashiv L. Shirgave
(M.Com., M.A., M.Phil., D.H.E., LL.B., Ph.D.)
Modern College of Commerce and Computer Studies Yamuna Nagar, Nigdi, Pune.

Dr. Anand Kore
(M. Com., M.Phil, SET., Ph.D.)
Haribhai V. Desai College of Commerce, Arts and Science Pune.

Dr. Noel Parge
(M.Com., NET., Ph.D.)
BPHE Society's Ahmednagar College, Ahmednagar.

२०२४

SUCCESS PUBLICATIONS

प्रकाशक :
डॉ. राजेश पाटणे
सक्सेस पब्लिकेशन्स
राधाकृष्ण अपार्टमेंट, ५३५ शनिवार पेठ,
आप्पा बळवंत चौक, प्रभात टॉकिज समोर, पुणे ४११ ०३०
फोन नं : ०२०-२४४३४६६२
मोबा. - ९३२५३१५४६४

आवृत्ती
२०२४

संपादक
श्री. वाल्मिक गायकवाड

अक्षरजुळणी :
कु. वर्षा लोखंडे

मुखपृष्ठ :
कु. वर्षा लोखंडे

ISBN NO. **- 978-81-19939-13-8**

❖ अनुक्रमणिका ❖

प्रकरण १

ज्ञान व्यवस्थापनाची ओळख

प्रस्तावना :

ज्ञान व्यवस्थापन (KM) हा एक बहुविद्याशाखीय दृष्टीकोन आहे ज्यामध्ये निर्णय घेण्याची क्षमता वाढवण्यासाठी, नाविन्य वाढवण्यासाठी आणि एकूण कार्यप्रदर्शन सुधारण्यासाठी संस्थेमध्ये पद्धतशीर ओळख, पकड, संघटना, सामायीकरण आणि ज्ञान मालमत्तेचा लाभ समाविष्ट आहे. यात प्रक्रिया, धोरणे आणि तंत्रज्ञानाची स्थापना यांचा समावेश आहे ज्याचा उद्देश ज्ञान निर्मिती आणि प्रसाराला महत्त्व देणारी संस्कृती निर्माण करणे. तसेच माहितीसंच, सहयोग प्लॅटफॉर्म आणि तज्ज्ञ निर्देशिका यासारख्या साधनांचा वापर करून योग्य माहितीची सुलभता सुनिश्चित करणे हा आहे. प्रभावी ज्ञान व्यवस्थापन सतत शिकण्याची सुविधा देते, सहकार्याला प्रोत्साहन देते आणि कर्मचाऱ्यांना माहितीपूर्ण निर्णय घेण्यास सक्षम करते, शेवटी संस्थांना बदलांशी जुळवून घेण्यास सक्षम करते, कार्यक्षमतेला चालना देते आणि आजच्या वेगवान व माहिती–समृद्ध व्यवसाय लँडस्केपमध्ये स्पर्धात्मक धार कायम ठेवते.

१.१ ज्ञान व्यवस्थापन :

ज्ञान व्यवस्थापन हे कल्पनेवर आधारित आहे. जे संघटनेसाठी कर्मचाऱ्यांचा अतिशय महत्त्वाचा स्त्रोत असतो. त्यामुळे ज्यावेळेस एखादी संघटना उत्तम व प्रभावी सादरीकरणाची अपेक्षा करते ते उत्तम सादरीकरण हे त्या संघटनेचे लोक किती प्रमाणात नवीन ज्ञानाची निर्मिती करू शकतात, किती प्रमाणात ज्ञानाचा प्रसार करतात आणि किती प्रभावीपणे संघटनेअंतर्गत ज्ञानाचा वापर करू शकतात यावर हे सादरीकरण अवलंबून राहते.

१.१.१ ज्ञानाची संकल्पना :

''ज्ञान हे नैसर्गिक आहे'' असे तत्त्वज्ञांना वाटते. त्याचवेळेला इतिहासकारांच्या दृष्टिकोनातून ''ज्ञानाचा मोठ्या प्रमाणावरील साठा हाच गेल्या हजारो वर्षांपासून मानवाने जी प्रगती केली, उत्क्रांती झाली त्याचा आधार होता.'' असे म्हणले

आहे. ज्ञानाची निर्मिती ही माहितीतून होते, पण ज्ञान हे माहितीपेक्षा अधिक विश्वसनीय आणि समृद्ध असते. यामध्ये अर्थातच ज्ञानामध्ये परिचितता, जागरूकता आणि अभ्यास किंवा अनुभवांच्या माध्यमांतून जाणिवांमार्फत ज्ञान ग्रहण करणे आणि त्याचा तुलनात्मक रीतीने वापर करणे, परिणाम ओळखणे, संपर्क-सहसंबंध प्रस्थापित करणे यांचा समावेश होतो. काही तज्ज्ञ विद्वत्ता शहाणपण आणि अंतदृष्टी यांचे एकीकरण करतात व त्यातून ज्ञानांची संकल्पना तयार होते. संघटनात्मक संज्ञेनुसार पाहायला गेल्यास ज्ञान याचा अर्थ ''कसे'' याची माहिती करून घेणे आणि त्याच्या कृतीचे प्रत्यक्ष उपयोजन करणे असा आहे. कंपनीच्या स्पर्धात्मक यशासाठी, संघटनांसाठी आणि अगदी विविध अर्थव्यवस्थांनी विस्तृतपणे ज्ञान व्यवस्थापनाचे महत्त्व स्वीकारले आहे. ज्ञान व्यवस्थापन या संज्ञेचे स्पष्टीकरण करण्याची कोणत्याही प्रकाशनाला गरज वाटत नाही. सर्वसाधारणपणे ज्ञान या संज्ञेचा संबंध हा वैज्ञानिक ज्ञानाबरोबर प्रस्थापित केला जातो, की ज्या ज्ञानामध्ये विद्यापीठे आणि संशोधन संस्था यांतून शैक्षणिक संशोधनासाठी मिळणाऱ्या सुविधा व त्यातून उत्पन्न होणारे ज्ञान यांचा समावेश होतो. या ज्ञानाची निर्मिती ही वैज्ञानिक पद्धती आणि प्रमाणके-मानके वापरून केली जाते. याची वैज्ञानिकांकडून चाचणी आणि विश्वासार्हता तपासणी केली जाते. याचे वर्णन संशोधन पेपर, अहवाल आणि ग्रंथ इत्यादींमध्ये केले जाते. सर्वसाधारणपणे कंपन्यांकडून निर्माण केल्या जाणाऱ्या संशोधन केलेल्या आणि विविध विकास विभागांकडून निर्मिती झालेल्या ज्ञानाचा संबंध हा समान कार्याशी उद्दिष्टांशी असतो. त्यांच्या ज्ञानाचा वापर उत्पादन आणि सेवांसाठी केला जातो.

१.१.२ अर्थ :

ज्ञान व्यवस्थापन ही एक अशी प्रक्रिया आहे की ज्यात कर्मचाऱ्यांकडे असलेल्या ज्ञानाचा वापर हा संपूर्ण संघटनेसाठी ज्ञानाचे एकत्रीकरण व्यवस्थापन आणि प्रसार करण्यासाठी केला जातो. संघटने अंतर्गत होणारा ज्ञानाचा प्रसार हा संपूर्ण संघटनेच्या अस्तित्त्वात असलेल्या संघटनात्मक व्यवसाय प्रक्रियांची गुणवत्ता वाढ करणे, कालबाह्य प्रक्रिया दूर करणे, तसेच अधिक कार्यक्षम आणि पर्याप्त व प्रभावी व्यवसाय प्रक्रियेचा परिचय करून देणे याचा समावेश होतो. ही एक विद्याशाखा आहे की जिच्यामार्फत नवनिर्मितीचा दृष्टिकोन विकसित करून संघटनात्मक वापरासाठी आणि संघटनेची ज्ञानात्मक मत्ता अशा स्वरूपात तिचा वापर केला जातो आणि एकात्मिक दृष्टिकोनाची निर्मिती होते. सर्वच प्रकारच्या व आकाराच्या कंपन्यांसाठी ज्ञान व्यवस्थापन हे महत्त्वाचे प्राधान्यक्रम झालेला आहे. कंपनीची सर्वात महत्त्वाची समजण्यात येणारी ज्ञान स्वरूपातील मत्ता तिचा सर्वच कंपनीभर प्रसार करणे व तिचे संपूर्ण उद्योजकतेमध्ये प्रभावीपणे वापर करणे, वितरण करणे हा सर्वच कंपन्यांसमोरचा गुंतागुंतीचा प्रश्न झाला आहे, यासाठी कंपनीला ग्राहकाधार आणि माहिती तंत्रज्ञान विभाग या विभागांची व इतरही विभागांची मदत लागते.

१.१.३ व्याख्या :

ज्ञान व्यवस्थापनाच्या व्याख्या पुढीलप्रमाणे सांगता येतील :

१) मॅगी हेन्स :

''ज्ञान व्यवस्थापन ही एक प्रक्रिया आहे की जिच्यातून पुनर्निर्माण हस्तगत करणे, माहितीचा प्रसार करणे तसेच विविध माहितीचे एकत्रीकरण करणे व याचा उपयोग व्यवसाय व्यवहार आणि निर्णय प्रक्रियेत करणे की ज्यामुळे व्यवसाय संस्थेला मोठ्या प्रमाणात संघटनात्मक लाभ मिळतात.''

२) पीटर ड्रकर :

''ज्ञान ही एक शक्ती आहे की जिचा उपयोग गतकाळात लोकांनी गोपनीय बनण्यासाठी केला होता. पण उत्तर भांडवलवादामध्ये शक्ती या माहितीच्या हस्तांतरणाने येऊ लागल्या की ज्यातून त्यांना ज्ञानाचा उपयोग उत्पादन क्षमतेत झाला आणि गुप्ततेचे स्वरूप नाहीसे होण्यास सुरूवात झाली.''

३) आयबीएम :

''ज्ञान व्यवस्थापनाचा संबंध हा कच्च्या स्वरूपातील माहितीशी (वरींर) लागत नसून त्याचा संबंध हा योग्य वेळी योग्य लोकांकडून योग्य माहिती मिळवणे आणि त्या माहितीची उपयोग संपूर्ण तळाच्या संघटनेशी संबंधित लोकांकरिता करणे याच्याशी देतो.''

४) नोनाका व टाकाऊची :

''संघटनेची नवीन ज्ञान निर्मिती करण्याची क्षमता, तसेच संपूर्ण संघटनेवर तिचा प्रसार करणे व पद्धती, उत्पादन आणि सेवा यात बदल घडवून आणण्यासाठी उपयोगात आणणे; याला ज्ञान व्यवस्थापन असे म्हणतात.''

५) डेव्हिड जे स्कायमी :

''ज्ञान व्यवस्थापन ही एक स्पष्ट आणि पद्धतशीर व्यवस्थापनाची प्रक्रिया असून तिचा संबंध हा नवनिर्मिती, एकत्रीकरण, संघटन, प्रसार, उपयोग आणि आकलन यांच्याशी आहे. यामध्ये फक्त आवश्यकता असते ती वैयक्तिक ज्ञानाचे परिवर्तन कॉर्पोरेट ज्ञानात करण्याची की ज्यातून आपोआपच त्या ज्ञानाचा उपयोग योग्य प्रकारे आणि संपूर्ण संघटनेसाठी होईल.''

१.१.४ ज्ञान व्यवस्थापनाचे स्वरूप :

ज्ञान व्यवस्थापन ही जागतिकीकृत स्पर्धात्मक अर्थव्यवस्थेत टिकून राहण्यासाठी, वृद्धीसाठी आणि समृद्धीसाठी स्पर्धात्मक धार मिळविण्यासाठी संस्थेच्या फायद्यासाठी ज्ञान प्राप्त करणे, निर्माण करणे, जमा करणे आणि वापरण्याची प्रक्रिया आहे. ज्ञान व्यवस्थापनाचे स्वरूप खालीलप्रमाणे आहे :

१) धोरणात्मक मालमत्ता :

ज्ञान व्यवस्थापन ही संस्थात्मक मालमत्ता आहे जी पारंपारिक संसाधनांच्या पलीकडे जाते. यामध्ये संस्थेमध्ये ज्ञानाचे एकत्रीकरण, संचयन आणि प्रसार यांचा समावेश होतो. ही मालमत्ता धोरणात्मक आहे कारण ती माहितीपूर्ण निर्णय घेण्यास सक्षम करते, नवकल्पना सुलभ करते आणि शाश्वत स्पर्धात्मक फायद्यासाठी योगदान देते. ज्या संस्था त्यांच्या ज्ञानाच्या मालमत्तेचा प्रभावीपणे वापर करतात आणि त्यांचा वापर करतात त्यांना आजच्या गतिशील व्यवसाय वातावरणात कौशल्य आणि माहितीचा फायदा घेऊन तीक्ष्णता प्राप्त होते.

२) सांस्कृतिक प्रतिष्ठान :

ज्ञान व्यवस्थापन अशा वातावरणात भरभराटीस येते जे ज्ञान-सामायिकरण संस्कृतीचे पालनपोषण करते. हे केवळ तांत्रिक प्रणालींबद्दल नाही तर एक मानसिकता वाढवण्याबद्दल देखील आहे जिथे कर्मचारी सक्रियपणे योगदान देतात, सहयोग करतात आणि विचारांची देवाणघेवाण करतात. एक मजबूत ज्ञान व्यवस्थापन संस्कृती सतत शिकण्यास प्रोत्साहन देते, मुक्त संवादाला प्रोत्साहन देते आणि सामूहिक प्रयत्न म्हणून ज्ञान सामायिकरण साजरे करते. हे असे वातावरण तयार करण्याबद्दल आहे जिथे संस्थेतील प्रत्येकाद्वारे ज्ञानाचे मूल्यवान आणि सक्रियपणे संवर्धन केले जाते.

३) तंत्रज्ञान एकत्रीकरण :

ज्ञान व्यवस्थापन संस्कृतीत खोलवर रुजलेले असताना, तंत्रज्ञान एक महत्त्वपूर्ण सक्षमकर्ता म्हणून काम करते. तांत्रिक साधने आणि प्रणाली कार्यक्षम पकड, संघटना आणि ज्ञानाचा प्रसार सुलभ करतात. ज्ञान माहिती संचापासून ते सहयोगी व्यासपीठ आणि कृत्रिम बुद्धिमत्ता-आधारित विश्लेषणे, तंत्रज्ञान मोठ्या प्रमाणात माहिती व्यवस्थापित करण्यात आणि कृतीयोग्य ज्ञानामध्ये रूपांतरित करण्यात मदत करते. तथापि, यशस्वी ज्ञान व्यवस्थापन केवळ तंत्रज्ञानाशी निगडित नाही तर ते संघटनात्मक गरजा आणि संस्कृतीशी संरेखित करण्याबद्दल आहे.

४) मानव–केंद्रित दृष्टीकोन :

ज्ञान व्यवस्थापन मानवी आकलन, अनुभव आणि परस्परसंवादाची प्रमुख भूमिका ओळखते. हे एखाद्या संस्थेतील व्यक्तींच्या सामूहिक बुद्धिमत्तेचा वापर करणे, गुप्त ज्ञान मिळवणे (बहुतेक वेळा संहिताबद्ध करणे कठीण) आणि ज्ञानाच्या वाटणीसाठी मार्ग तयार करणे याबद्दल आहे. ज्ञान व्यवस्थापन धोरणे कर्मचाऱ्यांना त्यांच्या कौशल्याचे योगदान देण्यासाठी सक्षम बनवणे, सरावाच्या समुदायांना चालना देणे आणि स्पष्ट ज्ञान प्रभावीपणे वापरण्यासाठी मार्गदर्शन करण्यास प्रोत्साहित करणे यावर लक्ष केंद्रित करते.

५) जीवनचक्र अभिमुखता :

ज्ञान व्यवस्थापनामध्ये निर्मितीपासून ते सामायिकरणापर्यंत संपूर्ण ज्ञान जीवनचक्र समाविष्ट आहे. यामध्ये ज्ञान भांडार निर्मिती, आजोजन, प्रसार आणि सतत अद्यतन करणाऱ्या प्रक्रियांचा समावेश होतो. यशस्वी ज्ञान व्यवस्थापन रणनीती या जीवनचक्राच्या प्रत्येक टप्प्याला संबोधित करतात, हे सुनिश्चित करतात की ज्ञान केवळ संग्रहित केले जात नाही तर ते सहजपणे प्रवेश करण्यायोग्य, संबंधित आणि संस्थात्मक गरजांसाठी लागू आहे.

६) आंतर–कार्यात्मक एकीकरण :

ज्ञान व्यवस्थापन बंधने तोडते आणि विभाग व पदानुक्रमांमध्ये सहकार्य वाढवते. हे अंतर्दृष्टी, अनुभव आणि सर्वोत्तम पद्धती सामायिक करण्यासाठी व्यक्ती, कार्यसंघ आणि कार्ये यांना जोडण्याबद्दल आहे. सहयोग आणि ज्ञानाच्या देवाणघेवाणीला प्रोत्साहन देऊन, ज्ञान व्यवस्थापन संपूर्ण संस्थेमध्ये नावीन्य, समस्या सोडवणे आणि उत्तम निर्णय घेण्याची सुविधा देते.

७) सतत सुधारणा :

ज्ञान व्यवस्थापन ही एक गतिमान प्रक्रिया आहे जी सतत सुधारण्यावर विकसित होते. यात मागील अनुभवांमधून शिकणे, बदलत्या संदर्भांशी जुळवून घेणे आणि धोरणे विकसित करणे यांचा समावेश होतो. ज्ञान व्यवस्थापनासाठी वचनबद्ध संस्था त्यांच्या प्रणाली सतत परिष्कृत करतात, ज्ञान भांडार अद्ययावत करतात आणि नाविन्य व कार्यक्षमता चालविण्यासाठी यश आणि अपयश या दोन्हींमधून शिकण्यास प्रोत्साहित करतात.

८) निर्णय समर्थन आणि नवीनता :

ज्ञान व्यवस्थापन हे माहितीपूर्ण निर्णय घेण्याच्या आणि नाविन्यपूर्णतेसाठी स्त्रोत म्हणून काम करते. हे संस्थांना ऐतिहासिक माहिती, भूतकाळातील अनुभव आणि सामूहिक कौशल्याचा लाभ घेऊन चांगले निर्णय घेण्यास सक्षम करते. याव्यतिरिक्त, शिकण्याची आणि सामायिक करण्याची संस्कृती वाढवून ज्ञान व्यवस्थापन सर्जनशील विचार, कल्पना निर्मिती आणि ज्ञान–आधारित समस्या–निवारणासाठी एक व्यासपीठ प्रदान करून नवकल्पना वाढवते.

९) जोखीम कमी करणे :

प्रभावी ज्ञान व्यवस्थापन ज्ञान गमावण्याशी संबंधित जोखीम कमी करते. यामध्ये कर्मचारी उलाढाल, अपर्याप्त ज्ञान धारणा किंवा अकार्यक्षम ज्ञान हस्तांतरण प्रक्रियेमुळे ज्ञानाचे नुकसान समाविष्ट आहे. ज्ञान व्यवस्थापन रणनीतींचा उद्देश आवश्यक माहितीचे दस्तऐवजीकरण आणि संहितीकरण करून संस्थात्मक ज्ञानाचे रक्षण करणे आणि ज्ञानातील अंतर टाळण्यासाठी तिची सुलभता सुनिश्चित करणे हा आहे.

१०) स्पर्धात्मक फायदा :

यशस्वी ज्ञान व्यवस्थापन कार्यपद्धती स्पर्धात्मक फायदा मिळवण्यात आणि टिकवून ठेवण्यासाठी योगदान देतात. ज्या संस्था त्यांच्या ज्ञान संसाधनांचे प्रभावीपणे व्यवस्थापन करतात त्यांना तत्परता, नवकल्पना क्षमता आणि

लवचिकता प्राप्त होते. ज्ञान व्यवस्थापन संस्थांना बाजारातील बदलांशी जुळवून घेण्यास, कार्यात्मक कार्यक्षमतेला अनुकूल बनविण्यात आणि त्यांच्या बौद्धिक भांडवलाचा फायदा घेऊन, त्यांना स्पर्धात्मक परिदृश्यामध्ये दीर्घकालीन यश मिळवून देण्यास मदत करते.

१.१.५ आजच्या व्यवसाय जगात ज्ञान व्यवस्थापनाची प्रासंगिकता :

ज्ञान व्यवस्थापन म्हणजे एखाद्या संस्थेच्या ज्ञान मालमत्तेचे मूल्यमापन करण्यासाठी आणि धोरणे आणि सामरिक आवश्यकता पूर्ण करण्यासाठीचे पद्धतशीरपणे व्यवस्थापन आहे. यात उपक्रम, प्रक्रिया, रणनीती आणि प्रणाली असतात जे संचय, मूल्यांकन, सामायिकरण, परिष्करण आणि ज्ञानाची निर्मिती टिकवून ठेवतात आणि वाढवितात. प्रत्येक एंटरप्राइझने स्वतःच्या व्यवसाय उद्दीष्टांच्या बाबतीत ज्ञान व्यवस्थापन परिभाषित केले पाहिजे. आजच्या व्यवसाय जगात ज्ञान व्यवस्थापनाची प्रासंगिकता खालीलप्रमाणे आहे :

१) संघटनात्मक ज्ञान राखते :

एक केएमएस व्यवसायाचे व्यापार रहस्य आणि ज्ञान जतन करते आणि संस्थेच्या फायद्यासाठी याचा लाभ घेण्यास वापरकर्त्यांना अनुमती देते.

२) नेव्हर-एंडिंग शिक्षणास प्रोत्साहन देते :

केएमएस (kms) कर्मचाऱ्यांना मदत किंवा पर्यवेक्षकाचा संदर्भ घेण्याऐवजी अडचणी किंवा समस्यांचे निराकरण शोधण्यासाठी प्रोत्साहित करते. हे सतत शिक्षणाचे वातावरण तयार करते आणि कर्मचाऱ्यांमध्ये विश्लेषणात्मक आणि सर्जनशील विचार विकसित करते.

३) उत्पादकता वाढवते :

पूर्वी नमूद केल्यानुसार, केएमएस (kms) वापरकर्त्यांना माहितीवर त्वरित प्रवेश प्रदान करते ज्यामुळे उत्पादकता सुधारते. जर एखाद्या संस्थेचे केएमएस व्यवस्थित राखले गेले असेल आणि कर्मचाऱ्यांना त्यासंदर्भात चांगले प्रशिक्षण दिले असेल तर व्यवसायाची एकूण कामगिरी सुधारते.

४) ज्ञान जोडणे :

केएमएस कर्मचाऱ्यांमध्ये परस्पर फायदेशीर संबंध निर्माण करतो. हे अधिक व्यापक आणि सर्वसमावेशक सामग्री प्रदान करते ज्यातून संस्थेला फायदा होऊ शकेल.

५) संस्थात्मक संप्रेषणास प्रोत्साहित करणे :

वरील उदाहरणे केवळ संघटनात्मक ज्ञानच नव्हे तर संस्थेचे कर्मचारी देखील जोडते. अधिक माहितीसाठी किंवा एखाद्या विषयावरील अधिक स्पष्टीकरणासाठी वापरकर्ते संस्थेतील ज्ञान प्रदात्यांशी संवाद साधू शकतात. आंतरसंघटनात्मक सहकार्य आणि नेटवर्किंग मजबूत आणि उत्तम संबंध तयार करते आणि कार्यसंघास प्रोत्साहित करते.

६) प्रमाणित दृष्टीकोन प्रदान करते :

वृत्तपत्रे आणि मासिके विशिष्ट शैलीच्या पुस्तकांचे अनुसरण करतात ज्यायोगे सर्व कर्मचाऱ्यांचे अनुसरण करण्यासाठी, मानक नमुना लागू करण्यासाठी व्यवसाय केएमएसचा लाभ घेऊ शकतो. हे कामाच्या ठिकाणी असलेल्या विसंगती, गैरसमज आणि अनावश्यक पुनरावृत्ती दूर करते.

७) अधिक चांगले आणि वेगवान निर्णय घेणे सक्षम करणे :

रचना, शोध, सदस्यता आणि समर्थन आवश्यकतेच्या वेळी संबंधित माहिती वितरीत करून, ज्ञान व्यवस्थापन वातावरण चांगले निर्णय घेण्यास आधार प्रदान करू शकते. जेव्हा निर्णय घेण्याची आवश्यकता असते तेव्हा

सहकार्य मोठ्या संख्येने, भिन्न मते आणि विविध अनुभवाचे सामर्थ्य आणते. भांडारांमधील ज्ञानाचा पुनर्वापर केल्याने प्रत्यक्ष अनुभवावर, मोठ्या नमुन्यांच्या आकारांवर आणि शिकलेल्या व्यावहारिक धड्यांवर आधारित निर्णय घेता येऊ शकतात.

८) निरर्थक प्रयत्न टाळणे :

कोणालाही पुन्हा पुन्हा वेळ घालवायला आवडत नाही. परंतु ते ज्ञान व्यवस्थापन प्रयत्नांची नक्कल टाळते, वेळ आणि पैशाची बचत करते, कर्मचाऱ्यांचे मनोबल वाढविते आणि कार्य सुव्यवस्थित करते.

९) विद्यमान, तज्ज्ञता आणि अनुभवाचा फायदा घेणे :

प्रत्येक सदस्याचे वैयक्तिक कौशल्य आणि ज्ञानामुळे संघांना फायदा होतो. कार्यसंघ सदस्यांची कार्यक्षमता जितकी अधिक पूरक असेल तितकाच संघ सामर्थ्यवान होतो. मोठ्या संस्थांमध्ये, असे लोक आहेत ज्यांची क्षमता आणि पार्श्वभूमी वेगवेगळी आहे आणि याचा आपल्याला फायदा झाला पाहिजे. परंतु जसजशी लोकांची संख्या वाढत जाते तसतसे प्रत्येक व्यक्तीस प्रत्येकाबद्दल जाणून घेणे अवघड होते. म्हणून जरी असे लोक आहेत जे इतर लोकांना मदत करू शकतील तरीही आपल्याला त्यांच्या बदल माहित नसल्याने त्यांचा फायदा आपल्याला होत नाही.

१.२ ज्ञान व्यवस्थापनाचे प्रारंभिक स्वरूप आणि उत्क्रांती :

ज्ञान व्यवस्थापनाचे सुरुवातीचे प्रकार संपूर्ण इतिहासात अस्तित्वात आहेत, बहुतेक वेळा प्राचीन संस्कृतींच्या ज्ञानाचे जतन, सामायिकरण आणि उपयोग करण्याच्या पद्धतींमध्ये मूळ आहे. ज्ञान व्यवस्थापन ही औपचारिक संज्ञा खूप नंतर उदयास आली, परंतु या सुरुवातीच्या पद्धतींनी या संकल्पनेच्या उत्क्रांतीचा पाया घातला. सुमेरिया आणि बॅबिलोन सारख्या प्राचीन समाजांमध्ये लेखन आणि मातीच्या गोळ्यांच्या आगमनाने शासन, व्यापार आणि शेतीशी संबंधित ज्ञानाचे दस्तऐवजीकरण करण्यास परवानगी दिली.

१.२.१ ज्ञान व्यवस्थापनाचे प्रारंभिक स्वरूप :

ज्ञान व्यवस्थापनाचे प्रारंभिक प्रकार हे प्राचीन संस्कृतींचा विस्तार पुनर्जागरण आणि प्रबोधन कालावधीपर्यंत, विविध युग आणि संस्कृतींमध्ये ज्ञान गोळा करण्यासाठी, जतन करण्यासाठी आणि प्रसारित करण्यासाठी मानवतेच्या सतत प्रयत्नांचे वर्णन करतात. त्यांनी आधुनिक ज्ञान व्यवस्थापन पद्धतींच्या उत्क्रांतीसाठी पाया घातला, आजच्या जटिल आणि गतिमान जगात ज्ञान प्रभावीपणे व्यवस्थापित करण्यासाठी समकालीन तंत्रज्ञान आणि संस्थात्मक धोरणांद्वारे ऐतिहासिक पद्धती एकत्रित केल्या.

१) प्राचीन संस्कृती :

सुमेरिया, बॅबिलोन आणि प्राचीन चीन यासारख्या प्राचीन समाजांनी ज्ञानाच्या संरक्षणाच्या सुरुवातीच्या प्रकारांना सुरुवात केली. सुमेरिया आणि बॅबिलोनमध्ये, शासन, व्यापार, शेती आणि कायद्याशी संबंधित ज्ञानाच्या दस्तऐवजीकरणासाठी लेखनाचा शोध आणि मातीच्या गोळ्या वापरण्यास परवानगी दिली गेली. या लिखित दस्तऐवजीकरणाने भविष्यातील पिढ्यांसाठी माहिती जतन करण्याचे साधन म्हणून काम केले, ज्ञानाचे संचय आणि प्रसार करण्यात योगदान दिले. प्राचीन चीनमध्ये कागदाचा शोध आणि लेखन प्रणालीचा विकास लक्षणीय प्रगत ज्ञान व्यवस्थापन दर्शविते. चिनी लोकांनी या नवकल्पनांचा उपयोग औषध, तत्त्वज्ञान, शासन आणि तांत्रिक प्रगती यासारख्या विविध क्षेत्रांमधील ज्ञान संकलित करण्यासाठी आणि जतन करण्यासाठी केला. लेखपट, ग्रंथ आणि ज्ञानकोशांच्या स्वरूपात ज्ञानाचे दस्तऐवजीकरण हे सुरुवातीच्या ज्ञान व्यवस्थापन पद्धतींचे वैशिष्ट्य बनले.

२) लायब्ररी ऑफ अलेक्झांड्रिया आणि ज्ञान केंद्रीकरण :

ख्रिस्तपूर्व तिसऱ्या शतकात इजिप्तमध्ये स्थापन झालेली अलेक्झांड्रियाची लायब्ररी हे एक प्रसिद्ध शिक्षण केंद्र होते. विविध संस्कृती आणि शाखांमधून ज्ञान गोळा करणे आणि गृहीत धरणे हा त्याचा उद्देश होता. अभ्यास करण्यासाठी, विचारांची देवाणघेवाण करण्यासाठी आणि लेखपट व ग्रंथांच्या विस्तृत संग्रहात प्रवेश करण्यासाठी विद्वान तेथे जमले.

३) मध्ययुगीन हस्तलिखितांचे जतन :

मध्ययुगात मठांनी ज्ञान जतन करण्यात महत्त्वपूर्ण भूमिका बजावली. भिक्षुंनी काळजीपूर्वक हस्तलिखितांच्या प्रति जतन केल्या. ही मठवासी ग्रंथालये माहितीचे महत्त्वपूर्ण भांडार बनले आणि त्यांनी धर्मशास्त्र, तत्त्वज्ञान, वैद्यकशास्त्र व इतर विषयांवरील ग्रंथांचे संरक्षण केले.

४) पुनर्जागरण आणि मुद्रण क्रांती :

१५ व्या शतकात जोहान्स गुटेनबर्गने लावलेल्या छापखान्याच्या शोधामुळे ज्ञानाच्या प्रसारात क्रांती झाली. या नवोपक्रमाने पुस्तकांच्या मोठ्या प्रमाणावर उत्पादनास चालना दिली, ज्यामुळे व्यापक प्रेक्षकांसाठी ज्ञान अधिक सुलभ झाले. छापील साहित्याच्या प्रसारामुळे कल्पना आणि माहितीची देवाणघेवाण वेगवान झाली.

५) वैज्ञानिक क्रांती आणि अनुभवजन्य चौकशी :

१६व्या ते १८व्या शतकातील वैज्ञानिक क्रांतीने ज्ञान संपादनात लक्षणीय बदल घडवून आणला. कोपर्निकस, गॅलिलिओ आणि न्यूटन यासारख्या विचारवंतांनी अनुभवजन्य निरीक्षणावर आणि पद्धतशीर चौकशीवर भर दिला. या कालावधीने ज्ञान जमा करण्याच्या आधुनिक वैज्ञानिक पद्धतींचा पाया घातला.

६) प्रबोधन आणि विश्वकोश :

प्रबोधन युगात डेनिस डिडेरोटच्या विश्वकोशा सारख्या ज्ञानकोशांचा विकास झाला. या सर्वसमावेशक संकलनांचे उद्दिष्ट संपूर्ण युरोपमधील माहितीच्या प्रसारास हातभार लावत विविध विषयांतील ज्ञान संकलित करणे आणि त्यांचे आयोजन करणे हे आहे.

७) वसाहतवादाचा विस्तार आणि ज्ञान विनिमय :

वसाहतवादाच्या काळात अन्वेषक आणि व्यापाऱ्यांनी महाद्वीपांमध्ये ज्ञानाची देवाणघेवाण केली. यामुळे जगातील विविध प्रदेशांमधील संस्कृती, वनस्पती, प्राणी आणि तंत्रज्ञानाविषयी माहितीचे हस्तांतरण सुलभ झाले.

८) औद्योगिक क्रांती आणि दस्तऐवजीकरण :

औद्योगिक क्रांतीमुळे दस्तऐवजीकरण तंत्रात प्रगती झाली. संस्थांनी औद्योगिक प्रगतीसाठी ज्ञानाचे दस्तऐवजीकरण करण्याच्या महत्त्वावर जोर देऊन प्रक्रिया, कार्यपद्धती आणि पेटंटचे औपचारिकीकरण सुरू केले.

९) शैक्षणिक संस्था आणि ज्ञान प्रणाली :

शैक्षणिक संस्थांनी अभ्यासक्रम, शैक्षणिक जर्नल्स आणि संशोधन पद्धतींच्या विकासाद्वारे ज्ञानाचे पद्धतशीरीकरण करण्यास सुरुवात केली. ज्ञान निर्मिती आणि प्रसारासाठी या संरचित दृष्टिकोनाने आधुनिक शैक्षणिक प्रणालींचा पाया घातला.

१०) डिजिटल युग आणि माहिती तंत्रज्ञान :

डिजिटल युग आणि माहिती तंत्रज्ञानाच्या उदयाने ज्ञान व्यवस्थापनात परिवर्तन केले. माहिती संच, सामग्री व्यवस्थापन प्रणाली आणि इंटरनेटने माहिती कशी संग्रहित केली जाते, कसा प्रवेश केला जातो आणि कसा सामायिक केला जातो हे दाखवून दिले. या युगाने भौतिक भांडारांपासून डिजिटल ज्ञानाच्या तळांवर बदल घडवून आणला.

१.२.२ ज्ञान व्यवस्थापनाची उत्क्रांती :

ज्ञान व्यवस्थापनाची उत्क्रांती हा एक अखंड प्रवास आहे; जो ऐतिहासिक पद्धती, तांत्रिक प्रगती आणि विकसित होत असलेल्या संस्थात्मक गरजांद्वारे आकारला गेला आहे. हे प्रगती आणि नावीन्यपूर्णतेसाठी ज्ञान गोळा करणे, जतन करणे आणि त्याचा लाभ घेण्याच्या मानवतेच्या प्रयत्नांना प्रतिबिंबित करते.

१) प्रारंभिक तत्त्वज्ञान आणि पद्धती :

ज्ञान व्यवस्थापनाची मुळे प्राचीन संस्कृतींमध्ये शोधली जाऊ शकतात जिथे ज्ञानाचे संरक्षण, जसे की सुमेरिया आणि बॅबिलोनमधील मातीच्या गोळ्यांवरील लिखाण किंवा प्राचीन चीनमधील ग्रंथांचे संकलन यांनी माहितीचे व्यवस्थापन करण्यासाठी सुरुवातीच्या प्रयत्नांना चिन्हांकित केले. या पद्धतींचा उद्देश भविष्यातील पिढ्यांसाठी ज्ञानाचे दस्तऐवजीकरण करणे, विविध क्षेत्रांमधील माहिती जमा करणे आणि हस्तांतरित करणे यासाठी पाया घालणे हा आहे. याव्यतिरिक्त, अलेक्झांड्रियाची लायब्ररी एक महत्त्वाची संस्था म्हणून उभी आहे, विविध ज्ञानाचे भांडार म्हणून काम करते. हे केंद्रीकरण आणि ज्ञानाची देवाणघेवाण करण्याच्या महत्त्वावर जोर देऊन, विविध संस्कृती आणि विषयांमधील माहिती एकत्रित करण्याच्या सुरुवातीच्या प्रयत्नाचे उदाहरण देते.

२) मध्ययुगीन हस्तलिखितांचे जतन :

मध्ययुगात मठांनी ज्ञान जतन करण्यात महत्त्वपूर्ण भूमिका बजावली. धर्मशास्त्र, तत्त्वज्ञान, वैद्यकशास्त्र आणि विज्ञान या विषयावरील मौल्यवान ग्रंथांचे रक्षण करून भिक्षूंनी परिश्रमपूर्वक हस्तलिखितांची प्रत तयार केली. मठातील ग्रंथालये ही केंद्रे म्हणून काम करतात जेथे धार्मिक संस्थांच्या मर्यादेत ज्ञानाची निर्मिती, त्याचे जतन आणि ते प्रसारित केले जाते.

३) प्रिंटिंग प्रेस आणि ज्ञानाचे लोकशाहीकरण :

पुनर्जागरण काळात छापखान्याचा शोध लागल्याने ज्ञानाच्या प्रसारात लक्षणीय झेप घेतली. पुस्तके अधिक सुलभ आणि परवडणारी बनली, परिणामी माहितीचे लोकशाहीकरण झाले. पुस्तकांच्या मोठ्या प्रमाणावर निर्मितीमुळे ज्ञानाचा प्रसार सुलभ झाला, व्यापक प्रेक्षकांना विविध विषय आणि कल्पनांशी संलग्न होण्यासाठी सक्षम केले.

४) वैज्ञानिक क्रांती आणि अनुभवजन्य चौकशी :

१६ व्या आणि १७ व्या शतकात झालेल्या वैज्ञानिक क्रांतीने अनुभवजन्य चौकशीच्या नवीन युगाची सुरुवात केली. त्यात पद्धतशीर निरीक्षण, प्रयोग आणि निष्कर्षांचे दस्तऐवजीकरण यावर भर देण्यात आला. या कालावधीत पारंपारिक ज्ञानाकडून पुराव्यावर आधारित चौकशीकडे स्थित्यंतर घडून आले, वैज्ञानिक पद्धती आणि पद्धतशीर ज्ञानाच्या संचयनाची पायाभरणी केली.

५) औद्योगिक क्रांती आणि सम्पत्ती म्हणून ज्ञान :

औद्योगिक क्रांतीने मोठ्या प्रमाणावर तांत्रिक प्रगती घडवून आणली आणि एक संपत्ती म्हणून ज्ञानाचे महत्त्व वाढवले. संस्थांनी कौशल्याचा लाभ घेण्याचे महत्त्व ओळखले, ज्यामुळे कामाच्या ठिकाणी ज्ञान व्यवस्थापित करण्यासाठी विशिष्ट पद्धतींचे औपचारिकीकरण होते. तथापि, दृष्टीकोन मोठ्या प्रमाणात अंतर्निहित आणि असंरचित राहिला.

६) आधुनिक ज्ञान व्यवस्थापनाचा जन्म :

२० व्या शतकाच्या उत्तरार्धात, विशेषतः १९८० आणि १९९० च्या दशकात ज्ञान व्यवस्थापन या शब्दाला महत्त्व प्राप्त झाले. या युगाने संघटनात्मक ज्ञानाच्या मूल्याची औपचारिक ओळख चिन्हांकित केली. कंपन्यांनी स्पर्धात्मक फायदे मिळविण्यासाठी ज्ञान कैद करणे, संग्रहित करणे, सामायिक करणे आणि त्याचा उपयोग

करण्याच्या धोरणांवर लक्ष केंद्रित करणे सुरू केले. पीटर ड्रूकरच्या ज्ञानाच्या अर्थव्यवस्थेवरील प्रभावशाली लेखन आणि त्याचा संस्थांवर होणारा परिणाम याने ज्ञान व्यवस्थापन संकल्पनेला आकार देण्यात महत्त्वपूर्ण योगदान दिले. याव्यतिरिक्त, नोनाका आणि टेकुची यांच्या SECI प्रारूपा वरीलकार्याने (सामाजिकरण, बाह्यकरण, संयोगीकरण, अंतर्गतीकरण) संस्थांमध्ये स्पष्ट ज्ञानामध्ये रूपांतरित करण्यावर भर दिला.

७) तांत्रिक प्रगती आणि ज्ञान प्रणाली :

इंटरनेट आणि डिजिटल तंत्रज्ञानाच्या आगमनाने ज्ञान व्यवस्थापनामध्ये क्रांती घडवून आणली. संस्थांनी अत्याधुनिक माहिती प्रणाली, माहितीसंच आणि सहयोगी व्यासपीठ वापरून ज्ञान कार्यक्षमतेने संचयित करणे, पुनर्प्राप्त करणे आणि सामायिक करणे सुरू केले. ज्ञान व्यवस्थापन प्रणाली (KMS) ही संस्थांमध्ये माहिती कैद करण्यासाठी, व्यवस्थापित करण्यासाठी आणि प्रसारित करण्यासाठी साधन म्हणून उदयास आली.

८) वर्तमान प्रवाह :

आधुनिक ज्ञान व्यवस्थापन विकसित होत आहे. मोठ्या प्रमाणात तथ्यांमधून माहिती मिळविण्यासाठी कृत्रिम बुद्धिमत्ता (AI), मशीन लर्निंग आणि बिग डेटा नालिटिक्सचा वापर करण्यावर वाढता भर आहे. याव्यतिरिक्त, अधिक समग्र दृष्टिकोनाकडे लक्ष केंद्रित केले आहे जे लोक, प्रक्रिया, तंत्रज्ञान आणि संस्कृती समाकलित करते, सामाजिक परस्परसंवादाचे महत्त्व आणि ज्ञानाचे प्रभावीपणे व्यवस्थापन करण्यासाठी संस्थात्मक संदर्भ ओळखते.

१.३ ज्ञान व्यवस्थापनाची प्रक्रिया :

ज्ञान व्यवस्थापनाची प्रक्रिया कोणत्याही उद्योग आणि व्यवसायासाठी सार्वत्रिक आहे. काहीवेळा वापरलेली साधने आणि तंत्रे ही संस्थात्मक पर्यावरणासाठी अद्वितीय असू शकतात. ज्ञान व्यवस्थापन प्रक्रियेमध्ये मूलभूत टप्पे आहेत ज्यांना विविध साधने आणि तंत्रे मदत करतात. जेव्हा या चरणांचे अनुक्रमे पालन केले जाते, तेव्हा माहितीचे ज्ञानात रूपांतर होते.

१) ज्ञानाची ओळख :

या टप्प्यात संस्थेतील ज्ञान मालमत्तेची ओळख पटवणे आणि त्यास सूचीबद्ध करणे समाविष्ट आहे. मौल्यवान ज्ञान काय आहे त्याची व्याप्ती आणि उद्दिष्टे परिभाषित करण्यापासून याची सुरुवात होते. ज्ञान लेखापरीक्षण, सर्वेक्षण आणि मुलाखती यासारख्या पद्धती स्पष्ट ज्ञान ओळखण्यास मदत करतात. उदाहरणार्थ, विक्री संघाची यशस्वी रणनीती समजून घेणे किंवा अनुभवी अभियंत्याच्या समस्या सोडवण्याच्या पद्धती समजून घेणे हे स्पष्ट ज्ञान ओळख म्हणून पात्र ठरते.

२) ज्ञान संग्रहित करणे :

ज्ञानाची ओळख पटल्यानंतर वैविध्यपूर्ण ज्ञान मिळवणे सर्वोपरि बनते. यात सामायिक आणि संग्रहित केले जाऊ शकणारे स्पष्ट ज्ञान रूपांतरित करणे समाविष्ट आहे. दस्तऐवजीकरण, कथाचित्र शृंखला आणि शॅडोइंग यासारख्या तंत्रांचा वापर कौशल्य स्पष्ट करण्यासाठी आणि दस्तऐवजीकरण करण्यासाठी केला जातो. उदाहरणार्थ, एखाद्या कुशल सॉफ्टवेअर डेव्हलपरच्या समस्या-निराकरण पद्धतींचे दस्तऐवजीकरण व्यापक प्रवेश आणि उपयोगासाठी ज्ञान आधारामध्ये केले जाऊ शकते.

३) ज्ञानाचे संघटन :

ज्ञानाचे आयोजन केल्याने ते संरचित आणि सहज समायोजित असल्याची खात्री होते. या चरणात ज्ञान मालमत्तेचे वर्गीकरण, श्रेणीकरण आणि खूणचिठ्ठी यांचा समावेश आहे. वर्गीकरण, मेटाडेटा आणि सामग्री पदानुक्रमांचा

वापर तार्किकदृष्ट्या माहितीचे वर्गीकरण करण्यासाठी केला जातो, ज्यामुळे ती सहजपणे पुनर्प्राप्त करता येते. उदाहरणार्थ, कार्यक्षम पुनर्प्राप्तीसाठी पद्धती, साधने आणि सर्वोत्तम पद्धती यासारख्या श्रेणींमध्ये प्रकल्प व्यवस्थापन ज्ञान भांडाराची रचना करणे.

४) ज्ञानाची साठवणूक :

ज्ञानाची सुरक्षितपणे आणि प्रवेशयोग्यपणे साठवणूक करणे महत्त्वाचे आहे. संस्था ज्ञान संपत्ती संचयित करण्यासाठी इंट्रानेट, डेटाबेस किंवा क्लाउड-आधारित प्लॅटफॉर्म सारख्या विविध भांडारांचा वापर करतात. अधिकृत वापरकर्त्यांना ती उपलब्ध करून देताना संवेदनशील माहितीचे रक्षण करण्यासाठी योग्य सुरक्षा उपाय, आवृत्ती नियंत्रण आणि प्रवेश परवानग्या याची खात्री करणे आवश्यक आहे.

५) ज्ञानाची देवाणघेवाण :

ज्ञान-सामायिकरण व्यासपीठ सुलभ करणे आणि सहयोगी संस्कृती वाढवणे आवश्यक आहे. संस्था कार्यशाळा समुदाय स्थापन करतात, प्रशिक्षण सत्र आयोजित करतात आणि माहितीच्या देवाणघेवाणीला प्रोत्साहन देण्यासाठी सामाजिक सहयोग साधने वापरतात. खुल्या संवादाला प्रोत्साहन देणे आणि यशोगाथा किंवा शिकलेले धडे सामायिक करणे सतत शिकण्याची आणि सहकार्याची संस्कृती वाढवते.

६) ज्ञान प्रवेश आणि पुनर्प्राप्ती :

ज्ञानाचा सहज प्रवेश सक्षम करणे आवश्यक आहे. वापरकर्ता-अनुकूल इंटरफेस, मजबूत शोध कार्यक्षमता आणि वैयक्तिक ज्ञान पोर्टल विकसित केले आहेत. हे सुनिश्चित करते की वापरकर्ते जलद आणि कार्यक्षमतेने संबंधित माहिती शोधू शकतात आणि त्यात प्रवेश करू शकतात.

७) ज्ञान हस्तांतरण :

व्यक्ती किंवा संघांमध्ये ज्ञान हस्तांतरित करणे महत्वाचे आहे. मार्गदर्शन कार्यक्रम, नोकरी बदल आणि कार्यशाळा यासारख्या पद्धती कौशल्य आणि माहितीचे हस्तांतरण सुलभ करतात. उदाहरणार्थ, कनिष्ठ कर्मचाऱ्यांना मार्गदर्शन करणारा अनुभवी प्रकल्प व्यवस्थापक अनुभव आणि कौशल्ये हस्तांतरित करण्यास मदत करतो.

८) ज्ञानाचे उपयोजन :

संस्थात्मक फायद्यासाठी प्रभावीपणे ज्ञानाचा वापर करणे महत्त्वाचे आहे. कर्मचाऱ्यांना निर्णय घेण्यामध्ये आणि समस्या सोडवण्यामध्ये सामायिक ज्ञान लागू करण्यासाठी प्रोत्साहित करणे प्रक्रिया वाढवते, नवकल्पना वाढवते आणि एकूण संस्थात्मक कार्यप्रदर्शन सुधारते.

९) ज्ञानाचे मूल्यमापन :

व्यवस्थापित ज्ञानाच्या प्रभावाचे आणि मूल्याचे मूल्यांकन करणे ही एक सतत चालणारी प्रक्रिया आहे. ज्ञान व्यवस्थापन उपक्रमांची प्रभावीता मोजण्यासाठी संस्था निर्देशांक, वापरकर्ता अभिप्राय आणि कार्यप्रदर्शन मूल्यमापन वापरतात. हे मूल्यमापन धोरणे सुधारण्यास, अंतर ओळखण्यास आणि सतत सुधारणा सुनिश्चित करण्यास मदत करते.

१०) ज्ञानाचे जतन आणि सतत सुधारणा :

ज्ञान व्यवस्थापन प्रक्रियेत सतत सुधारणा करताना मौल्यवान ज्ञान जतन करणे महत्वाचे आहे. ऐतिहासिक ज्ञान संग्रहित करणे, भांडार अद्ययावत करणे आणि ज्ञान व्यवस्थापन धोरणे विकसित करणे बदलत्या गरजा आणि प्रगतीसाठी अनुकूलता सुनिश्चित करते. नियमित मुल्यांकन आणि प्रतिसाद यंत्रणा ज्ञान व्यवस्थापन प्रक्रियेमध्ये पुनरावृत्ती वाढवतात, हे सुनिश्चित करते की ज्ञान संस्थात्मक उद्दिष्टे आणि विकसित पर्यावरणाशी सरेखित राहते.

१.४ ज्ञान व्यवस्थापनाचे दृष्टीकोन :

ज्ञानावर आधारित समाजातील मुख्य घटक म्हणजे ज्ञानाची निर्मिती आणि शोषण होय. जागतिक विकासामध्ये ज्ञान व्यवस्थापन हे सर्वात मोठा प्रभाव साध्य करण्यासाठी आणि संस्थांमध्ये परिणाम सुधारण्यासाठी आधीपासून ओळखल्या जाणाऱ्या गोष्टींचा वापर आणि फायदा घेते. ज्ञान व्यवस्थापन ही माहिती आणि बौद्धिक मालमत्तेस संस्थेच्या 'ग्राहक' आणि त्याच्या लोकांसाठी शाश्वत मूल्यामध्ये रूपांतरित करण्याची कला आहे. ज्ञान व्यवस्थापन ही एक अशी संकल्पना आणि संज्ञा आहे जी सुमारे दोन दशकांपूर्वी, साधारणपणे १९९० मध्ये उद्भवली. अगदी सोप्या भाषेत कोणी म्हणू शकेल की याचा अर्थ संस्थेची माहिती आणि ज्ञान सर्वसमावेशकपणे आयोजित करणे हा आहे. मानवी विकासासाठी वैज्ञानिक ज्ञानाचा योग्य आणि प्रभावीपणे वापर करण्याच्या इच्छेने ज्ञान व्यवस्थापन पद्धती (प्रतिमा आणि दृष्टिकोन) आणि तत्त्वांचा विकास व अधिक परिष्करण वाढवले आहे. ज्ञान व्यवस्थापनाचे दृष्टीकोन खालीलप्रमाणे आहेत :

१) ज्ञान व्यवस्थापनाचा प्रक्रिया दृष्टिकोन :

प्रक्रियेच्या दृष्टिकोनामध्ये, ज्ञान व्यवस्थापनाकडे संस्थेतील ज्ञानाधारित मालमत्तेचे व्यवस्थापन करण्याच्या उद्देशाने संरचित क्रियाकलापांची मालिका म्हणून पाहिले जाते. हा दृष्टीकोन विशिष्ट उद्दिष्टे आणि परिणाम साध्य करण्यासाठी पद्धतशीर ओळख, पकड, संघटना, प्रसार आणि ज्ञानाचा वापर यावर भर देतो. यामध्ये संपूर्ण आयुष्यभर ज्ञान व्यवस्थापित करण्यासाठी प्रमाणित प्रक्रिया, कार्यपद्धती आणि कार्यप्रवाहांचा विकास समाविष्ट असतो. स्पष्ट भूमिका, जबाबदाऱ्या आणि उत्तरदायित्व यंत्रणा परिभाषित करून, संस्था हे सुनिश्चित करू शकतात की ज्ञान-संबंधित क्रियाकलाप कार्यक्षमतेने आणि प्रभावीपणे पार पाडले जातात. प्रक्रिया दृष्टीकोन संस्थांना ज्ञान व्यवस्थापित करण्यासाठी पुनरावृत्ती करण्यायोग्य आणि मापनीय पद्धती स्थापित करण्यास सक्षम करते. ज्यामुळे सातत्य, अंदाज योग्यता आणि सुधारित कार्यप्रदर्शन होते. शिवाय, हे संस्थांना त्यांच्या ज्ञान व्यवस्थापन प्रक्रियांचे कालांतराने मूल्यांकन आणि पर्याप्तता करण्यास सक्षम करून सतत सुधारणा सुलभ करते. एकूणच, प्रक्रियेचा दृष्टीकोन संस्थेतील ज्ञान व्यवस्थापित करण्यासाठी संरचित आणि शिस्तबद्ध दृष्टिकोनाच्या महत्त्वावर भर देतो.

२) ज्ञान व्यवस्थापनाचा कार्यपद्धती दृष्टिकोन :

ज्ञान व्यवस्थापनाचा कार्यपद्धती दृष्टीकोन कार्यपद्धतीच्या समुदायांना चालना देणे, ज्ञानाची देवाणघेवाण करण्यास प्रोत्साहन देणे आणि संस्थेमध्ये अनौपचारिक शिक्षणास प्रोत्साहन देणे यावर लक्ष केंद्रित करतो. संरचित क्रियाकलाप आणि कार्यप्रवाहांवर भर देणाऱ्या प्रक्रियेच्या दृष्टिकोनाच्या विपरीत, कार्यपद्धती दृष्टिकोन ज्ञान निर्मिती, प्रसार आणि अनुप्रयोगाच्या सामाजिक पैलूंवर भर देतो. हे ओळखते की एखाद्या संस्थेतील ज्ञान मौल्यवान असते आणि व्यक्तींच्या मनात असते. म्हणून, कार्यपद्धती दृष्टीकोन असे पर्यावरण निर्माण करण्याच्या महत्त्वावर जोर देतो जिथे कर्मचाऱ्यांना त्यांचे कौशल्य, अनुभव आणि दृष्टीक्षेप इतरांशी सामायिक करण्यास सोयीस्कर वाटेल. या दृष्टिकोनामध्ये सहसा कार्यपद्धतीच्या समुदायांची स्थापना समाविष्ट असते, जिथे समविचारी व्यक्ती ज्ञान सामायिक करण्यासाठी, समस्या सोडवण्यासाठी आणि एकमेकांकडून शिकण्यासाठी एकत्र येतात. सहयोग, नेटवर्किंग आणि अनौपचारिक शिक्षणाला प्रोत्साहन देऊन कार्यपद्धती दृष्टीकोन संस्थांना त्यांच्या कर्मचाऱ्यांच्या सामूहिक बुद्धिमत्तेचा वापर करण्यास मदत करते. ज्यामुळे नवकल्पना, सुधारित निर्णयक्षमता आणि वर्धित संस्थात्मक कार्यप्रदर्शन होते.

३) ज्ञान व्यवस्थापनाचा यांत्रिक दृष्टीकोन :

ज्ञान व्यवस्थापनाचा यांत्रिक दृष्टीकोन ज्ञानाकडे एक मूर्त मालमत्ता म्हणून पाहतो जी औपचारिक प्रणाली आणि तंत्रज्ञानाचा वापर करून हस्तगत, संग्रहित आणि हाताळली जाऊ शकते. हा दृष्टिकोन एखाद्या संस्थेतील ज्ञान

व्यवस्थापित करण्यासाठी माहिती तंत्रज्ञान, माहितीसंच आणि ज्ञान भांडारांच्या वापरावर भर देतो. यात सहसा संरचित वर्गीकरण, मेटाडेटा रूपरेषा आणि शोध अल्गोरिदमची अंमलबजावणी समाविष्ट असते; ज्यामुळे ज्ञान पुनर्प्राप्त करणे आणि त्याचा प्रसार करणे सुलभ होते. संस्थेच्या विविध भागांमध्ये ज्ञान अधिक सुलभ, हस्तांतरणीय आणि पुन्हा वापरता येण्याजोगे बनवणे हा यांत्रिकी दृष्टिकोनाचा उद्देश आहे. हा दृष्टीकोन सुस्पष्ट ज्ञान व्यवस्थापित करण्यासाठी प्रभावी ठरतो, परंतु तो गुप्त ज्ञान आणि मानवी परस्परसंवादाच्या जटिल आणि गतिमान स्वरूपाकडे दुर्लक्ष करतो. समीक्षकांचा असा युक्तिवाद आहे की यांत्रिक दृष्टीकोनामुळे ज्ञानाचे अधिक सरलीकृत प्रतिनिधित्व होऊ शकते आणि संस्थेमध्ये ज्ञान निर्मिती व सामायिकरण प्रभावित करणाऱ्या सामाजिक आणि सांस्कृतिक घटकांकडे दुर्लक्ष होऊ शकते.

४) ज्ञान व्यवस्थापनाचा पद्धतशीर दृष्टीकोन :

ज्ञान व्यवस्थापनाचा पद्धतशीर दृष्टीकोन संस्थेमध्ये सर्वसमावेशकपणे ज्ञान व्यवस्थापित करण्यासाठी संरचित प्रक्रिया आणि अनौपचारिक पद्धती दोन्ही एकत्रित करतो. हा दृष्टिकोन सामाजिक संवाद आणि शिकण्याच्या संधींद्वारे औपचारिक पद्धतींचा मेळ घालणाऱ्या संतुलित दृष्टिकोनाची गरज ओळखतो. हे ज्ञान व्यवस्थापन उपक्रमांना संस्थात्मक उद्दिष्टांद्वारे संरेखित करण्याच्या महत्त्वावर जोर देते. हे सुनिश्चित करते की ज्ञान व्यवस्थापन क्रियाकलाप विद्यमान कार्यप्रवाह आणि व्यवसाय प्रक्रियांमध्ये एकत्रित केले जातात. पद्धतशीर दृष्टिकोनामध्ये ज्ञानातील अंतर ओळखणे, ज्ञानाच्या गरजांचे विश्लेषण करणे आणि त्यांना प्रभावीपणे संबोधित करण्यासाठी हस्तक्षेपांची रचना करणे समाविष्ट आहे. हे सतत सुधारणा आणि संघटनात्मक प्राधान्यक्रमांशी संरेखन सुनिश्चित करण्यासाठी ज्ञान व्यवस्थापन उपक्रमांचे निरीक्षण आणि मूल्यमापन करण्याच्या महत्त्ववर देखील जोर देते. ज्ञान व्यवस्थापनासाठी पद्धतशीर दृष्टीकोन अवलंबून, संस्था एक गतिशील आणि प्रतिसाद देणारे ज्ञान पर्यावरण तयार करण्यासाठी औपचारिक प्रक्रिया आणि अनौपचारिक पद्धती या दोन्हीचा फायदा घेऊ शकतात जे नाविन्यपूर्णता, सहयोग वाढवते आणि एकूण संस्थात्मक कार्यप्रदर्शन सुधारते.

१.५ तथ्य, माहिती, ज्ञान आणि विवेक यातील फरक :

तथ्य, माहिती, ज्ञान आणि विवेक यांच्यातील फरक खाली स्पष्ट केला आहे :

मुद्दे	तथ्य	माहिती	ज्ञान	विवेक
व्याख्या	कच्ची तथ्ये, चिन्हे किंवा वर्ण	प्रक्रिया केलेली, संघटित आणि अर्थपूर्ण तथ्ये	संश्लेषित माहिती, संदर्भ आणि माहितीमधून घेतलेली समज	उच्च पातळीची समज, निर्णय आणि विवेक
स्वरूप	वस्तुनिष्ठ, प्रक्रिया न केलेले	प्रक्रिया आणि संदर्भित	व्याख्या आणि संदर्भित माहिती	चिंतनशील, अंतर्ज्ञानी आणि मूल्यांकनात्मक
संदर्भ	संदर्भाचा अभाव, स्वतंत्र	एका चौकटीत संदर्भित	अनुभव, संदर्भ आणि कौशल्य अंतःस्थापित केलेले	खोल अनुभव आणि अंतर्दृष्टी रुजलेली
प्रकार	असंघटित, असंरचित	संरचित आणि संघटित	संरचित, संघटित आणि संदर्भित ज्ञान	अमूर्त आणि पलीकडे

मुद्दे	तथ्य	माहिती	ज्ञान	विवेक
उदाहरण	संख्या, चिन्हे, कच्ची निरीक्षणे	आलेख, अहवाल, स्पष्टीकरण, सारांश	मार्गदर्शक तत्त्वे, कार्यपद्धती, सर्वोत्तम पद्धती	व्यावहारिक आणि गहन तत्त्वे
वापर	माहिती निर्मिती	संदर्भ आणि अर्थ प्रदान करते	निर्णय घेण्यामध्ये उपयोजन, समस्या सोडवणे	जटिल परिस्थितीत मार्गदर्शन देते
परिवर्तन	माहितीमध्ये रूपांतर	अर्थपूर्ण माहितीमध्ये तथ्ये संदर्भित करणे	माहितीतून अनुभव आणि समज	अंतर्ज्ञानी, विवेकी निर्णय
महत्त्व	माहितीसाठी पाया	माहितीपूर्ण निर्णयांचा आधार	समस्या सोडवणे आणि नवोपक्रमासाठी आवश्यक	अतींद्रिय समज देते
मूल्यवर्धन	संदर्भाशिवाय कोणतेही मूळ मूल्य नाही	संदर्भ आणि महत्त्व जोडते	ज्ञानातून प्राप्त झालेले उपयोजन आणि समज	सखोल मार्गदर्शन आणि दृष्टीकोन देते
अन्वयार्थ	अर्थ आणि संदर्भ आवश्यक आहे	प्रक्रिया केलेल्या आणि संदर्भित तथ्यांचे प्रतिनिधित्व करते	माहिती समजून घेण्यासाठी अन्वयार्थ आणि संश्लेषन	अंतर्ज्ञानी तर्क
निर्णय घेणे	थेट निर्णयासाठी वापरले जात नाही	माहितीपूर्ण निर्णय घेण्यास आधार प्रदान करते	माहितीपूर्ण निर्णय आणि कृतींसाठी आवश्यक	जटिल आणि अनिश्चित परिस्थितीत मार्गदर्शन देते

१.६ ज्ञान व्यवस्थापन चक्र :

ज्ञान व्यवस्थापन प्रणाली ही सहा चरणांची प्रक्रिया असते. प्रणाली चक्रीय असण्याचे कारण म्हणजे ज्ञान कालांतराने गतिमानतेने परिष्कृत होते. चांगल्या ज्ञान व्यवस्थापन प्रणालीतील ज्ञान कधीही पूर्ण होत नाही कारण कालांतराने, पर्यावरण बदलते आणि बदल प्रतिबिंबित करण्यासाठी ज्ञान अद्यतनित केले पाहिजे. संस्थेने ज्ञान अद्ययावत करण्यात अयशस्वी झाल्यास आजचे ज्ञान कालबाह्य होऊ शकते. ज्ञान व्यवस्थापन चक्र खालीलप्रमाणे कार्य करते:

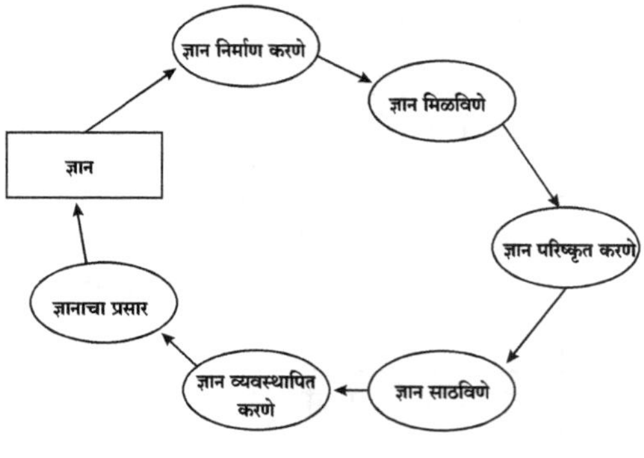

आकृती १.१: ज्ञान व्यवस्थापन चक्र

१) ज्ञान निर्माण करणे :

लोक गोष्टी करण्याचे नवीन मार्ग ठरवतात किंवा 'माहिती' विकसित करतात म्हणून ज्ञान तयार केले जाते. कधीकधी बाह्य ज्ञानाचा परिचय होतो. उदाहरणार्थ, एखाद्या विशिष्ट रुग्णाचे योग्य निदान करण्यासाठी जुन्या प्रकरणांशी तुलना करून नवीन प्रकरणांचे निराकरण करण्यासाठी जुन्या गुप्त ज्ञान प्रकरणांचा वापर करणे.

२) ज्ञान मिळविणे :

नवीन ज्ञानाचे मूल्य आणि वाजवी पद्धतीने प्रतिनिधित्व केले पाहिजे. उदाहरणार्थ, जेव्हा एखादा वैद्यकीय व्यावसायिक म्हणजे डॉक्टर, सार्जंट, नर्स इ. नवीन वैद्यकीय केस सोडवतो, तेव्हा त्याने/तिने नवीन ज्ञान मिळवलेले असते. म्हणून, जेव्हा व्यावसायिकांना त्या रोगांचे समाधान दर्शवायचे असेल, तेव्हा नवीन सापडलेले ज्ञान हे प्रेक्षक किंवा संबंधित व्यावसायिकांमध्ये समजण्यास सुलभ करण्यासाठी वाजवी पद्धतीने सादर केले पाहिजे.

३) ज्ञान परिष्कृत करणे :

नवीन ज्ञान योग्य संदर्भात ठेवले पाहिजे जेणेकरून योग्य कृती करता येतील. येथेच मानवी अंतर्दृष्टी (मग्न गुण) स्पष्ट तथ्यांद्वारे कैद करणे आवश्यक आहे. उदाहरणार्थ, जेव्हा एखाद्याला सादर करण्यासाठी नवीन ज्ञान असते, तेव्हा सादरीकरण स्पष्ट तथ्ये किंवा उपलब्ध ज्ञानावर अवलंबून असावे.

४) ज्ञान साठविणे :

उपयुक्त ज्ञान नंतर ज्ञान भांडारात वाजवी स्वरूपात संग्रहित केले जाणे आवश्यक आहे जेणेकरून संस्थेतील इतरांना त्यात प्रवेश करता येईल. उदाहरणार्थ, इलेक्ट्रॉनिक वैद्यकीय नोंदींमध्ये ज्ञान संचयित केल्याने इतर वैद्यकीय व्यावसायिकांना त्या माहितीमध्ये कधीही प्रवेश करण्यास मदत होईल.

५) ज्ञान व्यवस्थापित करणे :

लायब्ररीप्रमाणे ज्ञान व्यवस्थापित करून ठेवावे. ते संबंधित आणि अचूक आहे हे सत्यापित करण्यासाठी त्याचे पुनरावलोकन करणे आवश्यक आहे. जेव्हा एखादी परिचारिका ज्ञान निर्माण करते, तेव्हा ते ज्ञान वाजवी असले पाहिजे आणि इतर असंबद्ध तथ्ये प्रतिबिंबित करू नये.

६) ज्ञानाचा प्रसार :

संस्थेतील ज्यांना ज्ञानाची गरज आहे अशा कोणालाही, कुठेही आणि केव्हाही ज्ञान उपयुक्त स्वरूपात उपलब्ध करून दिले पाहिजे. उदाहरणार्थ, जेव्हा एखादी परिचारिका नवीन ज्ञानाची ओळख करून देते, तेव्हा ते इतरांना पाहण्यासाठी आणि त्यानुसार वापरण्यासाठी ते स्पष्ट आणि समजण्यास सोपे असावे.

१.७ संस्थात्मक शिक्षण, ज्ञान संपादन, माहिती वितरण आणि माहितीचा अन्वयार्थ :

संस्थात्मक शिक्षण एका अनुकूली घटकाचा मुख्य भाग असून संस्थेमध्ये ज्ञान संपादन, माहिती वितरण आणि माहितीचा अन्वयार्थ या परस्परसंबंधित प्रक्रियांचा अंतर्भाव करते. ज्ञान संपादनामध्ये विविध अंतर्गत आणि बाह्य स्त्रोतांकडून स्पष्ट आणि पद्धतशीर ज्ञान आत्मसात करणे समाविष्ट आहे, हे अंतर्दृष्टी आणि कौशल्यांचे संस्थात्मक भांडार समृद्ध करते. माहितीचे वितरण विविध संप्रेषण माध्यमांद्वारे या अधिग्रहित ज्ञानाचा प्रसार सुलभ करते, संस्थात्मक परिदृश्यामध्ये त्याची सुलभता सुनिश्चित करते. ही व्यापक उपलब्धता शिकण्यासाठी आणि माहितीपूर्ण निर्णय घेण्यास अनुकूल असे सहयोगी वातावरण वाढवते. कच्च्या तथ्यांचे अर्थपूर्ण माहिती आणि कृती करण्यायोग्य ज्ञानामध्ये रूपांतर करण्यात माहितीचा अन्वयार्थ महत्त्वपूर्ण भूमिका बजावते. या गंभीर प्रक्रियेमध्ये विश्लेषण, संदर्भीकरण आणि कौशल्याचा वापर यांचा समावेश होतो, उपलब्ध माहितीमधून मूल्य मिळवण्यासाठी संस्थेला सक्षम बनवणे आवश्यक असते. एकत्रितपणे, संघटनात्मक शिक्षणाचे हे गुंफलेले घटक एक गतिशील चक्र तयार करतात. तसेच संघटनात्मक चौकटीत सतत सुधारणा, नाविन्य आणि तत्परता यांना प्रोत्साहन देतात.

१.७.१ संस्थात्मक शिक्षण :

संस्थात्मक शिक्षण ही एक सातत्यपूर्ण प्रक्रिया आहे ज्याद्वारे संस्था त्यांचे कार्यप्रदर्शन सुधारण्यासाठी आणि बदलत्या पर्यावरणाशी जुळवून घेण्यासाठी ज्ञान प्राप्त करतात, तयार करतात, टिकवून ठेवतात आणि हस्तांतरित करतात. यात यश आणि अपयशातून शिकण्याची तसेच नवकल्पना, कार्यक्षमता आणि अनुकूलता वाढवण्याची संस्थेची सामूहिक क्षमता समाविष्ट असते.

अ) अर्थ :

संस्थात्मक शिक्षण म्हणजे कंपनी किंवा संस्थेमधील सामूहिक प्रक्रियेचा संदर्भ आहे जिथे ज्ञान प्राप्त केले जाते, सामायिक केले जाते, राखले जाते आणि कार्यप्रदर्शन सुधारण्यासाठी, क्षमता वाढविण्यासाठी आणि पर्यावरणातील बदलांशी जुळवून घेण्यासाठी लागू केले जाते. हा एक पद्धतशीर आणि निरंतर दृष्टीकोन आहे ज्यामध्ये केवळ व्यक्तीच नाही तर संपूर्ण संस्थेची माहिती गोळा करणे, अनुभवांमधून शिकणे आणि या ज्ञानाचा उपयोग करून नाविन्यपूर्ण वृद्धी करणे समाविष्ट आहे.

ब) संस्थात्मक शिक्षणाची प्रक्रिया :

संस्थात्मक शिक्षणामध्ये संस्कृती, प्रणाली, ज्ञानाची देवाणघेवाण, प्रतिबिंब, अनुकूलता आणि नेतृत्व पाठपुरावा यांचा समावेश असलेल्या बहुआयामी दृष्टिकोनाचा समावेश होतो. हे सतत सुधारणा, नाविन्य आणि अनुकूलतेसाठी वचनबद्धतेचे प्रतीक आहे, ज्यामुळे संस्थांना भरभराट होण्यास आणि व्यवसायाचे परिदृश्य वेगाने विकसित करण्यास यशस्वी होण्यासाठी सक्षम करते.

१) सातत्यपूर्ण शिकण संस्कृती :

संस्थात्मक शिक्षण ही एक अशी संस्कृती आहे जी सातत्यपूर्ण शिकण आणि अनुकूलतेला चालना देते. हे अशा वातावरणाद्वारे वैशिष्ट्यीकृत आहे जेथे कुतूहल, प्रयोग आणि अनुभवांमधून शिकणे प्रोत्साहित आणि मूल्यवान आहे. ही संस्कृती कर्मचाऱ्यांना नवीन ज्ञान मिळविण्यास, माहिती सामायिक करण्यास आणि सतत सुधारणा करण्यास प्रवृत्त करते. शिकण्याच्या उपक्रमांना पाठिंबा आणि प्रोत्साहन देऊन, नवकल्पना पुरस्कृत करून आणि कर्मचाऱ्यांना जोखीम स्वीकारण्यासाठी आणि अपयशातून शिकण्यासाठी मनोवैज्ञानिक सुरक्षितता निर्माण करून या संस्कृतीचे पालनपोषण करण्यात नेते महत्त्वपूर्ण भूमिका बजावतात.

२) शिक्षण प्रणाली आणि संरचना :

संस्थात्मक शिक्षणामध्ये शिक्षण प्रक्रिया सुलभ करणाऱ्या प्रणाली आणि संरचनांची स्थापना केलेली असते. यामध्ये औपचारिक प्रशिक्षण कार्यक्रम, मार्गदर्शन उपक्रम, ज्ञान-सामायिकरण व्यासपीठ आणि कार्यपद्धतीचे समुदाय समाविष्ट आहेत. या संरचना कर्मचाऱ्यांना शिक्षण संसाधनांमध्ये प्रवेश करण्यासाठी, कौशल्य सामायिक करण्यासाठी आणि प्रभावीपणे सहयोग करण्यासाठी यंत्रणा प्रदान करतात. अध्ययन प्रणालीचे उद्दिष्ट संस्थात्मक उद्दिष्टांशी संरेखित करणे, कौशल्यातील अंतर दूर करणे, नवकल्पना वाढवणे आणि एकूण कामगिरी वाढवणे हे आहे.

३) ज्ञान हस्तांतरण आणि सामायिकरण :

संस्थात्मक शिक्षणाचा केंद्रबिंदू म्हणजे संस्थेतील विविध स्तरांवर आणि कार्यांमध्ये ज्ञानाचे हस्तांतरण आणि देवाणघेवाण होय. ज्ञान हस्तांतरण यंत्रणा, जसे की मार्गदर्शन कार्यक्रम, नोकरी बदल आणि आंतर-कार्यात्मक संघ हे कौशल्य आणि सर्वोत्तम पद्धतींचा प्रसार करण्यास सक्षम करतात. याव्यतिरिक्त मुक्त संप्रेषण, सांघिक कार्य आणि सहयोगाची संस्कृती वाढवणे हे माहिती आणि शिकलेल्या धड्यांचे उत्स्फूर्तपणे सामायिकरण करण्यास प्रोत्साहित करते, ज्यामुळे संस्थेच्या सामूहिक ज्ञानाचा पूल समृद्ध होतो.

४) विमर्शी सराव आणि प्रतिसाद यंत्रणा :

प्रभावी संस्थात्मक शिक्षणामध्ये विमर्शी सर्व आणि अभिप्रायासाठी संधी निर्माण करणे आवश्यक आहे. विमर्शी सराव व्यक्ती आणि संघांना भूतकाळातील अनुभव, यश आणि अपयश यांचे चिकित्सकपणे विश्लेषण करण्यास चालना देते. यात डीब्रीफिंग सत्रे, पोस्ट-प्रोजेक्ट मूल्यमापन आणि धडे व माहिती काढण्यासाठी नियतकालिक पुनरावलोकनांचा समावेश आहे. औपचारिक आणि अनौपचारिक दोन्ही प्रतिसाद यंत्रणा कर्मचाऱ्यांना प्रतिसाद, सूचना आणि टीका प्रदान करण्यास सक्षम करतात, सुधारणेचे सतत चक्र वाढवतात. विमर्शी सराव हे सुनिश्चित करते की अनुभवांमधून शिकणे संस्थेच्या प्रक्रिया आणि निर्णय घेण्यामध्ये अंतर्भूत आहे.

५) अनुकूलन शिक्षण आणि नवोपक्रम :

संस्थात्मक शिक्षण अनुकूलन शिक्षणाला प्रोत्साहन देते, ज्यामध्ये संस्था नवीन माहिती आणि बदलत्या परिस्थितीच्या आधारे सतत समायोजन आणि नवनवीन शोध करते. ही अनुकूलन क्षमता संस्थांना आव्हाने, बाजारातील बदल आणि उदयोन्मुख प्रवाहांना प्रभावीपणे प्रतिसाद देण्यास सक्षम करते. यात प्रयोगशीलता, सर्जनशीलता आणि बदल स्वीकारण्याच्या इच्छेला महत्त्व देणारी मानसिकता वाढवणे समाविष्ट आहे. अनुकूलन शिक्षणाला प्राधान्य देणाऱ्या संस्था गतिमान पर्यावरणात उत्क्रांत, नवनिर्मिती आणि स्पर्धात्मक राहण्यासाठी अधिक सुसज्ज आहेत.

६) नेतृत्व आणि शिक्षण पाठपुरावा :

संघटनात्मक शिक्षण चालविण्यात नेतृत्व महत्त्वपूर्ण भूमिका बजावते. प्रभावी नेते आदर्श, उत्कृष्ट आणि शिकण्याच्या पुढाकारांसाठी प्रवक्ते म्हणून काम करतात. ते शिकण्याच्या संस्कृतीसाठी रूपरेषा निश्चित करतात, चालू असलेल्या विकासासाठी वचनबद्धतेचे प्रदर्शन करतात आणि शिक्षण व विकास कार्यक्रमांसाठी संसाधनांचे वाटप करतात. शिक्षणाला महत्त्व देणारे आणि त्यात गुंतवणूक करणारे नेतृत्व कर्मचाऱ्यांना प्रेरित करते, शिकण्याची उद्दिष्टे धोरणात्मक उद्दिष्टांशी संरेखित करते आणि शिक्षण हा संस्थेच्या यशाचा आधारस्तंभ असल्याचे सुनिश्चित करते.

१.७.२ ज्ञान संपादन :

ज्ञान संपादन म्हणजे विविध स्त्रोतांकडून माहिती, तथ्ये आणि कौशल्य प्राप्त करणे, गोळा करणे आणि आत्मसात करणे होय. यामध्ये समज वाढवण्यासाठी, क्षमता सुधारण्यासाठी आणि संस्थेमध्ये किंवा वैयक्तिक संदर्भात निर्णय घेण्यास समर्थन देण्यासाठी सक्रियपणे ज्ञान शोधणे आणि प्राप्त करणे समाविष्ट आहे.

अ) अर्थ :

ज्ञान संपादनामध्ये जे सहजपणे संहिताबद्ध आणि हस्तांतरित केले जाऊ शकते (जसे की दस्तऐवजीकरण केलेली माहिती, तथ्ये आणि अहवाल) आणि स्पष्ट ज्ञान जे व्यक्त करणे अधिक कठीण आहे आणि व्यक्तींचे अनुभव आणि कौशल्ये यामध्ये राहतात असे दोन्ही समाविष्ट आहे. अधिग्रहित ज्ञान नंतर प्रक्रिया, संरचित आणि वापरासाठी प्रवेशयोग्य बनविले जाते. संस्थेच्या बौद्धिक भांडवलामध्ये निर्णय प्रक्रियेत, नवकल्पना आणि समस्या सोडवण्याच्या क्षमतांमध्ये योगदान देते.

ब) ज्ञान संपादनाची प्रक्रिया :

ज्ञान संपादन ही एक धोरणात्मक प्रक्रिया आहे ज्यामध्ये गरजा ओळखणे, विविध अंतर्गत आणि बाह्य स्त्रोतांकडून माहिती मिळवणे, विविध तंत्रे वापरणे, माहितीचे दस्तऐवजीकरण करणे, नवकल्पना वाढवणे, विशेष ज्ञानासाठी भागीदारी करणे आणि अधिग्रहित माहितीची गुणवत्ता आणि वैधता सुनिश्चित करणे यांचा समावेश होतो. हे

प्रयत्न एकत्रितपणे संघटनात्मक ज्ञानाचा आधार समृद्ध करण्यासाठी आणि माहितीपूर्ण निर्णय घेण्यासाठी व नावीन्यपूर्णतेस समर्थन देण्यासाठी योगदान देतात.

१) ज्ञानाच्या गरजा ओळखणे :

संस्थेतील विशिष्ट ज्ञानाच्या गरजा आणि आवश्यकता ओळखून ज्ञान संपादन सुरू होते. यामध्ये धोरणात्मक उद्दिष्टांना समर्थन देण्यासाठी, प्रक्रिया वाढवण्यासाठी, नवनिर्मिती करण्यासाठी किंवा कौशल्यांमधील अंतर दूर करण्यासाठी आवश्यक माहिती समजून घेणे समाविष्ट आहे. ज्ञानाच्या गरजा ओळखण्यासाठी भागधारकांशी सल्लामसलत करणे, मूल्यमापन करणे आणि विद्यमान ज्ञान मालमत्तेचे विश्लेषण करणे आणि लक्ष किंवा सुधारणा आवश्यक आहे.

२) ज्ञानाचे स्त्रोत :

ज्ञान संपादनामध्ये विविध अंतर्गत आणि बाह्य स्त्रोतांकडून माहिती मिळवणे समाविष्ट असते. अंतर्गत स्त्रोतांमध्ये कर्मचारी, माहितीसंच, दस्तऐवज, अहवाल आणि संस्थेतील मागील अनुभव समाविष्ट आहेत. बाह्य स्त्रोतांमध्ये उद्योग अहवाल, शैक्षणिक संशोधन, परिषद, सहयोग, भागीदारी आणि तज्ज्ञ व सल्लागार यांच्याशी संवाद समाविष्ट असतो. माहिती आणि कौशल्याचे विस्तृत क्षेत्र प्राप्त करण्यासाठी या स्त्रोतांची ओळख आणि फायदा घेणे आवश्यक आहे.

३) माहिती गोळा करण्याचे तंत्र :

माहिती आणि ज्ञान प्रभावीपणे एकत्रित करण्यासाठी विविध तंत्रे वापरली जातात. या तंत्रांमध्ये सर्वेक्षण, मुलाखती, लक्षित गट, निरीक्षण, मापदंड, बाजार संशोधन आणि तथ्य विश्लेषण यांचा समावेश आहे. प्रत्येक पद्धतीचा एक वेगळा उद्देश असतो, जसे की भागधारकांकडून प्रतिसाद गोळा करणे, स्पष्ट ज्ञान मिळवण्यासाठी सखोल मुलाखती घेणे किंवा माहिती मिळवण्यासाठी तथ्यांचे विश्लेषण करणे इ. या तंत्रांच्या संयोजनाचा वापर केल्याने सर्वसमावेशक आणि वैविध्यपूर्ण ज्ञान मिळण्यास मदत होते.

४) दस्तऐवजीकरण आणि संहिताकरण :

एकदा माहिती मिळविल्यानंतर सुलभ प्रवेश आणि वापरासाठी तिचे दस्तऐवजीकरण आणि संहिताकरण करणे आवश्यक आहे. यामध्ये माहितीची पद्धतशीर रचना करणे, ज्ञानाचे रूपांतर स्पष्ट स्वरूपात करणे आणि दस्तऐवज, अहवाल, माहितीसंच किंवा ज्ञान व्यवस्थापन प्रणालींमधील माहिती कैद करणे यांचा समावेश आहे. योग्य दस्तऐवजीकरण हे सुनिश्चित करते की ज्ञान संरक्षित, व्यवस्थित आणि भविष्यातील संदर्भासाठी उपलब्ध आहे.

५) ज्ञान निर्मिती आणि नावीन्य :

ज्ञान संपादन केवळ विद्यमान माहिती गोळा करण्यापुरते नाही; यामध्ये ज्ञान निर्मिती आणि नावीन्यपूर्णतेला प्रोत्साहन देणारे पर्यावरण निर्माण करणे देखील समाविष्ट आहे. हा पैलू कर्मचाऱ्यांना नवीन माहिती, कल्पना आणि उपाय तयार करण्यास प्रोत्साहित करतो. विचारमंथन सत्रे, नाविन्यपूर्ण कार्यशाळा आणि प्रयोग व सर्जनशीलतेला प्रोत्साहन देण्यासाठी मंच तयार केल्याने नवीन ज्ञान आणि कल्पक उपायांची निर्मिती होते.

६) बाह्य ज्ञान भागीदारी :

विशेष ज्ञान प्राप्त करण्यासाठी संस्था अनेकदा बाह्य संस्थांसोबत भागीदारी किंवा सहयोगात गुंततात. या भागीदारींमध्ये शैक्षणिक संस्था, संशोधन संस्था, उद्योग तज्ज्ञ किंवा सल्लागार यांचा समावेश असतो. बाह्य निपुणता आणि दृष्टीकोनांचा उपयोग केल्याने संस्थेच्या ज्ञानाचा पाया समृद्ध होतो. तसेच नवीन माहिती, अत्याधुनिक संशोधन आणि विविध क्षेत्रांमधील सर्वोत्तम पद्धती स्वीकारता येतात.

७) प्रमाणीकरण आणि गुणवत्ता हमी :

प्राप्त केलेले ज्ञान सत्यापित करणे आणि त्याची गुणवत्ता व विश्वासार्हता सुनिश्चित करणे ही एक महत्त्वपूर्ण पायरी आहे. यामध्ये गोळा केलेल्या माहितीची अचूकता, प्रासंगिकता आणि विश्वासार्हता तपासणे समाविष्ट आहे. कठोर प्रमाणीकरण प्रक्रिया, वस्तुस्थिती-तपासणी, समवयस्क पुनरावलोकने आणि गुणवत्ता हमी उपाय हे सुनिश्चित करण्यास मदत करतात की प्राप्त केलेले ज्ञान विश्वासार्ह आहे आणि संस्थेच्या मानकांशी संरेखित आहे.

१.७.३ माहिती वितरण :

माहितीचे वितरण म्हणजे संस्थेमध्ये किंवा भागधारकांमध्ये ज्ञान, तथ्ये किंवा माहितीचा प्रसार आणि सामायिकरण करणे होय. यामध्ये संबंधित आणि मौल्यवान माहिती इच्छित प्राप्तकर्त्यांपर्यंत पोहोचते याची खात्री करण्यासाठी विविध माध्यमे आणि व्यासपीठांद्वारे माहितीचे प्रभावी प्रसारण समाविष्ट आहे. ही प्रक्रिया सहकार्य वाढवण्यासाठी, माहितीपूर्ण निर्णय घेण्यासाठी आणि एक ज्ञानी कार्यबल राखण्यासाठी महत्त्वपूर्ण आहे.

अ) अर्थ :

यशस्वी माहिती वितरणामध्ये विविध प्रेक्षकांच्या गरजा आणि आवडीनुसार माहिती सानुकूलित करणे समाविष्ट असते. विशिष्ट विभाग, संघ किंवा वैयक्तिक भूमिकांशी संरेखित वेळेवर आणि संबंधित अद्यतने, घोषणा किंवा माहिती प्रदान करणे हे त्याचे उद्दिष्ट आहे. याव्यतिरिक्त माहितीची स्पष्टता, प्रतिबद्धता आणि सुलभता सुनिश्चित करणे हे प्रभावी माहिती वितरणाचे अविभाज्य पैलू आहेत, जे एखाद्या संस्थेमध्ये मुक्त संप्रेषण आणि ज्ञान सामायिकरणाच्या संस्कृतीत योगदान देतात.

ब) माहिती वितरणाची प्रक्रिया :

प्रभावी माहिती वितरणामध्ये विविध संप्रेषण माध्यमे वापरणे, सुसंगततेसाठी माहिती तयार करणे, सुलभता सुनिश्चित करणे, समयसूचकता, प्रतिबद्धता वाढवणे, संदेशवहनात स्पष्टता राखणे, प्रशिक्षण देणे आणि अभिप्राय यंत्रणा यांचा समावेश होतो. या पद्धती एकत्रितपणे असे पर्यावरण तयार करण्यासाठी योगदान देतात जिथे माहिती कार्यक्षमतेने सामायिक केली जाते आणि संस्थात्मक यशासाठी योगदान देते.

१) संप्रेषण माध्यमे आणि प्लॅटफॉर्म :

माहिती वितरणामध्ये ज्ञानाचा प्रभावीपणे प्रसार करण्यासाठी विविध संप्रेषण माध्यमे आणि प्लॅटफॉर्मचा वापर समाविष्ट आहे. या माध्यमांमध्ये ईमेल, इंट्रानेट पोर्टल, वृत्तपत्रे, बैठका, कार्यशाळा, सोशल मीडिया प्लॅटफॉर्म आणि सहयोगी साधने यांचा समावेश होतो. प्रत्येक माध्यम विशिष्ट उद्देश पूर्ण करते तसेच संस्थेतील विविध संवाद गरजा पूर्ण करते .

२) उपयुक्ततेसाठी सानुकूलित माहिती :

माहितीचे प्रभावीपणे वितरण करण्यामध्ये विविध प्रेक्षकांच्या गरजा आणि आवडीनुसार ती तयार करणे समाविष्ट असते. माहिती विशिष्ट संघ, विभाग किंवा व्यक्तींसाठी तिची प्रासंगिकता आणि लागूता सुनिश्चित करण्यासाठी सानुकूलित केली जावी. हे सानुकूलन हे सुनिश्चित करते की प्राप्तकर्त्यांना त्यांच्या भूमिका, जबाबदाऱ्या आणि उद्दिष्टांशी सुसंगत माहिती प्राप्त होते, त्याचा प्रभाव आणि उपयोगिता वाढते.

३) प्रवेशयोग्यता आणि उपलब्धता :

माहिती वितरणाचे उद्दिष्ट कर्मचाऱ्यांना संबंधित ज्ञान सहज उपलब्ध करून देणे आहे. यामध्ये माहिती केंद्रीकृत भांडार किंवा माहितीसंचामध्ये संग्रहित केली आहे आणि सहज पुनर्प्राप्ती सुलभ होईल अशा पद्धतीने आयोजित

केली आहे याची खात्री करणे समाविष्ट आहे. जेव्हा आवश्यक असेल तेव्हा माहिती सहज उपलब्ध आहे याची खात्री करण्यासाठी प्रवेश नियंत्रणे, अनुक्रमणिका आणि शोध कार्ये वापरली जातात.

४) नियमित आणि वेळेवर प्रसार :

प्रभावी माहिती वितरणात समयसूचकता महत्त्वाची भूमिका बजावते. वेळेवर प्राप्तकर्त्यांपर्यंत पोहोचेल याची खात्री करून माहिती नियमितपणे प्रसारित केली जावी. धोरणे, प्रकल्पातील घडामोडी, बाजारातील प्रवाह किंवा सर्वोत्तम पद्धतींवरील अद्यतने असोत, वेळेवर वितरण हे सुनिश्चित करते की कर्मचारी तत्पर आहेत आणि प्रदान केलेल्या माहितीच्या आधारे ते त्वरित कार्य करू शकतात.

५) प्रतिबद्धता आणि परस्परसंवाद :

प्रभावी माहिती वितरण कर्मचाऱ्यांमध्ये प्रतिबद्धता आणि परस्परसंवादाला प्रोत्साहन देते. यामध्ये व्यासपीठ किंवा मंच तयार करणे समाविष्ट आहे जे द्वि-मार्गी संप्रेषण सुलभ करतात, कर्मचाऱ्यांना अभिप्राय प्रदान करण्यास, प्रश्न विचारण्यास आणि त्यांची अंतर्दृष्टी सामायिक करण्यास चालना देतात. परस्परसंवादी सत्रे, चर्चा मंडळे किंवा सहयोगी जागा गुंतण्याची संस्कृती वाढवतात, कर्मचाऱ्यांना ज्ञानाच्या देवाणघेवाणीमध्ये सक्रियपणे सहभागी होण्यासाठी प्रोत्साहित करतात.

६) स्पष्ट आणि संक्षिप्त संदेशन :

प्रभावी माहिती वितरणासाठी संदेशवहनातील स्पष्टता आणि संक्षिप्तता महत्त्वाची असते. स्पष्ट संप्रेषण हे सुनिश्चित करते की अभिप्रेत संदेश प्राप्तकर्त्यांद्वारे सहजपणे समजला जातो तसेच संदिग्धता किंवा चुकीचा अर्थ टाळतो. संक्षिप्तता माहिती कार्यक्षमतेने वितरित करण्यात मदत करते, मुख्य मुद्द्यांवर लक्ष केंद्रित करते आणि अनावश्यक तपशील काढून टाकते त्यामुळे आकलन आणि धारणा वाढवते.

७) प्रशिक्षण आणि शैक्षणिक कार्यक्रम :

माहिती वितरणामध्ये प्रशिक्षण आणि शैक्षणिक कार्यक्रमांची तरतूद समाविष्ट असते. या कार्यक्रमांचा उद्देश नवीन पद्धती किंवा साधनांबद्दल ज्ञान, कौशल्ये आणि अद्यतने प्रदान करणे आहे. प्रशिक्षण सत्रे, कार्यशाळा, वेबिनार आणि सेमिनार नवीन प्रक्रिया, तंत्रज्ञान, अनुपालन नियम किंवा कौशल्य विकास उपक्रमांबद्दल माहिती प्रसारित करण्यासाठी एक संरचित मंच प्रदान करतात.

८) अभिप्राय यंत्रणा :

माहिती वितरणाची प्रभावीता सुनिश्चित करण्यासाठी, अभिप्राय यंत्रणा स्थापित करणे आवश्यक आहे. अभिप्राय यंत्रणा प्राप्तकर्त्यांना वितरित माहितीबद्दल प्रतिसाद, सूचना किंवा समस्या प्रदान करण्यास सक्षम करतात. हा अभिप्राय वितरित माहितीच्या प्रभावाचे मूल्यमापन करण्यास, सुधारणेसाठी क्षेत्रे ओळखण्यास आणि प्राप्तकर्त्यांच्या गरजा चांगल्या प्रकारे पूर्ण करण्यासाठी भविष्यातील वितरणे तयार करण्यास मदत करतो.

१.७.४ माहितीचा अन्वयार्थ :

माहितीचा अन्वयार्थ एखाद्या संस्थेमध्ये किंवा बाह्य स्त्रोतांकडून मिळवलेली तथ्ये, ज्ञान किंवा अंतर्दृष्टीमधून विश्लेषण, समजून घेणे आणि अर्थ प्राप्त करण्याच्या प्रक्रियेस संदर्भित करते. यात कच्च्या माहितीचे आकलन करण्यायोग्य, कृती करण्यायोग्य अंतर्दृष्टीमध्ये रूपांतर करणे समाविष्ट आहे जे निर्णय घेण्यास, समस्या सोडविण्यास आणि धोरणात्मक नियोजनास मार्गदर्शन करते.

अ) अर्थ :

माहितीच्या अन्वयार्थासाठी अनेकदा चिकित्सक विचार, तार्किक तर्क आणि माहितीचे विश्लेषण व महत्त्व समजून घेण्यासाठी तज्ज्ञांचा वापर आवश्यक असतो. माहितीपूर्ण अर्थ लावण्यासाठी आणि निष्कर्ष काढण्यासाठी तथ्यांची अचूकता, प्रासंगिकता आणि विश्वासार्हतेचे मूल्यांकन करणे समाविष्ट आहे.

ब) माहितीचा अन्वयार्थ लावण्याची प्रक्रिया :

माहितीच्या अन्वयार्थामध्ये तथ्य विश्लेषण, संदर्भ, चिकित्सक विचार आणि नमुना ओळख, माहितीचे एकत्रीकरण, निर्णय समर्थन, प्रभावी संप्रेषण आणि अनुकूलन शिक्षण यांचा समावेश होतो. या पद्धती अर्थपूर्ण अंतर्दृष्टी प्राप्त करण्यासाठी, माहितीपूर्ण निर्णयांचे मार्गदर्शन करण्यासाठी आणि संस्थांमध्ये सतत शिकण्याची आणि अनुकूलन करण्याची संस्कृती वाढविण्यात योगदान देतात.

१) तथ्य विश्लेषण आणि प्रक्रिया :

माहितीच्या व्याख्यामध्ये अर्थपूर्ण अंतर्दृष्टी मिळविण्यासाठी तथ्यांचे पद्धतशीर विश्लेषण आणि प्रक्रिया समाविष्ट असते. यात कच्च्या तथ्यांवर आकलन करण्यायोग्य माहितीवर प्रक्रिया करण्यासाठी सांख्यिकीय पद्धती, डेटा मायनिंग तंत्र आणि व्हिज्युअलायझेशन तंत्रांचा समावेश आहे. तथ्य विश्लेषणाद्वारे, नमुने, प्रवाह आणि सहसंबंध ओळखले जातात, ज्यामुळे अंतर्निहित माहितीचे सखोल आकलन होते.

२) संदर्भ आणि प्रासंगिकता :

माहितीचा अन्वयार्थ लावण्यासाठी तिचे महत्त्व समजून घेण्यासाठी ती योग्य संदर्भात ठेवणे आवश्यक आहे. यामध्ये व्यापक संस्थात्मक संदर्भ, उद्योग प्रवाह, ऐतिहासिक तथ्ये आणि माहितीच्या सभोवतालच्या विशिष्ट परिस्थितींचा विचार करणे समाविष्ट आहे. संदर्भित माहिती हे सुनिश्चित करते की व्याख्या संबंधित आहेत आणि संस्थात्मक उद्दिष्टांशी सरेखित आहेत.

३) चिकित्सक विचार आणि मूल्यमापन :

माहितीची विश्वासार्हता आणि अचूकता यांचे मूल्यमापन करण्यासाठी चिकित्सक विचार कौशल्ये लागू करणे हे प्रभावी माहितीच्या अन्वयार्थात समाविष्ट आहे. चिकित्सक विश्लेषण गृहितकांच्या वैधतेचे मूल्यांकन करण्यास, पूर्वाग्रह ओळखण्यास आणि माहितीच्या स्त्रोताचे मूल्यांकन करण्यास मदत करते. सदोष किंवा भ्रामक व्याख्यांवर आधारित निर्णय घेणे टाळण्यासाठी हे चिकित्सक मूल्यमापन आवश्यक असते.

४) नमुना ओळख आणि अंतर्दृष्टी निर्मिती :

माहितीच्या अन्वयार्थामध्ये नमुने ओळखणे आणि विश्लेषण केलेल्या तथ्यांमधून अंतर्दृष्टी निर्माण करणे समाविष्ट आहे. तथ्यांमधील आवर्ती नमुने किंवा विसंगती ओळखणे हे लपविलेली माहिती आणि प्रवाह उघड करण्यास मदत करते. या अंतर्दृष्टी संस्थेमध्ये निर्णय घेणे, समस्या सोडवणे आणि भविष्यातील परिस्थितीचा अंदाज घेण्यासाठी मौल्यवान माहिती प्रदान करतात.

५) बहुपर्यायी माहितीचे एकत्रीकरण :

माहितीचा अन्वयार्थ लावण्यामध्ये अनेकदा विविध स्त्रोतांकडून मिळालेल्या बहुआयामी तथ्यांचा समावेश होतो. विविध माहिती संचांचे एकत्रीकरण; जसे की परिमाणवाचक तथ्ये, गुणात्मक निरीक्षणे, तज्ज्ञांची मते आणि बाजार विश्लेषण इ. एक व्यापक समज तयार करण्यासाठी आवश्यक आहे. एकत्रीकरण सर्वांगीण अर्थ लावण्यासाठी चालना देते जी माहितीचे अनेक दृष्टीकोन आणि परिमाण विचारात घेते.

६) निर्णय समर्थन आणि शिफारसी :

माहितीच्या अन्वयार्थाचा एक महत्त्वाचा पैलू म्हणजे निर्णय समर्थन प्रदान करण्यास त्याची भूमिका. कृती करण्यायोग्य अंतर्दृष्टीकडे नेणारे अन्वयार्थ माहितीपूर्ण निर्णय घेण्यास मदत करतात. हे अंतर्दृष्टीची व्याख्या केलेल्या माहितीवर आधारित शिफारसी, धोरणे किंवा कृती योजना तयार करण्यास सक्षम करतात. संस्थात्मक निर्णय आणि उपक्रमांचे मार्गदर्शन करण्यासाठी आधार म्हणून अन्वयार्थ वापरणे हे उद्दिष्ट असले पाहिजे.

७) अंतर्दृष्टीचा संवाद :

अर्थ लावलेल्या माहितीचे प्रभावीपणे संप्रेषण करणे तिच्या उपयोगासाठी महत्त्वपूर्ण असते. संबंधित भागधारकांना अंतर्दृष्टीचे स्पष्ट आणि संक्षिप्त संप्रेषण हे सुनिश्चित करते की निष्कर्ष समजले गेले आहेत आणि त्यावर योग्य रीतीने कृती केली गेली आहे. अहवाल, सादरीकरणे किंवा दृश्य प्रस्तुती यासारख्या श्रोत्यांना अनुकूल अशा स्वरुपात माहिती सादर केल्याने चांगले आकलन आणि अनुप्रयोग सुलभ होतो.

८) सतत शिकणे आणि अनुकूलन :

माहितीच्या अन्वयार्थामध्ये सतत शिकण्याची प्रक्रिया समाविष्ट असते. संस्थांना नवीन माहिती, बदलत्या परिस्थिती आणि अभिप्रायाच्या आधारे त्यांच्या व्याख्या करण्याच्या दृष्टीकोनांचे सतत रुपांतर करणे आवश्यक आहे. अनुकूलन शिक्षण चक्र हे सुनिश्चित करते की व्याख्या सुसंगत, अद्यतनित आणि विकसित होत असलेल्या संस्थात्मक गरजा आणि उद्दिष्टांशी संरेखित राहतील.

१.८ ज्ञान सामायिकरणातील अडथळे :

ज्ञान सामायिकरण प्रक्रियेत अनेक अडथळे आहेत. पुढील मुद्द्यांच्या आधारे त्यांचा आढावा घेता येईल :

१) विश्वास आणि मानसिक सुरक्षिततेचा अभाव :

ज्ञानाच्या देवाणघेवाणीवरील विश्वास हा एक मूलभूत घटक आहे. जेव्हा कर्मचाऱ्यांना संस्थेमध्ये विश्वासाची कमतरता जाणवते, तेव्हा ते टीका किंवा परिणामांच्या भीतीने त्यांचे ज्ञान सामायिक करण्यास संकोच करतात. त्याचप्रमाणे, मानसिक सुरक्षिततेच्या भावनेशिवाय व्यक्तींना नकारात्मक परिणामांची भीती न बाळगता जोखीम घेणे आणि त्यांचे विचार व्यक्त करणे सोपे वाटावे असे पर्यावरण निर्माण होऊ शकत नाही. परिणामी, कर्मचारी मौल्यवान माहिती रोखूतात आणि ज्ञानाच्या वाटणीत अडथळा आणतात.

२) सांस्कृतिक अडथळे :

ज्ञानाच्या देवाणघेवाणीमध्ये संस्थात्मक संस्कृती महत्त्वपूर्ण भूमिका बजावते. ज्या संस्कृतींमध्ये ज्ञानाचा साठा पुरस्कृत केला जातो किंवा जेथे माहितीकडे शक्तीचा स्त्रोत म्हणून पाहिले जाते, तेथे व्यक्ती ज्ञानाची देवाणघेवाण करण्यास नाखूष असतात. याव्यतिरिक्त, बहुराष्ट्रीय संस्थांमधील सांस्कृतिक विविधतेमुळे संप्रेषण शैली, मूल्ये आणि नियमांमध्ये फरक निर्माण होतो, ज्यामुळे विविध संघ किंवा प्रदेशांमध्ये प्रभावी ज्ञान सामायिकरणात अडथळे निर्माण होतात.

३) प्रोत्साहन आणि ओळखीचा अभाव :

अपुरे प्रोत्साहन आणि ज्ञानाच्या देवाणघेवाणीची अमान्यता कर्मचाऱ्यांना सक्रियपणे सहभागी होण्यापासून परावृत्त करते. मौल्यवान ज्ञान सामायिक करण्यासाठी कोणतीही पावती किंवा बक्षीस प्रणाली नसताना, व्यक्ती इतर कार्यांना प्राधान्य देतात किंवा समजलेले धोके किंवा वेळेचा अपव्यय टाळण्यासाठी माहिती रोखतात.

४) तांत्रिक मर्यादा :

अकार्यक्षम किंवा अपुऱ्या तांत्रिक पायाभूत सुविधा आणि साधने ज्ञानाच्या देवाणघेवाणीमध्ये अडथळा आणतात. जर संस्थेकडे वापरकर्ता-अनुकूल प्लॅटफॉर्म, सहयोगी सॉफ्टवेअर किंवा सहज उपलब्ध ज्ञान भांडार नसतील, तर कर्मचाऱ्यांना माहिती सामायिक करणे, पुनर्प्राप्त करणे किंवा वितरित करणे अशा आव्हानांना सामोरे जावे लागते, ज्यामुळे निराशा येते आणि योगदान देण्याची इच्छा कमी होते.

५) वेळेचे बंधन आणि कामाचा ताण :

जास्त कामाचा भार आणि वेळेची मर्यादा ज्ञान वाटणीच्या प्रयत्नांना अडथळा आणते. अंतर्दृष्टी दस्तऐवजीकरण किंवा ज्ञान सामायिक करण्यासाठी वेळ काढण्यापेक्षा कर्मचारी तात्काळ कामांना प्राधान्य देतात. याव्यतिरिक्त,

जलद प्रकल्प उलाढाल किंवा काटेकोर मुदतीमुळे कर्मचाऱ्यांनी सहयोगी ज्ञान-सामायिकरण क्रियाकलापांमध्ये गुंतण्यात मर्यादा येतात.

६) नोकरीच्या सुरक्षेची किंवा प्रासंगिकतेची भीती :

ज्ञान सामायिक केल्यास ते संस्थेमधून बडतर्फ किंवा कमी होऊ शकतात याची कर्मचाऱ्यांना भीती वाटू शकते. नोकरीची सुरक्षा गमावण्याची किंवा त्याचे मूल्य कमी होण्याची भीती ही व्यक्तींना मौल्यवान माहिती सामायिक करण्यापासून रोखू शकते, विशेषत: जर त्यांना त्यांचे ज्ञान एक अद्वितीय मालमत्ता म्हणून वाटत असल्यास ही भीती आणखी वाढते.

७) प्रतिबंध आणि विभागीय सीमा :

संस्थात्मक प्रतिबंध आणि कठोर विभागीय सीमा वेगवेगळ्या संघ किंवा युनिट्समध्ये ज्ञानाची देवाणघेवाण रोखतात. जेव्हा माहितीचे विभाजन केले जाते आणि विभागांमध्ये सहजपणे सामायिक केले जात नाही, तेव्हा ते ज्ञानाचा प्रवाह प्रतिबंधित करते आणि आंतर-कार्यात्मक सहयोगात अडथळा आणते, नवकल्पना आणि समस्या सोडवण्यात अडथळा आणते.

८) भाषा आणि संप्रेषण अडथळे :

बहुसांस्कृतिक किंवा बहुराष्ट्रीय संस्थांमध्ये, भाषेतील अडथळे प्रभावी ज्ञानाच्या देवाणघेवाणीमध्ये अडथळा आणूतात. गैरसमज, भाषातील फरक आणि संप्रेषण शैली आव्हाने निर्माण करू शकतात, ज्यामुळे माहितीचा चुकीचा अर्थ लावला जातो आणि सहज ज्ञान हस्तांतरणास प्रतिबंध होतो.

९) स्पष्ट प्रक्रिया आणि मार्गदर्शक तत्त्वांचा अभाव :

जेव्हा संस्थांमध्ये ज्ञान सामायिकरणासाठी स्पष्ट प्रक्रिया किंवा मार्गदर्शक तत्त्वे नसतात, तेव्हा व्यक्तींना माहिती काय, कशी आणि केव्हा सामायिक करावी याबद्दल अनिश्चितता वाटते. दस्तऐवजीकरण, ज्ञान पकड किंवा संप्रेषणासाठी प्रमाणित प्रक्रियेच्या अनुपस्थितीमुळे गोंधळ आणि सामायिक करण्याची अनिच्छा निर्माण होऊ शकते.

१०) पिढीजात फरक आणि ज्ञान हस्तांतरण :

संप्रेषण पिढीजात फरक आणि पिढ्यांमधील तांत्रिक प्रवीणता ज्ञान सामायिकरणात अडथळा आणते. तरुण कर्मचारी ज्ञानाची देवाणघेवाण करण्यासाठी तंत्रज्ञान वापरण्यात अधिक पारंगत असतात, तर जुने कर्मचारी पारंपारिक पद्धतींवर अवलंबून राहतात. ही तफावत भरून काढणे आणि पिढ्यांमधील ज्ञानाचे प्रभावी हस्तांतरण सक्षम करणे अखंड माहितीच्या देवाणघेवाणीसाठी आवश्यक आहे.

बहुविकल्पी प्रश्न

१) ---------- ही संस्थेचे ज्ञान तयार करणे, सामायिक करणे, वापरणे आणि व्यवस्थापित करणे ही पद्धतशीर प्रक्रिया आहे.

अ) नवोपक्रम **ब)** ज्ञान व्यवस्थापन **क)** दुर्लक्ष **ड)** संदिग्धता

२) ज्ञान व्यवस्थापनाचे प्रारंभिक प्रकार दस्तऐवजीकरण आणि लायब्ररीद्वारे ---------- ज्ञानावर केंद्रित होते.

अ) प्रतिबंधित करणे **ब)** साठेबाजी **क)** सामाईक **ड)** शोषण

३) ज्ञान व्यवस्थापनाची उत्क्रांती ---------- दृष्टिकोनातून अधिक धोरणात्मक आणि एकात्मिक पद्धतींकडे बदल दर्शवते.

अ) विलग ब) समग्र क) अस्पष्ट ड) निष्काळजी

४) ज्ञान व्यवस्थापन प्रक्रियेमध्ये संस्थेतील ज्ञान कैद करणे, संघटित करणे आणि ---------- ज्ञान समाविष्ट असते.

अ) साठेबाजी ब) शोषण क) सामाईक ड) दुर्लक्ष करणे

५) ज्ञान व्यवस्थापनाच्या दृष्टीकोनांमध्ये ---------- यांचा समावेश होतो, जिथे ज्ञान ही एक मौल्यवान संपत्ती मानली जाते.

अ) अज्ञान ब) साठेबाजी क) निष्काळजीपणा ड) शोषण

६) तथ्य, माहिती, ज्ञान आणि विवेक यातील फरक ---------- आणि समजुतीच्या पातळीवर आहे.

अ) संदिग्धता ब) जागरूकता क) दुर्लक्ष ड) अलगाव

७) ज्ञान व्यवस्थापन चक्रामध्ये ज्ञान ----------, साठवणूक आणि उपयोग यासारख्या टप्प्यांचा समावेश होतो.

अ) दुर्लक्ष ब) संपादन क) संदिग्धता ड) लवाद

८) संस्थात्मक शिक्षणामध्ये ---------- ची सतत प्रक्रिया आणि कार्यप्रदर्शन सुधारण्यासाठी ज्ञान लागू करणे समाविष्ट असते.

अ) अज्ञान ब) अशिक्षित क) जागरूकता ड) साठेबाजी

९) ज्ञान संपादन माहिती गोळा करण्यावर आणि तिचे ---------- ज्ञानात रूपांतर करण्यावर लक्ष केंद्रित करते.

अ) शोषण करण्यायोग्य ब) दुर्लक्षित क) मौन ड) अस्पष्ट

१०) माहिती वितरण हे सुनिश्चित करते की संबंधित ज्ञान संपूर्ण संस्थेमध्ये ---------- आहे.

अ) साठा केलेले ब) प्रतिबंधित क) सामायिक ड) दुर्लक्षित

११) माहितीच्या व्याख्येमध्ये अर्थपूर्ण अंतर्दृष्टी प्राप्त करण्यासाठी ---------- चे विश्लेषण करणे आणि त्याचा अर्थ काढणे समाविष्ट आहे.

अ) संदिग्धता ब) तथ्य क) साठेबाजी ड) शोषण

१२) ज्ञानाच्या देवाणघेवाणीतील अडथळ्यांमध्ये सांस्कृतिक ---------- आणि बदलाचा प्रतिकार यांचा समावेश होतो.

अ) संदिग्धता ब) जागरूकता क) दुर्लक्ष ड) अडथळे

१३) ---------- ही संस्थेतील सुस्पष्ट ज्ञान कैद करण्याची आणि संहिताबद्ध करण्याची प्रक्रिया आहे.

अ) मौलिक ज्ञान ब) स्पष्ट ज्ञान क) अस्पष्ट ज्ञान ड) ज्ञानाचा साठा

१४) ज्ञान व्यवस्थापनाच्या उत्क्रांतीमध्ये ज्ञानाची देवाणघेवाण करण्यासाठी ---------- तंत्रज्ञानाचा उदय झाला.

अ) पारंपारिक ब) अज्ञानी क) माहिती ड) सहयोगी

१५) ज्ञान व्यवस्थापन प्रक्रियेमध्ये ---------- ची निर्मिती समाविष्ट असते, जिथे माहिती आणि अनुभवांचे दस्तऐवजीकरण केले जाते.

अ) अभिलेखागार ब) दुर्लक्ष क) साठवण ड) रहस्ये

१६) ज्ञान व्यवस्थापनाच्या दृष्टिकोनामध्ये, ---------- दृष्टीकोन स्पष्ट ज्ञानाच्या महत्त्वावर जोर देते.

अ) असंदिग्ध ब) विलग क) साठेबाजी ड) संदिग्ध

१७) तथ्य, माहिती, ज्ञान आणि विवेक यातील फरक ---------- च्या पातळीवर आहे.

अ) जागरूकता ब) संदिग्धता क) अज्ञान ड) लवाद

१८) ज्ञान व्यवस्थापन चक्रामध्ये ---------- यांचा समावेश असतो, जिथे ज्ञान भविष्यातील वापरासाठी साठवले जाते.

अ) पुनर्प्राप्ती ब) दुर्लक्ष क) अज्ञान ड) संदिग्धता

१९) संस्थात्मक शिक्षण सतत ---------- आणि सुधारणेचे पर्यावरण निर्माण करते.

अ) अज्ञान ब) साठेबाजी क) जागरूकता ड) शोषण

२०) ज्ञान संपादनामध्ये ---------- ज्ञानाचे सुस्पष्ट स्वरूपात रूपांतर होते.

अ) अस्पष्ट ब) स्पष्ट क) साठा ड) दुर्लक्षित

२१) माहिती वितरण हे सुनिश्चित करते की ज्ञान ---------- आहे आणि ज्यांना त्याची गरज आहे त्यांच्यासाठी ते प्रवेशयोग्य आहे.

अ) प्रतिबंधित ब) साठा क) दुर्लक्षित ड) शोषण

२२) माहितीच्या स्पष्टीकरणामध्ये प्रारंभिक तथ्ये आणि माहितीमधून ---------- अंतर्दृष्टी प्राप्त करणे समाविष्ट आहे.

अ) दुर्लक्षित ब) अस्पष्ट क) अर्थपूर्ण ड) उपेक्षित

२३) ज्ञानाच्या सामायीकरणातील अडथळ्यांमध्ये ---------- आणि प्रोत्साहनांचा अभाव असू शकतो.

अ) संदिग्धता ब) जागरूकता क) दुर्लक्ष ड) लवाद

२४) ---------- ज्ञान हे सहसा वैयक्तिक, संदर्भ–विशिष्ट आणि औपचारिक करणे कठीण असते.

अ) स्पष्ट ब) साठा क) अस्पष्ट ड) संदिग्ध

२५) ज्ञान व्यवस्थापनाची उत्क्रांती हे ज्ञानाला ---------- म्हणून पाहण्यापासून धोरणात्मक मालमत्तेकडे बदल करून चिन्हांकित केले आहे.

अ) दायित्व ब) संदिग्धता क) अज्ञान ड) साठा

२६) ज्ञान व्यवस्थापनाच्या दृष्टीकोनांमध्ये ---------- वर लक्ष केंद्रित करणे, सतत शिकण्याची संस्कृती वाढवणे समाविष्ट असते.

अ) अज्ञान ब) साठवणूक क) जागरूकता ड) दुर्लक्ष

२७) तथ्य, माहिती, ज्ञान आणि विवेक यांच्यातील फरक ---------- च्या वाढत्या पातळीद्वारे दर्शविला जातो.

अ) गुंतागुंत ब) अज्ञान क) संदिग्धता ड) लवाद

२८) ज्ञान व्यवस्थापन चक्रामध्ये ---------- यांचा समावेश असतो, जेथे संस्थात्मक उद्दिष्टे साध्य करण्यासाठी ज्ञान कृतीत आणले जाते.

अ) उपयोजन ब) साठवणूक क) दुर्लक्ष ड) अज्ञान

२९) संस्थात्मक शिक्षण ---------- च्या सामायिकरणाला प्रोत्साहन देते, नाविन्य आणि अनुकूलन वाढवते.

अ) संदिग्धता ब) जागरूकता क) दुर्लक्ष ड) सर्वोत्तम पद्धती

३०) ज्ञान संपादनामध्ये अंतर्गत आणि बाह्य दोन्ही स्त्रोतांकडून ---------- माहिती समाविष्ट असते.

अ) साठवणूक ब) दुर्लक्षित क) जुळलेली ड) मध्यस्थी

उत्तरे : १) ब, २) ब, ३) ब, ४) क, ५) ब, ६) ब, ७) ब, ८) क, ९) क, १०) क, ११) ब, १२) ड, १३) ब, १४) ड, १५) अ, १६) अ, १७) ब, १८) अ, १९) क, २०) अ, २१) क, २२) क, २३) ब, २४) क, २५) ड, २६) क, २७) अ, २८) अ, २९) ड, ३०) क.

सरावासाठी प्रश्न

प्र. १. ज्ञान व्यवस्थापन म्हणजे काय? ज्ञान व्यवस्थापनाचे स्वरूप स्पष्ट करा.

प्र. २. 'ज्ञान व्यवस्थापन' म्हणजे काय? ज्ञान व्यवस्थापनाचे स्वरूप आणि दृष्टीकोन स्पष्ट करा.

प्र. ३. 'ज्ञान व्यवस्थापन' म्हणजे काय? ज्ञान व्यवस्थापनाची प्रक्रिया स्पष्ट करा.

प्र. ४. आजच्या व्यावसायिक जगात ज्ञान व्यवस्थापनाच्या प्रासंगिकतेबाबत विवेचन करा.

प्र. ५. ज्ञान व्यवस्थापनाचे प्रारंभिक स्वरूप सांगा.

प्र. ६. ज्ञान व्यवस्थापनाच्या उत्क्रांतीबद्दल तपशीलवार स्पष्टीकरण द्या.

प्र. ७. ज्ञान व्यवस्थापनाच्या दृष्टीकोनांची माहिती सांगा.

प्र. ८. तथ्य, माहिती, ज्ञान आणि विवेक यातील फरक विशद करा.

प्र. ९. ज्ञान व्यवस्थापन चक्राबद्दल सविस्तर विवेचन करा.

प्र. १०. संस्थात्मक शिक्षणाचा अर्थ आणि प्रक्रिया स्पष्ट करा.

प्र. ११. ज्ञान संपादनाचा अर्थ आणि प्रक्रिया लिहा.

प्र. १२. माहिती वितरणाचा अर्थ आणि प्रक्रिया सांगा.

प्र. १३. माहितीचा अन्वयार्थ म्हणजे काय? त्याची प्रक्रिया स्पष्ट करा.

प्र. १४. ज्ञानाच्या सामायीकरणातील अडथळे विशद करा.

प्र. १५. **खालील विषयांवर टिपा लिहा:**

अ) ज्ञान व्यवस्थापनाचे प्रारंभिक स्वरूप.

ब) ज्ञान आणि विवेक यातील फरक.

क) आजच्या व्यावसायिक जगात ज्ञान व्यवस्थापनाची प्रासंगिकता.

ड संस्थात्मक शिक्षण.

इ) ज्ञान संपादन.

ई) माहिती वितरण.

फ) माहितीचा अन्वयार्थ.

ग) तथ्य आणि माहितीमधील फरक.

प्रकरण २

ज्ञान व्यवस्थापनाची साधने आणि तंत्रे

प्रस्तावना :

ज्ञान व्यवस्थापन विविध प्रकारची साधने आणि तंत्रांचा वापर करते; ज्याचा उद्देश संस्थांमध्ये ज्ञानाची प्रभावी निर्मिती, संघटन, प्रसार आणि वापर सुलभ करणे आहे. यामध्ये तांत्रिक उपाय आणि मानव-केंद्रित दृष्टिकोन दोन्ही समाविष्ट आहेत. तांत्रिक साधनांमध्ये इंट्रानेट, दस्तऐवज व्यवस्थापन प्रणाली आणि माहितीचे संचयन, पुनर्प्राप्ती आणि सामायिकरण सक्षम करणारे सहयोग प्लॅटफॉर्म यासारख्या ज्ञान भांडारांचा समावेश होतो. याव्यतिरिक्त, डेटा मायनिंग, कृत्रिम बुद्धिमत्ता आणि मशीन लर्निंग हे ज्ञानाचा शोध आणि निष्कर्षणा मध्ये मदत. मानव-केंद्रित तंत्रांत कर्मचाऱ्यांमध्ये ज्ञानाची देवाणघेवाण, सहयोग आणि सतत शिकण्याची संस्कृती वाढवण्यासाठी सराव, मार्गदर्शन कार्यक्रम, कथाकथन सत्र आणि कार्यशाळा यांचा समावेश होतो. ज्ञान व्यवस्थापन हे ज्ञान अंकेक्षण, तज्ज्ञांच्या मुलाखती आणि सर्वेक्षणांचा उपयोग गुप्त ज्ञान ओळखण्यासाठी आणि कैद करण्यासाठी करते. ज्यामुळे तंत्रज्ञान, प्रक्रिया आणि लोकांचा एकत्रितपणे प्रभावीउपयोग करून घेण्यासाठी आणि संस्थात्मक ज्ञानाचा लाभ घेण्यासाठी एक व्यापक दृष्टीकोन सुनिश्चित केला जातो.

२.१ ज्ञान सामायिकरण :

ज्ञान सामायिकरण ही एक क्रिया आहे ज्याद्वारे लोक, मित्र, कुटुंब, समुदाय (उदाहरणार्थ, विकिपीडिया) किंवा संस्था यांच्यात ज्ञानाची (माहिती किंवा कौशल्याची) देवाणघेवाण केली जाते.

संघटनांनी हे मान्य केले आहे की, स्पर्धात्मक फायदे निर्माण करण्यासाठी आणि टिकविण्यासाठी ज्ञान ही एक अमूल्य मालमत्ता आहे. ज्ञान सामायिकरण क्रियाकलाप सामान्यत: ज्ञान व्यवस्थापन प्रणालीद्वारे समर्थित असतात. तथापि, तंत्रज्ञान म्हणजे संघटनात्मक संस्कृती, विश्वास आणि प्रोत्साहन यासारख्या संस्थांमध्ये ज्ञान सामायिक करण्यावर परिणाम करणाऱ्या अनेक घटकांपैकी फक्त एक घटक आहे. ज्ञानाचे सामायिकरण हे ज्ञान व्यवस्थापन

क्षेत्रात एक मोठे आव्हान आहे कारण काही कर्मचारी त्यांचे ज्ञान उर्वरित संस्थेसह सामायिक करण्यास विरोध करतात. डिजिटल जगात, वेबसाइट्स आणि अनुप्रयोग व्यक्ती आणि/किंवा कार्यसंघांमधील ज्ञान किंवा प्रतिभा सामायिकरण सक्षम करतात.

२.१.१ अर्थ :

ज्ञान सामायिकरण ही अशी प्रक्रिया आहे ज्याद्वारे संस्थेच्या लोकांमध्ये आणि सदस्यांमध्ये ज्ञानाची देवाणघेवाण केली जाते. त्याच वेळी, ज्ञान भांडारांच्या अंमलबजावणीनंतरही व्यक्तींचे ज्ञान संघटनात्मक ज्ञानामध्ये सहजपणे रूपांतरित होत नाही. व्यक्ती वेगवेगळ्या कारणांमुळे ज्ञान गोळा करतात. संघटनांमधील विस्तृत ज्ञान सामायिकरण अद्याप नियम ऐवजी अपवाद असल्याचे दिसून येत आहे. ज्ञान गोळा करणे आणि इतरांनी दिलेल्या ज्ञानाकडे सावधगिरीने पहाणे ही नैसर्गिक प्रवृत्ती आहे. पे-फॉर परफॉरमेंस नुकसान भरपाई योजना यासारख्या संघटनात्मक प्रोत्साहन रचना ज्ञान सामायिकरणांना निरुत्साहित करतात. संघटनांच्या अधिक वितरित प्रकारांकडे बदल आणि आंतर-संघटनात्मक संबंधांच्या प्रसारामुळे एकमेकांबद्दल असममित आणि अपूर्ण माहिती असलेल्या पक्षांमधील ज्ञानाचे हस्तांतरण वाढले आहे.

२.१.२ व्याख्या :

ज्ञान सामायिकरणाच्या व्याख्या पुढीलप्रमाणे सांगता येतील :

१) वोंग आणि रॅडक्लिफ :

''ज्ञान सामायिकरण म्हणजे समस्या सोडवणे, निर्णय घेणे, शिकणे आणि नवीन कल्पना निर्माण करणे या उद्देशाने व्यक्ती किंवा गटांमध्ये माहितीची देवाणघेवाण करणे होय.''

२) अलवी आणि लीडनर :

''ज्ञान सामायिकरण ही अशी प्रक्रिया आहे ज्याद्वारे व्यक्ती एखाद्या संस्थेतील इतरांना त्यांचे ज्ञान प्रसारित करतात, ते ज्ञान इतरांना निर्णय घेण्यासाठी किंवा समस्या सोडवण्यासाठी वापरण्यास सक्षम करते.''

३) नोनाका आणि टाकुची :

''ज्ञान सामायिकरण म्हणजे गुप्त ज्ञानाचे (वैयक्तिक, अनुभवात्मक) सुस्पष्ट ज्ञानामध्ये (संहितीकरण, दस्तऐवजीकरण) रूपांतर करणे आणि त्याउलट संस्थांमध्ये नवीन ज्ञान निर्माण करणे.''

४) हुयस्मान आणि वुल्फ :

''ज्ञानाची देवाणघेवाण ही एक सामाजिक क्रियाकलाप आहे ज्यामध्ये एकत्रितपणे नवीन ज्ञानाची देवाणघेवाण आणि निर्मिती करण्याच्या हेतूने, तंत्रज्ञान किंवा सामाजिक प्रणालीद्वारे सुलभ केलेल्या व्यक्तींमधील परस्परसंवादाचा समावेश होतो.''

२.१.३ ज्ञान सामायिकरणाचे प्रकार :

ज्ञान सामायिकरण ज्ञान कर्त्याच्या सवयी आणि इच्छेवर अवलंबून असते. ज्ञान सामायिकरणचे प्रकार खालीलप्रमाणे आहेत :

अ) स्पष्ट ज्ञान आणि ज्ञान सामायिकरण

यशस्वी स्पष्ट ज्ञान सामायिकरण खालील निकषांद्वारे निर्धारित केले जाते :

१) स्पष्ट अभिव्यक्ती :

वापरकर्त्यास त्याला आवश्यक असलेली व्याख्या करण्याची क्षमता.

२) जागरूकता :

उपलब्ध ज्ञानाची जाणीव. प्रदातेला निर्देशिका, नकाशे इत्यादींचा वापर करण्यास प्रोत्साहित केले जाते.

३) प्रवेश :

ज्ञान प्रवेश.

४) मार्गदर्शन :

ज्ञान सामायिकरण प्रणालीच्या निर्मितीमध्ये ज्ञान व्यवस्थापकाला महत्त्वाचे मानले जातात. त्यांनी फर्मच्या सदस्यांच्या कौशल्याची क्षेत्रे परिभाषित करण्यात मदत करणे आवश्यक आहे, त्यांच्या योगदानाचे मार्गदर्शन करणे, वापरकर्त्यांना मदत करणे आणि प्रकाशने आणि इतर संप्रेषण सामग्रीमध्ये वापरल्या जाणाऱ्या भाषेसाठी जबाबदार असणे आवश्यक आहे.

ब) टॅसिट ज्ञान सामायिकरण :

टॅसिट ज्ञान सामायिक करण्यासाठी समाजीकरण आवश्यक आहे. हे बरेच भिन्न प्रकार घेऊ शकतात. डेव्हनपोर्ट आणि प्रुसाक यांच्या काही संबंधित घटकांची रूपरेषा :

१) अनौपचारिक नेटवर्क, ज्यामध्ये कामाच्या वातावरणात असलेल्या लोकांमध्ये दररोज परस्परसंवाद असतो त्यास फार महत्वाचे मानले जाते

२) फर्मच्या औपचारिकरित्या तयार केलेल्या संरचनेप्रमाणे या नेटवर्कची कार्ये आणि श्रेणीक्रम भिन्न आहेत. म्हणून त्यांना ओळखणे आणि त्यांचे परीक्षण करणे अवघड आहे.

३) व्यवस्थापनाने संप्रेषणाची साधने उपलब्ध करुन या नेटवर्कचे समर्थन केले पाहिजे. जपानी कंपन्यांनी टॉक रूम तयार केली आहेत जिथे कर्मचारी अनियंत्रित, बिनधास्त चर्चेत भाग घेऊ शकतात. विशिष्ट स्थान उपयुक्त आहे परंतु अनिवार्य नाही. ही प्रक्रिया कॅफेटेरियसमध्ये देखील होते. व्यवस्थापनाने कर्मचार्यांना अनौपचारिक नेटवर्क आणि व्यापारविषयक ज्ञान वाढविण्यासाठी साधन प्रदान केले पाहिजे.

४) व्यवस्थापनाला अनागोंदीचे मूल्य देखील समजले पाहिजे. हे प्रयोग आणि सामाजिक परस्परसंवादास प्रोत्साहित करणाऱ्या अलिखित रचना कार्य पद्धतींचे मूल्य संदर्भित करते. अधिक अराजक वातावरणामध्ये व्यक्तींना समस्या सर्जनशीलपणे सोडविण्याचे स्वातंत्र्य दिले जाते आणि असे करण्यासाठी त्यांना सामाजिक नेटवर्कमध्ये टॅप करणे आणि विकसित होणे आवश्यक आहे.

टॅसिट ज्ञान सामायिक करण्यासाठी संस्कृती आवश्यक आहे. यावरती, ज्ञान व्यवस्थापकांना (सामान्यत: जे समाजात अस्तित्त्वात असलेल्या ज्ञानाचे प्रकार समजतात) ज्ञानाचे घटक शोधण्यासाठी आणि भाषांतर करण्यासाठी वापरले जाणे आवश्यक आहे जेणेकरून इतर समुदायांमध्ये त्यांचे एकीकरण सुलभ होते. हा प्रयत्न लोक आणि संस्थात्मक संस्कृती बदल व्यवस्थापित करण्याबद्दल आहे.

क) अंतःस्थापित केलेले ज्ञान सामायिकरण :

अंतःस्थापित केलेले ज्ञान म्हणजे उत्पादने, प्रक्रिया, नित्यक्रम इ. मध्ये लॉक केलेल्या ज्ञानाचा संदर्भ असतो जेव्हा एखाद्या उत्पादनातून किंवा प्रक्रियेचे ज्ञान दुसऱ्यामध्ये समाविष्ट केले जाते तेव्हा अंतःस्थापित ज्ञान सामायिक केले जाऊ शकते. त्या स्त्रोतांमध्ये कोणते ज्ञान लॉक केलेले आहे? हे व्यवस्थापनास समजले पाहिजे आणि त्यांनी संबंधित भाग वेगळ्या प्रणालीमध्ये हस्तांतरित केले पाहिजेत.

एका क्षेत्रापासून दुसऱ्या क्षेत्रात हस्तांतरित केलेल्या कार्यपद्धती किंवा डिझाइन वैशिष्ट्यांचे परीक्षण करून अंत:स्थापित केलेले ज्ञान सैद्धांतिकदृष्ट्या स्थानांतरित केले जाऊ शकते. तथापि, बऱ्याचदा जबाबदार व्यवस्थापकांना ते स्पष्ट किंवा अंशतः स्पष्ट करावे लागेल. अशाप्रकारे दिलेल्या परिस्थितीत ज्ञान अंतःस्थापित झालेल्या प्रभावांचे ते अनुमान करू शकतात आणि एक नवीन क्षेत्रात अंमलात आणण्यासाठी सिम्युलेशन आणि प्रयोग वापरतात.

हे सिम्युलेशन, प्रयोग आणि उत्पादन डिझाइनमध्ये समर्थन म्हणून वापरले जाऊ शकते आणि हे उत्पादनांच्या उलट अभियांत्रिकीमध्ये वापरली जाणारी मॉडेलिंग साधने देखील प्रदान करू शकते. आयटी प्रणालीची एक थेट भूमिका एक अंत:स्थापित ज्ञान भांडार आहे ज्यात कार्यपद्धती, मार्गदर्शक तत्त्वे इत्यादी संग्रहित आणि पुनर्प्राप्त केल्या जातात.

२.२ ज्ञान व्यवस्थापनाची साधने आणि तंत्रे :

तंत्रज्ञान हे एक ज्ञान व्यवस्थापनाचे शक्तीशाली साधन आहे. ज्ञान व्यवस्थापनाचे एक महत्त्वाचे साधन म्हणजे स्वत:च स्वत:च्या ज्ञानाचे व्यवस्थापन करणे जेणेकरून ज्ञान प्रक्रिया पद्धतीचे सुलभीकरण होते. या साधनांची अंमलबजावणी करताना ज्ञाननिर्मितीची रचना करणे आणि ज्ञानाची देवाण-घेवाण करणे या बाबींचा समावेश होतो. या सर्व बाबी माहिती तंत्रज्ञानाच्या साहाय्याने करणे सोपे असते. विकसित तंत्रज्ञानाने विविध ERP प्रकारच्या प्रणालीचा योग्य प्रकारे वापर करून ज्ञानाचे व्यवस्थापन करणे सोपे केले आहे; परंतु प्रणाली ही परिभाषित केलेली ज्ञानकेंद्रित प्रक्रिया असून कमी यशदायक असते. ज्ञानाचे व्यवस्थापन वापरात येऊन एका मोठ्या प्रमाणातील माहिती तंत्रज्ञान साधने, ज्ञानाची देवाण-घेवाण करण्यासाठी, निर्मिती करण्यासाठी, कायद्यांचा क्रमवार संग्रह करण्यासाठी वापरली जातात. माहिती तंत्रज्ञानाचा एकंदर भर हा संस्थांच्या संभाषण आणि सहकार्य वृत्ती वाढविण्यासाठी केला जातो.

२.२.१ अर्थ :

ज्ञान व्यवस्थापनाची साधने म्हणजे तंत्रज्ञान, सामान्यपणे जे वृद्धिंगत होते. ज्ञाननिर्मिती, कायद्यांचा क्रमवार संग्रह करणे आणि माहितीची देवाण-घेवाण करणे यासाठी सक्षम बनविते. कोणतीही साधने म्हणून आणि विविध संसाधने त्यांच्या कार्यक्षमतेने विविध कामांसाठी वापरणे ज्यामुळे ताण कामाचे स्वरूप सुलभ होऊन कामावरील ताण कमी होईल. सर्व ज्ञानसाधने संगणक-आधारित निर्माण केलेली असून पेपर व पेन्सिलचा वापर कमी करण्यात आला आहे. त्यांच्याच सहाय्याने कार्यक्षमता वाढविता येते आणि ज्ञानाची देवाण-घेवाण करणे सोपे जाते. याच कामाच्या उद्देशाने, ही साधने प्रामुख्याने तांत्रिक असून त्यात झपाट्याने उत्क्रांती झाल्याने ती संरक्षितही करता येतात. गतिमान क्षमता आणि संस्थात्मक परिणामही त्यावर घेतात. ही साधने सर्वात जास्त खर्चिक आहेत आणि छाननी करून योग्य त्याची निवड करता येण्याजोगी आहे. खरं म्हणजे ज्ञान व्यवस्थापन साधने म्हणजे फक्त माहिती किंवा तथ्य गोळा करण्याची साधने नसून ते वेगवेगळ्या गोष्टींसाठी वापरता येतात. माहिती व्यवस्थापन साधनांद्वारे संस्थांची माहिती मिळवता येते. तिची साठवणूक करता येते आणि ती माहिती शब्द आणि आकृत्यांच्या स्वरूपात असते. ज्यांना "कच्चा माल" असे म्हणतात. माहितीच्या गोदामातून म्हणजेच सर्व इंजिनमधून माहितीचा नमुना तयार करणे किंवा प्रतिकृती तयार करणे, कल्पनांचा वापर करायला लावणारी साधने, माहिती व्यवस्थापन साधने, माहिती मिळविण्यासाठी सक्षम होतात.

२.२.२ ज्ञान व्यवस्थापनाची साधने :

ज्ञान व्यवस्थापनाची साधने खालीलप्रमाणे आहेत :

१) दस्तऐवज व्यवस्थापन प्रणाली (DMS) :

SharePoint, Google Drive किंवा Dropbox सारख्या दस्तऐवज व्यवस्थापन प्रणाली दस्तऐवज संचयित करणे, व्यवस्थापित करणे आणि प्रवेश करणे सुलभ करतात. ते कार्यक्षम पुनर्प्राप्तीसाठी आवृत्ती नियंत्रण, प्रवेश नियंत्रणे आणि मेटाडेटा टॅगिंग प्रदान करतात. या प्रणाली एकाच वेळी संपादन, टिप्पणी आणि कार्यसंघांमध्ये सामायिकरण करण्याची परवानगी देऊन सहयोग वाढवतात. माहितीचे केंद्रीकरण करून, डुप्लिकेशन कमी करून आणि सुरक्षा प्रोटोकॉल व अनुपालन मानकांचे पालन करताना सुलभ प्रवेश सुनिश्चित करून संस्थांना दस्तऐवज व्यवस्थापन प्रणालीचा फायदा होतो.

२) ज्ञान भांडार :

इंट्रानेट पोर्टल सारखे ज्ञान भांडार माहिती साठवण्यासाठी आणि सामाईक करण्यासाठी केंद्रीकृत हब म्हणून काम करतात. ते सामूहिक संपादनाद्वारे सहकार्यास प्रोत्साहन देणे, कर्मचाऱ्यांना योगदान देणे, अद्यतनित करणे आणि माहिती सहजपणे सामाईक करण्यास चालना देतात. हे प्लॅटफॉर्म संस्थेमध्ये ज्ञानाची देवाणघेवाण आणि सतत शिकण्याची संस्कृती वाढवतात. ज्ञान भांडार संस्थात्मक ज्ञान जतन करण्यासाठी, सर्वोत्तम पद्धतींना चालना देण्यासाठी आणि सत्याचा एकच स्त्रोत प्रदान करून समस्या सोडवण्यास गती देण्यासाठी मदत करतात.

३) सहयोग साधने :

स्लॅक, मायक्रोसॉफ्ट टीम्स किंवा झूम सारखी सहयोग साधने संघ सदस्यांमध्ये रिअल-टाइम संवाद आणि सहयोग सुलभ करतात. ही साधने इन्स्टंट मेसेजिंग, व्हिडिओ कॉन्फरन्सिंग, फाइल शेअरिंग आणि प्रकल्प व्यवस्थापन एकीकरण यासारखी वैशिष्ट्ये देतात. ते अखंड संप्रेषण सक्षम करतात आणि भौगोलिकदृष्ट्या विखुरलेल्या संघांमध्ये समुदायाची भावना वाढवतात. झटपट संप्रेषण आणि माहितीच्या देवाणघेवाणीला प्रोत्साहन देऊन, सहयोग साधने सांघिक कार्य, नावीन्य आणि मौलिक ज्ञानाची देवाणघेवाण वाढवतात.

४) तथ्य विश्लेषण आणि व्यवसाय बुद्धिमत्ता साधने :

तथ्य विश्लेषण आणि व्यवसाय बुद्धिमत्ता साधने, जसे की टॅबलो, पॉवर BI किंवा Google Analytics तथ्यांमधून कृती करण्यायोग्य माहिती प्राप्त करण्यास मदत करतात. ही साधने प्रवाह, आकृतिबंध आणि निर्देशांकाचे विश्लेषण करण्यास मदत करतात, तथ्य-आधारित निर्णय घेण्यास सक्षम करतात. क्लिष्ट तथ्य संचाची कल्पना करून, ही साधने संधी ओळखण्यास, जोखीम कमी करण्यास आणि प्रक्रिया सुधारण्यास मदत करतात. प्राथमिक तथ्यांचे मौल्यवान ज्ञानात रूपांतर करण्यासाठी संस्था या साधनांचा फायदा घेतात, त्यांना माहितीपूर्ण धोरणात्मक निर्णय घेण्यास सक्षम बनवतात.

५) कृत्रिम बुद्धिमत्ता-सक्षम ज्ञान व्यवस्थापन उपाय :

चॅटबॉट्स, नॅचरल लँग्वेज प्रोसेसिंग (NLP) आणि मशीन लर्निंग अल्गोरिदम यासारखे कृत्रिम बुद्धिमत्ता-सक्षम ज्ञान व्यवस्थापन उपाय स्वयंचलित ज्ञान पुनर्प्राप्ती, वर्गीकरण आणि शिफारस प्रक्रिया करतात. वैयक्तिकृत माहिती, शिफारशी आणि स्वयं-शिक्षण क्षमता प्रदान करण्यासाठी हे उपाय मोठ्या प्रमाणात तथ्यांचे विश्लेषण करतात. अशी साधने ज्ञानाचा शोध इष्टतम करतात, वापरकर्ता अनुभव वाढवतात आणि नियमित कार्ये स्वयंचलित करतात, ज्यामुळे कार्यक्षमता आणि उत्पादकता सुधारते.

२.२.३ ज्ञान व्यवस्थापनाची तंत्रे :

ज्ञान व्यवस्थापनाची तंत्रे खालीलप्रमाणे आहेत :

१) कम्युनिटी ऑफ प्रॅक्टिस (CoPs) :

कम्युनिटी ऑफ प्रॅक्टिस हे अनुभव, सर्वोत्तम पद्धती आणि सामान्य समस्यांचे निराकरण करण्यासाठी सामायिक स्वारस्य किंवा कौशल्य असलेल्या व्यक्तींना एकत्र आणतात. पीअर-टू-पीअर लर्निंग आणि सहयोग सुलभ करून कम्युनिटी ऑफ प्रॅक्टिस हे संस्थेमध्ये ज्ञानाची देवाणघेवाण आणि नाविन्य वाढवतात. कम्युनिटी ऑफ प्रॅक्टिस अनौपचारिक नेटवर्क्सच्या विकासास प्रोत्साहन देतात, ज्यामुळे सदस्यांमध्ये मौन ज्ञान आणि कौशल्य हस्तांतरित करता येते.

२) नॉलेज मॅपिंग :

नॉलेज मॅपिंगमध्ये एखाद्या संस्थेतील स्पष्ट आणि असंदिग्ध ज्ञानाचे दृश्य आणि वर्गीकरण करणे समाविष्ट आहे. हे ज्ञान स्त्रोत, अंतर आणि अवलंबित्व ओळखण्यात मदत करते. ज्ञान संरचनांचे दृश्य प्रतिनिधित्व तयार करून,

संस्था गंभीर ज्ञान क्षेत्रे आणि संसाधनांमध्ये अंतर्दृष्टी प्राप्त करतात. नॉलेज मॅपिंग धोरणात्मक निर्णय, संसाधन वाटप आणि संस्थेतील मुख्य ज्ञान धारकांना ओळखण्यात मदत करते.

३) कथाकथन आणि वर्णनात्मक तंत्र :

कथाकथन आणि वर्णनात्मक तंत्रांमध्ये कथांद्वारे माहिती पोहोचवणे समाविष्ट असते. हे तंत्र माहिती संदर्भित करण्यास मदत करते, ती व्यक्तींसाठी अधिक संबंधित आणि संस्मरणीय बनवते. हे कथा सांगण्याच्या स्वरूपात अनुभव आणि कौशल्ये समाविष्ट करून गुप्त ज्ञान जतन करते. संस्था ज्ञान हस्तांतरित करण्यासाठी, संस्थात्मक इतिहास कैद करण्यासाठी आणि कर्मचाऱ्यांमध्ये सर्जनशीलता आणि नवकल्पना प्रेरित करण्यासाठी कथाकथन वापरतात.

४) पाठ शिकलेली सत्रे आणि कृतीनंतरची पुनरावलोकने :

पाठ शिकलेली सत्रे आणि कृतीनंतरच्या पुनरावलोकनांमध्ये प्रकल्प किंवा कार्ये पूर्ण केल्यानंतर संरचित चर्चांचा समावेश होतो. ही सत्रे यश, अपयश आणि सुधारणेची क्षेत्रे ओळखण्यावर लक्ष केंद्रित करतात. माहिती आणि अनुभव कैद करून, संस्था भूतकाळातील प्रयत्नांमधून शिकतात आणि भविष्यातील प्रकल्पांसाठी या शिक्षणांचा वापर करतात. हे तंत्र सतत सुधारणा, ज्ञानाची देवाणघेवाण करण्याच्या संस्कृतीला प्रोत्साहन देते आणि चुकांची पुनरावृत्ती टाळते.

५) ज्ञान हस्तांतरण पद्धती :

ज्ञान हस्तांतरण पद्धतींमध्ये सेवानिवृत्त होणाऱ्या किंवा निघून जाणाऱ्या कर्मचाऱ्यांपासून उत्तराधिकाऱ्यांकडे ज्ञान हस्तांतरित करण्यासाठी औपचारिक प्रक्रियांचा समावेश होतो. मार्गदर्शन, प्रशिक्षण, दस्तऐवजीकरण किंवा प्रशिक्षण सत्रे यासारखी तंत्रे नवीन कार्यसंघ सदस्यांना स्पष्ट ज्ञान आणि कौशल्य हस्तांतरित करण्यास सुलभ करतात. संस्था या पद्धतींचा वापर संस्थात्मक ज्ञान टिकवून ठेवण्यासाठी आणि कौशल्यांचे सहज संक्रमण सुनिश्चित करण्यासाठी करतात.

२.३ ज्ञान सादरीकरण प्रणाली :

ज्ञान संग्रहाच्या साधनांमुळे ज्ञान साठविण्यासाठी आणि परत मिळविण्यासाठी मोठ्या प्रमाणातील गुणात्मक व्यावसायिक बुद्धिमत्ता किंवा पूर्वीची माहिती त्यानंतरचा पुढील कामाच्या स्वरूपावर अंदाज बांधता येतात. तंत्रज्ञान आणि साधने प्रभावशाली कायद्यांचा संग्रह करण्यास, साठवणूक करण्यास आणि ज्ञानग्रहण करण्यास हातभार लावतात. तसेच ज्ञानव्यवस्थापनाच्या प्रक्रियेत विशेष लक्ष घालून विविध महत्त्वाच्या पैलूंवर प्रकाश टाकतात. ज्ञान व्यवस्थापन ही प्रक्रिया गुणवत्ता, प्रमाण, उपलब्धता, सादरीकरण करून त्याची साठवणूक करतात.

१) गृहित गोष्टींचा संग्रह :

गृहित गोष्टींचा संग्रह करणे हा एक ज्ञान व्यवस्थापनातील, संरचनेतील महत्त्वाचा घटक मानला जातो. संघटना अनेक गृहित गोष्टींचा संग्रह करत असतात. गृहित गोष्टींचा संग्रह करणे ही प्रक्रिया माहितीद्वारे मिळविलेले तर्क/उतारे हस्तगत करून अनेक व्यवसायांचे उपयोजन आणि व्यवस्थापन अशा रीतीने करतात की ज्याद्वारे अर्थपूर्ण ज्ञान भविष्यातील संदर्भाचा विचार करून मिळविले जाते. उदा. गृहित गोष्टींचा संग्रह केंद्रीय संचयाचे क्षेत्र माहितीची संघटनात्मक देवाणघेवाण करण्यास उपयुक्त असते.

२) कर्मचाऱ्यांची माहिती :

संस्थेतील सर्व कर्मचाऱ्यांची माहिती इलेक्ट्रॉनिक डिरेक्टरीत साठवली जाते. यापेक्षा अधिक या माहितीमध्ये कर्मचाऱ्याचे नाव, कामाचे स्वरूप, समूहाचे विभागाचे नाव, संपर्काची माहिती, कर्मचाऱ्यांची माहिती यांचा

समावेश असून ज्ञान, कौशल्ये, अनुभव आणि आवड, छंद इ. समाविष्ट असते. या प्रणाली इलेक्ट्रॉनिक असल्याने भौगोलिक आणि इतर मर्यादांमुळे वैयक्तिक संबंध विशेषत: अत्यंत उपयुक्त असतात.

३) **विषय नकाशे (Topic Maps) :**

विषयाचे नकाशे हे प्रगतशील उपाय असून त्यात रचना, साठवणूक आणि ज्ञानाचे सादरीकरण (संघटनांमध्ये) यांचा समावेश होतो. दोन घटकांमधील किंवा कल्पनांमधील संबंध असलेल्या समस्यांमधील सुसंगत सादरीकरण केलेले असते, खऱ्याखुऱ्या कागदपत्रांशी मिळतेजुळते असते. आणि हे ISO प्रमाणीकरणामुळे शक्य असते.

४) **कौशल्य नकाशे :**

कौशल्य नकाशे हे विषय नकाशांचे विस्तारित स्वरूप आहे. कर्मचाऱ्यांची माहिती रचनात्मक स्वरूपात साठवून ठेवण्यासाठी त्यांच्या ज्ञानाचा आणि कौशल्यांचा वापर केला जातो. हे विषय नकाशे एखादा घटक घेऊन त्यात सुधारणा करून, ज्ञान मिळविण्यासाठी नवीन यंत्रणा वापरून, ज्ञानाचा संग्रह करून, प्रत्येक कर्मचाऱ्याच्या ज्ञानाप्रमाणे आणि कौशल्यांप्रमाणे त्याचा विचार केला जातो.

५) **गृहित गोष्टींच्या व्यापाराची पेठ :**

अतिशय लहान प्रमाणावरील माहिती संग्रहाची प्रणालीचे प्रतिनिधित्व Data Mart करते. शोधण्यायोग्य माहिती प्रणाली वापरकर्त्यांच्या गरजेनुसार संरचित केलेली असते. उदा. सुपरमार्केटची साखळी एखादी छोटी आणि विशिष्ट तुकड्यांतील माहितीचे विश्लेषण करते.

६) **नियंत्रित शब्दसंग्रह :**

माहितीची निर्मिती करण्याचा नियंत्रित शब्दसंग्रह सक्षमरित्या वापरला जातो. तसेच त्याचा भविष्यातील वापर आणि व्यक्ती व संगणकातील संभाषण, संवाद यांचे दस्तऐवज मिळविण्यासाठी यांचा उपयोग होतो. दोन शब्दांतील नातेसंबंधाचे वर्णन करणारे एक सर्वसामान्य वर्गीकरण असते; परंतु त्यात एक सामाईक, सामान्य भाषा आणि शब्दसंग्रह यांचा वापर असतो. व्यवहाराच्या दृष्टिकोनातून नियंत्रित शब्दसंग्रह चिकित्सक असून ज्ञानात्मक कार्य करणारे व्यवस्थापक ज्ञान साधनांमध्ये माहिती साठवून ठेवू शकतात आणि ती परतही मिळवू शकतात.

७) **काल्पनिक चित्र उभे करणे :**

कल्पनात्मक चित्र तयार करताना माहितीचा वापर, संवाद साधण्यासाठी किंवा माहितीची देवाणघेवाण करण्यासाठी केला जातो. दृश्यमान चित्र निरखून पाहताना संभाषण आणि त्या माहिती सभोवतालचे अर्थ हे साधारत शाब्दिक सादरीकरणाच्या किंवा आकडेमोडीच्या सादरीकरणापेक्षा वेगळे असते. हे सांस्कृतिक आणि भाषिक काम करताना महत्त्वाचे असते.

२.४ ज्ञान व्यवस्थापन आणि बदलांचे व्यवस्थापन :

बदलांचे यशस्वी व्यवस्थापन ही अधिकाधिक महत्त्वाची व्यवस्थापकीय जबाबदारी आहे. संस्थेच्या नवीन कल्पना आणि नावीन्य यास सदस्यांनी धोका समजू नये. सामाजिक-तांत्रिक व्यवस्थेचा समतोल राखण्यासाठी व्यवस्थापनाने केलेले प्रयत्न लोकांच्या मनोवृत्तीवर, व्यक्ती आणि गटांच्या वर्तनावर आणि त्याद्वारे संस्थात्मक कामगिरी आणि परिणामकारकतेच्या पातळीवर प्रभाव पाडतील. सतत आर्थिक कामगिरी आणि स्पर्धात्मकतेसाठी बदल व्यवस्थापनाची यशस्वी अंमलबजावणी स्पष्टपणे आवश्यक आहे.

२.४.१ अर्थ :

बदलांचे व्यवस्थापन हे रणनीती, संरचना, तंत्रज्ञान किंवा कार्यपद्धतींमधील बदलांची योजना, अंमलबजावणी आणि देखरेख करण्यासाठी संघटनांनी अवलंबलेले संरचित दृष्टिकोन आणि प्रक्रियांचा संदर्भ देते. यामध्ये संक्रमणे व्यवस्थापित

करणे, संभाव्य व्यत्यय कमी करणे आणि संस्थेतील परिवर्तनांद्वारे व्यक्ती किंवा संघांना मार्गदर्शन करणे समाविष्ट आहे. या प्रक्रियेचा उद्देश कर्मचारी, प्रक्रिया आणि एकूण संस्थात्मक परिसंस्थेवर होणारा परिणाम लक्षात घेता प्रतिकार कमी करणे, कार्यप्रदर्शन पर्याप्त करणे आणि बदल उपक्रमांचा यशस्वी अवलंब सुनिश्चित करणे हे आहे.

२.४.२ व्याख्या :

बदल व्यवस्थापनाच्या व्याख्या खालीलप्रमाणे आहेत :

१) हॅरोल्ड केर्झनर :

''परिवर्तनांदरम्यान यशस्वी प्रकल्प अंमलबजावणी सुनिश्चित करण्यासाठी बदल व्यवस्थापनामध्ये संस्थेच्या प्रक्रिया, प्रणाली किंवा संरचनांमध्ये बदलांचे पद्धतशीर नियोजन, आयोजन आणि नियंत्रण समाविष्ट आहे.''

२) जॉन पी. कोटर :

''बदलांचे व्यवस्थापन हे संरचित दृष्टीकोन आणि तत्त्वांचा संदर्भ देते, ज्याचा उद्देश प्रतिकार व्यवस्थापित करणे आणि संस्थांमधील संक्रमणे सुलभ करणे, बदलाच्या उपक्रमांदरम्यान प्रभावी नेतृत्व आणि संवादावर भर देणे.''

३) प्रॉस्की :

''संस्थेतील व्यक्ती आणि प्रणालींवर होणाऱ्या बदलाचा प्रभाव ओळखण्यासाठी, संबोधित करण्यासाठी आणि व्यवस्थापित करण्यासाठी बदलांचे व्यवस्थापन हा एक सक्रिय दृष्टीकोन असून तो संक्रमणाद्वारे व्यक्तींना समर्थन देण्यासाठी लोक-केंद्रित धोरणांवर लक्ष केंद्रित करतो.''

४) नॅन्सी डिक्सन :

''बदलांचे व्यवस्थापन ही शिकण्याची आणि रुपांतर करण्याची सातत्यपूर्ण प्रक्रिया आहे, बदलादरम्यान संस्थात्मक शिक्षणावर जोर देते आणि परिवर्तनांमध्ये शाश्वत यश सुनिश्चित करण्यासाठी सतत प्रतिबिंब आणि समायोजनाची आवश्यकता असते.''

२.४.३ बदल व्यवस्थापनाचे स्वरूप :

बदल व्यवस्थापनाचे स्वरूप खालील मुद्यांद्वारे स्पष्ट करता येईल :

१) गतिशील आणि पद्धतशीर प्रक्रिया :

बदलांचे व्यवस्थापन हे बदलाची गरज ओळखण्यापासून ते परिणामांची अंमलबजावणी आणि मूल्यमापन करण्यापर्यंत विविध टप्प्यांचा समावेश असलेली गतिशील आणि संरचित प्रक्रिया दर्शवते. हे बदलाचे बहुआयामी स्वरूप मान्य करते आणि जटिलता प्रभावीपणे व्यवस्थापित करण्यासाठी एक पद्धतशीर दृष्टीकोन आवश्यक मानते. प्रत्येक टप्प्यात सर्वसमावेशक व्यवस्थापन चौकट सुनिश्चित करून धोरणात्मक नियोजन, अंमलबजावणी आणि मूल्यमापन यांचा समावेश होतो.

२) अनुकूलता आणि लवचिकता :

बदलांचे व्यवस्थापन एक मुख्य वैशिष्ट्य म्हणून अनुकूलता स्वीकारते. हे ओळखते की बदल अनेकदा अप्रत्याशित आणि विकसित परिस्थितीच्या अधीन असतात. यामुळे संपूर्ण बदल प्रक्रिये दरम्यान रणनीती, कालमर्यादा आणि दृष्टिकोन लवचिकपणे समायोजित करण्याची क्षमता आवश्यक आहे. अनुकूलता स्वीकारणे संस्थांना अनपेक्षित आव्हानांना प्रभावीपणे प्रतिसाद देण्यास आणि उदयोन्मुख संधींचा फायदा घेण्यास सक्षम करते.

३) नेतृत्व आणि भागधारक प्रतिबद्धता :

प्रभावी नेतृत्व हे बदल व्यवस्थापनामध्ये केंद्रस्थानी असते, हितधारक खरेदी-विक्री आणि सरेखन सुनिश्चित करताना बदलाद्वारे संस्थेला मार्गदर्शन करतात. विविध स्तरांवर भागधारकांना गुंतवून ठेवल्याने मालकी, वचनबद्धता

आणि सहयोग वाढतो, जे यशस्वी बदल अंमलबजावणीसाठी आवश्यक आहे. सशक्त नेतृत्व बदलाची दृष्टी संप्रेषण करते, आत्मविश्वास वाढवते आणि प्रतिकार समायोजित करते, परिवर्तनासाठी एक सहाय्यक वातावरण तयार करते.

४) जोखीम व्यवस्थापन आणि शमन :

बदल व्यवस्थापनाच्या स्वरूपामध्ये बदलाशी संबंधित जोखीम ओळखणे, मूल्यांकन करणे आणि कमी करणे समाविष्ट आहे. संभाव्य आव्हाने, प्रतिकार किंवा व्यत्ययांचा अंदाज घेऊन सक्रिय उपाय केले जाऊ शकतात. जोखीम कमी करण्याच्या रणनीती कार्यपद्धतींवरील प्रतिकूल परिणाम कमी करण्यास मदत करतात, सातत्य सुनिश्चित करतात आणि बदल प्रक्रिये दरम्यान व्यत्यय कमी करतात.

५) सांस्कृतिक संवेदनशीलता आणि संस्थात्मक सरेखन :

बदल व्यवस्थापनामध्ये विद्यमान संस्थात्मक संस्कृती ओळखणे आणि त्यांचा आदर करणे महत्त्वाचे आहे. संस्थेच्या मूल्ये, विश्वास आणि नियमांसोबत बदल उपक्रमांचे सरेखन केल्याने स्वीकृती आणि एकात्मता वाढते. सांस्कृतिक बारकावे मान्य केल्याने बदलाच्या रणनीती विकसित करणे शक्य होते जे कर्मचाऱ्यांशी प्रतिध्वनी करतात आणि सहज संक्रमणे सुलभ करतात.

६) सतत संवाद आणि पारदर्शकता :

बदल व्यवस्थापन संपूर्ण बदलाच्या प्रवासात सतत आणि पारदर्शक संवादावर भर देते. स्पष्ट, वेळेवर आणि सातत्यपूर्ण संप्रेषण अनिश्चितता दूर करते, अफवा दूर करते आणि भागधारकांना चांगल्या प्रकारे माहिती असल्याचे सुनिश्चित करते. पारदर्शक संप्रेषण विश्वास वाढवते, चिंता कमी करते आणि मुक्त संवादाला प्रोत्साहन देते, म्हणून ते बदल स्वीकारण्यासाठी महत्त्वपूर्ण आहे.

७) तथ्य-आधारित आणि माहितीपूर्ण निर्णय :

निर्णय घेण्याची माहिती देण्यासाठी बदलांचे व्यवस्थापन तथ्य-आधारित माहिती आणि विश्लेषणावर अवलंबून असते. तथ्ये आणि निर्देशकांचा वापर संस्थांना बदलाच्या प्रभावाचे मूल्यांकन करण्यास, प्रगतीचा मागोवा घेण्यास आणि माहितीपूर्ण समायोजन करण्यास चालना देते. पुरावा-आधारित निर्णय घेणे हे सुनिश्चित करते की रणनीती संस्थात्मक उद्दिष्टांशी सरेखित आहेत आणि बदल आवश्यकता प्रभावीपणे संबोधित करतात.

८) शिक्षण संस्कृती आणि ज्ञानाची देवाणघेवाण :

शिकण्याची संस्कृती आत्मसात करणे हा बदल व्यवस्थापनाचा अविभाज्य भाग आहे. ज्ञानाची देवाणघेवाण करण्यास प्रोत्साहन देणे, शिकलेले अनुभव कैद करणे आणि सतत शिकण्यास प्रोत्साहन देणे संस्थात्मक तत्परता आणि नावीन्यपूर्णतेला चालना देते. भूतकाळातील बदलांच्या अंतर्दृष्टीचा फायदा घेऊन भविष्यातील रणनीतींची माहिती प्राप्त होते, बदलांसाठी अनुकूली आणि लवचिक प्रतिसाद सक्षम करते.

९) बदल क्षमता निर्मिती :

बदल व्यवस्थापनात संस्थेमध्ये बदल क्षमता निर्माण करणे समाविष्ट आहे. यामध्ये बदल व्यवस्थापन क्षमता विकसित करणे, प्रशिक्षण देणे आणि कर्मचाऱ्यांमध्ये बदलासाठी मानसिकता विकसित करणे समाविष्ट आहे. बदल क्षमता बळकट केल्याने भविष्यातील बदल प्रभावीपणे समायोजित करण्यासाठी कर्मचारी सुसज्ज बनतात.

१०) मूल्यमापन आणि सतत सुधारणा :

मूल्यमापन हे बदल व्यवस्थापनामध्ये अंतर्निहित आहे, जे संस्थांना बदल परिणामांचे मूल्यांकन करण्यास, यश आणि सुधारणेची क्षेत्रे ओळखण्यास सक्षम करते. अंमलबजावणीनंतर पुनरावलोकने आयोजित करून संस्था बदल धोरणे सुधारतात, अनुभवांमधून शिकतात आणि भविष्यातील प्रयत्नांसाठी त्यांच्या बदल व्यवस्थापन पद्धती पुनरावृत्तीने वाढवतात.

२.४.४ कंपनीमधील बदल व्यवस्थापनाची भूमिका :

परिवर्तनाच्या कालावधीत सौम्य संक्रमणे सुलभ करून बदल व्यवस्थापन कंपन्यांमध्ये महत्त्वपूर्ण भूमिका बजावते. त्याची भूमिका अनेक प्रमुख पैलूंचा समावेश करते :

१) व्यत्यय कमी करणे :

बदल व्यवस्थापनाचे उद्दिष्ट संस्थात्मक बदलांमुळे होणारे व्यत्यय कमी करणे हे आहे. संरचित पद्धतींचा वापर करून, ते कार्यात्मक सातत्य राखण्यास मदत करते, उत्पादकता कमी करते आणि संक्रमणा दरम्यान व्यवसाय कार्यशील राहील याची खात्री करते.

२) प्रतिकार व्यवस्थापित करणे :

बदल व्यवस्थापन ज्यांना बदलाबद्दल भीती वाटते अशा कर्मचाऱ्यांच्या प्रतिकारांना संबोधित करते. बदल व्यवस्थापन धोरणांमध्ये संवाद, प्रतिबद्धता आणि समस्यांचे निराकरण करणे, कर्मचाऱ्यांमध्ये स्वीकृती आणि सहकार्याची संस्कृती वाढवणे यांचा समावेश होतो.

३) अनुकूलता वाढवणे :

बदल व्यवस्थापन अशा वातावरणास प्रोत्साहन देते जेथे कर्मचारी नवीन प्रक्रिया, तंत्रज्ञान किंवा संस्थात्मक संरचनांशी त्वरित जुळवून घेतात. हे चपळतेला प्रोत्साहन देते, ज्यामुळे कंपनीला बाजारातील बदलांना किंवा विकसित होत असलेल्या उद्योग परिदृश्याला प्रभावीपणे प्रतिसाद देण्यास परवानगी मिळते.

४) संरेखित करण्याचे धोरण :

बदल व्यवस्थापन सुनिश्चित करते की बदल हे संस्थात्मक उद्दिष्टांशी जुळतात. बदल व्यवस्थापन धोरणे कंपनीच्या ध्येय, दृष्टी आणि दीर्घकालीन रणनीतींद्वारे परिवर्तन संरेखित करण्यात मदत करतात, हे सुनिश्चित करते की बदलाचे प्रयत्न कंपनीच्या वाढीसाठी सकारात्मक योगदान देतात.

५) संसाधने पर्याप्त करणे :

बदल व्यवस्थापन संक्रमणादरम्यान संसाधनांचा वापर अनुकूल करते. हे संसाधनांचे प्रभावीपणे वाटप करण्यास मदत करते, कचरा कमी करते आणि हे सुनिश्चित करते की बदल उपक्रमांमधील गुंतवणूक इच्छित परिणाम देत आहेत.

६) नवनिर्मितीला प्रोत्साहन :

बदल व्यवस्थापन अनेकदा नवीन कल्पना आणि प्रक्रियांसाठी खुल्या मानसिकतेला प्रोत्साहन देऊन नवकल्पना वाढवते. हे अशा वातावरणास प्रोत्साहन देते जेथे कर्मचाऱ्यांना नाविन्यपूर्ण उपाय सुचविण्यास आणि अंमलात आणण्यास सक्षम वाटते.

७) कर्मचाऱ्यांचे मनोबल सुधारणे :

प्रभावी बदल व्यवस्थापन कर्मचाऱ्यांच्या मनोबल आणि कल्याणावर बदलाचा प्रभाव विचारात घेते. समर्थन, स्पष्टता आणि सहभागासाठी संधी प्रदान करून, ते मनोबलावरील नकारात्मक प्रभाव कमी करते, कामाचे सकारात्मक पर्यावरण वाढीस लावते.

८) सतत सुधारणा सक्षम करणे :

बदल व्यवस्थापन कंपनीमध्ये सतत सुधारणा करण्याची संस्कृती वाढवते. बदल प्रक्रियेचे मूल्यमापन करून, अनुभवांमधून शिकून आणि रणनीती स्वीकारून बदल व्यवस्थापन चालू सुधारणा आणि उत्क्रांतीमध्ये योगदान देते.

९) धोरणात्मक निर्णय घेणे :

बदल व्यवस्थापन धोरणात्मक निर्णय घेण्यासाठी माहिती आणि तथ्य-आधारित प्रतिसाद प्रदान करते. हे बदल प्रगती, जोखीम आणि परिणामांबद्दल मौल्यवान माहिती देते, नेत्यांना माहितीपूर्ण निर्णय घेण्यास मदत करते.

१०) स्पर्धात्मक धार टिकवणे :

बदल व्यवस्थापन कंपन्यांना गतिशील बाजारपेठांमध्ये स्पर्धात्मक धार टिकवून ठेवण्यास मदत करते. हे संस्थांना बाजारातील बदलांशी झपाट्याने जुळवून घेण्यास, नावीन्यपूर्णतेचा स्वीकार करण्यास, चपळ राहण्यास आणि त्यांना यशासाठी सतत स्थान देण्यास चालना देते.

२.४.५ बदल व्यवस्थापनामध्ये ज्ञान व्यवस्थापनाची भूमिका :

ज्ञान व्यवस्थापन हे संस्थात्मक ज्ञानाचा फायदा घेऊन बदल व्यवस्थापनामध्ये महत्त्वपूर्ण भूमिका बजावते. हे माहितीपूर्ण निर्णय घेण्यास सुलभ करते, संस्थात्मक शहाणपण जतन करते, प्रभावी संप्रेषणाचे समर्थन करते आणि शिकण्याची सातत्यपूर्ण संस्कृती वाढवते, सुरळीत संक्रमणे सक्षम करते आणि संस्थेतील बदल उपक्रमांचा यशस्वी अवलंब करते.

१) संस्थात्मक ज्ञानाचे जतन :

ज्ञान व्यवस्थापन संस्थात्मक ज्ञान जतन करण्यात महत्वपूर्ण भूमिका बजावते. बदलाच्या उपक्रमांदरम्यान, ऐतिहासिक तथ्ये, सर्वोत्तम पद्धती आणि मागील परिवर्तनांमधून शिकलेले अनुभव संग्रहित केले जातात आणि संचयाद्वारे प्रवेशयोग्य केले जातात. माहितीची ही संपत्ती मार्गदर्शक म्हणून काम करते, यशस्वी रणनीती किंवा संभाव्य तोट्यांबद्दल माहिती प्रदान करते.

२) बदलाच्या धोरणांची माहिती देणे :

ज्ञान व्यवस्थापन तथ्य-आधारित अंतर्दृष्टी आणि माहिती प्रदान करून बदलाच्या प्रयत्नांना समर्थन देते. मागील बदल प्रक्रिया आणि त्यांच्या परिणामांचे विश्लेषण करून, ज्ञान व्यवस्थापन प्रभावी बदल धोरणे तयार करण्यास मदत करते. यामध्ये सुधारणा आवश्यक असलेली क्षेत्रे ओळखणे, कर्मचाऱ्यांच्या भावना समजून घेणे आणि संभाव्य आव्हानांचा अंदाज घेणे यांचा समावेश असतो.

३) संप्रेषण आणि सहयोग सुलभ करणे :

ज्ञान व्यवस्थापन व्यासपीठ बदलादरम्यान दळणवळण आणि सहयोगाचे केंद्र म्हणून काम करतात. हे व्यासपीठ भागधारकांमध्ये पारदर्शक संवाद, माहितीची देवाणघेवाण आणि सहयोग सक्षम करतात. हे बदलाच्या उद्देशाची सामायिक समज वाढवते, गैरसमज कमी करते आणि सामान्य उद्दिष्टांच्या दिशेने प्रयत्नांना संरेखित करते.

४) प्रतिकार व्यवस्थापित करणे :

ज्ञान व्यवस्थापन समस्येचे निराकरण करणारी आणि अनिश्चितता स्पष्ट करणारी माहिती प्रदान करून प्रतिकार दूर करण्यास मदत करते. यशोगाथा, व्यष्टी अध्ययन किंवा प्रशस्तिपत्रांमध्ये प्रवेश देऊन, ज्ञान व्यवस्थापन बदल प्रक्रियेत आत्मविश्वास निर्माण करण्यास मदत करते. याव्यतिरिक्त, ते प्रशिक्षण साहित्य किंवा संसाधने तयार करण्यास मदत करते जे कौशल्य विकास सुलभ करते, कर्मचाऱ्यांसाठी संक्रमण सुलभ करते.

५) शिकण्याची सातत्यपूर्ण संस्कृती :

ज्ञान व्यवस्थापन हे ज्ञान आणि अनुभवांच्या देवाणघेवाणीला प्रोत्साहन देऊन सतत शिकण्याची संस्कृती वाढवते. कर्मचारी परस्परांच्या यश आणि अपयशातून शिकतात, बदलादरम्यान त्यांची अनुकूलता आणि लवचिकता वाढवतात. हे सामायिक शिक्षण पर्यावरण समायोजित बदलामध्ये तत्परता आणि नाविन्यपूर्णतेला प्रोत्साहन देते.

६) मौखिक ज्ञान मिळवणे :

ज्ञान व्यवस्थापन स्पष्ट आणि अस्पष्ट असे दोन्ही प्रकारचे ज्ञान मिळवण्यावर लक्ष केंद्रित करते. बदलादरम्यान, अनुभवातून मिळवलेले कौशल्य आणि माहिती यांचा समावेश असलेले संदिग्ध ज्ञान महत्त्वाचे असते. ज्ञान व्यवस्थापन अनुभवात्मक ज्ञान हस्तांतरित करणे सुलभ करते, यातून हे सुनिश्चित होते की ते गमावले जाणार नाही तर संपूर्ण संस्थेमध्ये सामायिक केले जाईल.

७) निर्णय घेण्यास सहाय्यक :

ज्ञान व्यवस्थापन तथ्य-आधारित अंतर्दृष्टी प्रदान करते जी बदल प्रक्रियेदरम्यान निर्णय घेण्यास मदत करते. सर्वसमावेशक ज्ञान भांडारांचा प्रवेश नेत्यांना माहितीपूर्ण निर्णय घेण्यास सक्षम बनवतो. या माहितीमध्ये प्रवाह, विश्लेषण आणि संस्थात्मक विवेक समाविष्ट आहे जे प्रभावी निर्णय घेण्याकरिता महत्वाचे असते.

८) बदल मूल्यमापन वाढवणे :

बदल उपक्रमांच्या यशाचे मूल्यमापन करण्यात ज्ञान व्यवस्थापन योगदान देते. प्रतिसाद यंत्रणेद्वारे ज्ञान व्यवस्थापन माहिती, मिळालेले अनुभव आणि सुधारणा आवश्यक असलेले क्षेत्र कैद करते. हे मूल्यमापन बदलाच्या धोरणांना परिष्कृत करण्यास मदत करते आणि भविष्यातील उपक्रमांची माहिती प्रदान करते.

९) प्रशिक्षण आणि विकास :

बदला दरम्यान कर्मचाऱ्यांना कौशल्य वाढवण्यासाठी आवश्यक प्रशिक्षण साहित्य आणि संसाधने विकसित करण्यास ज्ञान व्यवस्थापन मदत करते. शिक्षण साहित्य, कौशल्य विकास कार्यक्रम किंवा तज्ज्ञ हे ज्ञानात प्रवेश प्रदान करून ज्ञान व्यवस्थापन कर्मचाऱ्यांना नवीन भूमिका किंवा प्रणालींशी जुळवून घेण्यास मदत करते.

१०) सतत सुधारणांना समर्थन :

ज्ञान व्यवस्थापन प्रतिसाद-आधारित संस्कृती सक्षम करून सतत सुधारणांना समर्थन देते. पाठ शिकलेली सत्रे आणि ज्ञान-सामायिकरण मंचांद्वारे संस्था त्यांचे बदल व्यवस्थापन दृष्टिकोन पुनरावृत्तीने वाढवू शकतात तसेच अनुकूलता आणि वृद्धीची संस्कृती जोपासू शकतात.

२.५ ज्ञानाचे मोजमाप :

संस्थात्मक यशासाठी ज्ञान हे प्रमुख स्त्रोत म्हणून ओळखले जाते. या संसाधनाचा सर्वोत्तम वापर करणे ही संशोधक आणि अभ्यासक दोघांसाठी महत्त्वाची बाब आहे. सर्व ज्ञान व्यवस्थापन फायदे प्राप्त करण्यासाठी, ज्ञान व्यवस्थापनाची कामगिरी मोजणे आवश्यक आहे. ज्ञान व्यवस्थापन कार्यप्रदर्शन मोजण्यासाठी कोणतेही मानक नसल्यामुळे, साहित्यात अनेक दृष्टिकोन आणि प्रारूपे प्रस्तावित आहेत. त्यांचा असा युक्तिवाद आहे की ज्ञान व्यवस्थापन कार्यप्रदर्शन मोजमाप तीन टप्प्यांचे अनुसरण करते: ज्ञान व्यवस्थापन उद्देश परिभाषित करणे ज्यासाठी कार्यप्रदर्शन मोजले जाईल, ज्ञान व्यवस्थापनाच्या घटकांचे प्रारूपिकरण करणे आणि प्रारूपाच्या प्रत्येक घटकासाठी संबंधित उपायांचा संच ओळखणे.

२.५.१ ज्ञान मापन पद्धती :

ज्ञानाचे मोजमाप करणे त्याच्या अमूर्त स्वरूपामुळे आव्हानात्मक असू शकते. तथापि, संस्थेतील ज्ञानाच्या विविध पैलूंचे मूल्यांकन करण्यासाठी अनेक पद्धती वापरल्या जातात:

१) सर्वेक्षण आणि प्रश्नावली :

कर्मचाऱ्यांच्या धारणा, कौशल्य किंवा विशिष्ट विषयांवरील समज याबाबत माहिती गोळा करण्यासाठी सर्वेक्षणे तैनात करणे. ही साधने व्यक्तिनिष्ठ मतांचे प्रमाण मोजण्यासाठी किंवा ज्ञानाची पातळी मोजण्यासाठी प्रमाणित प्रश्न वापरतात.

२) मुलाखती आणि लक्षित गट :

व्यक्तींच्या ज्ञानाचा सखोल अभ्यास करण्यासाठी मुलाखती किंवा लक्षित गट चर्चा आयोजित करणे. या गुणात्मक पद्धतींमुळे स्पष्ट ज्ञान, अनुभव आणि माहितीचा तपशीलवार शोध घेता येतो.

३) नॉलेज मॅपिंग आणि नेटवर्क विश्लेषण :

संस्थेमधील ज्ञान प्रवाह, संबंध आणि माहिती प्रसाराची कल्पना करण्यासाठी ज्ञान मॅपिंग साधने किंवा नेटवर्क विश्लेषण वापरले जाते. ही पद्धत ज्ञान सामायिकरण पद्धतींबाबत माहिती प्रदान करते आणि मुख्य ज्ञान स्त्रोत ओळखते.

४) ज्ञान चाचण्या आणि मूल्यांकन :

वास्तविक ज्ञान, आकलन किंवा विशिष्ट कौशल्य संचांचे मूल्यांकन करण्यासाठी चाचण्या, प्रश्नमंजुषा किंवा मूल्यांकनाचे व्यवस्थापन केले जाते. ही साधने ज्ञान प्रवीणतेचे परिमाणात्मक मापन प्रदान करतात.

५) निरीक्षण आणि नोकरीच्या कामगिरीचे मूल्यमापन :

कर्मचाऱ्यांच्या ज्ञान आणि कौशल्यांच्या वापराचे मूल्यांकन करण्यासाठी त्यांच्या भूमिकांचे निरीक्षण करणे आवश्यक असते. नोकरीच्या कामगिरीचे मूल्यमापन अधिग्रहित ज्ञानाचा व्यावहारिक उपयोग दर्शवू शकतो.

६) तज्ज्ञांचे मूल्यांकन आणि समवयस्क पुनरावलोकने :

व्यक्तींकडे असलेल्या ज्ञानाच्या खोलीचे आणि गुणवत्तेचे मूल्यमापन करण्यासाठी तज्ज्ञ किंवा समवयस्कांचा समावेश करणे आवश्यक असते. ही पद्धत विशिष्ट क्षेत्र किंवा परिदृश्यातील ज्ञानाची विश्वासार्हता आणि प्रासंगिकतेचे मूल्यांकन करते.

७) सामग्री विश्लेषण :

संस्थेमध्ये संग्रहित माहितीची गुणवत्ता, प्रमाण आणि प्रासंगिकतेचे मूल्यांकन करण्यासाठी दस्तऐवज, अहवाल किंवा ज्ञान भांडारांचे विश्लेषण करणे आवश्यक असते. सामग्रीचे विश्लेषण अंतर आणि कौशल्याची क्षेत्रे ओळखण्यास मदत करते.

८) कार्यप्रदर्शन निर्देशांक आणि की कार्यप्रदर्शन निर्देशक :

कार्यप्रदर्शन निर्देशांक आणि की कार्यप्रदर्शन निर्देशक वापरणे, जे अप्रत्यक्षपणे ज्ञान वापर किंवा संपादन प्रतिबिंबित करतात. उदाहरणार्थ, विक्रीचे आकडे, प्रकल्प पूर्ण होण्याचे दर किंवा ग्राहकांचे समाधान गुणांक लागू ज्ञान आणि कौशल्ये दर्शवू शकतात.

९) मापदंड आणि सर्वोत्तम पद्धतींची तुलना :

संस्थेच्या पद्धती, प्रक्रिया किंवा प्रतिसाद यांची उद्योग मापदंड किंवा सर्वोत्तम पद्धतींशी तुलना करणे आवश्यक असते. ही पद्धत उद्योग मानकांविरुद्ध ज्ञानाच्या वापराचे मूल्यांकन करते, सुधारणेसाठी क्षेत्रे अधोरेखित करते.

१०) स्व-मूल्यांकन आणि प्रतिबिंब साधने :

कर्मचाऱ्यांना त्यांचे स्वतःचे ज्ञान, कौशल्ये आणि वृद्धी मोजण्यासाठी स्वयं-मूल्यांकन साधने किंवा प्रतिबिंबित सर्व प्रदान करणे आवश्यक असते. ही साधने सतत शिकण्यास आणि आत्म-जागरूकतेस प्रोत्साहन देतात.

२.५.२ ज्ञान मापनाच्या पातळ्या :

ज्ञान मापनाच्या पातळ्या पुढीलप्रमाणे आहेत :

१) वैयक्तिक पातळी मोजमाप :

वैयक्तिक स्तरावर मूल्यमापन क्षमता, कौशल्य आणि वैयक्तिक ज्ञान मालमत्तेचे मूल्यांकन करण्यावर लक्ष केंद्रित केले जाते. क्षमता मूल्यांकन, कौशल्य चाचण्या आणि कार्यप्रदर्शन मूल्यमापन यासारख्या पद्धती कर्मचाऱ्यांमध्ये सामर्थ्य आणि विकासाची क्षेत्रे ओळखण्यात मदत करतात.

२) संघ किंवा विभागीय मोजमाप :

हा स्तर संघ किंवा विभागांमधील सामूहिक प्रयत्नांवर भर देतो. मेट्रिक्स ट्रॅकिंग सहयोग परिणामकारकता, आंतर–कार्यात्मक परस्परसंवादांची वारंवारता आणि ज्ञान सामायिकरण निर्देशांक संस्थात्मक उद्दिष्टांसाठी संघ किती चांगले सहयोग करतात आणि त्यांच्या एकत्रित ज्ञानाचा लाभ घेतात याविषयी माहिती प्रदान करतात.

३) संस्थात्मक–स्तर ज्ञान मापन :

संस्थात्मक स्तरावर मापनामध्ये एकूण बौद्धिक भांडवल आणि ज्ञान व्यवस्थापन पद्धतींचे मूल्यमापन करणे समाविष्ट असते. मूल्यमापन संपूर्ण संस्थेचे सामूहिक ज्ञान, कौशल्ये आणि क्षमतांचा विचार करते, ज्यामुळे धोरणात्मक नियोजन आणि संसाधन वाटप सक्षम होते.

४) बौद्धिक भांडवल मूल्यांकन :

बौद्धिक भांडवलाचे मूल्यमापन संस्थेतील व्यक्ती आणि गटांनी घेतलेल्या ज्ञान, अनुभव आणि कौशल्याचे मूल्यमापन करते. यात मानवी, संरचनात्मक आणि संबंधित भांडवल समाविष्ट आहे, जे संस्थेची ज्ञान संपत्ती समजून घेण्यात मदत करते.

५) नाविन्याचे मापन :

नाविन्यपूर्ण परिणामांचे मोजमाप करताना संस्थेच्या नवीन कल्पना किंवा उपाय तयार करण्याच्या आणि अंमलात आणण्याच्या क्षमतेचे मूल्यांकन करणे समाविष्ट आहे. पेटंट, यशस्वी उत्पादन लाँच किंवा नाविन्यपूर्ण महसूल यासारखे निर्देशांक संस्थेच्या नवकल्पना क्षमता दर्शवतात.

६) सहयोग आणि ज्ञान सामायिकरण निर्देशांक :

हे निर्देशांक संस्थेतील सहयोग आणि ज्ञान सामायिकरण पद्धतींच्या परिणामकारकतेचे मूल्यांकन करतात. मोजमाप परस्परसंवाद, संप्रेषण पद्धती आणि कार्यसंघ किंवा विभागांमधील सामायिक ज्ञानाची वारंवारता आणि गुणवत्ता यावर लक्ष केंद्रित करतात.

७) शिक्षण प्रभावाचे मूल्यांकन :

कर्मचाऱ्यांच्या कामगिरीवर आणि कौशल्य वाढीवर शिकण्याच्या उपक्रमांच्या प्रभावाचे मूल्यांकन करणे महत्वाचे आहे. शिक्षण प्रभावाचे मूल्यांकन आणि ज्ञान टिकवून ठेवण्याचे दर प्रशिक्षण कार्यक्रमांची प्रभावीता आणि व्यावहारिक परिस्थितींमध्ये अधिग्रहित ज्ञानाचा वापर निर्धारित करण्यास मदत करतात.

२.५.३ ज्ञान मापनातील आव्हाने :

ज्ञान मापनाशी संबंधित आव्हाने खालीलप्रमाणे आहेत :

१) अमूर्तता आणि व्यक्तिनिष्ठता :

अस्पष्ट ज्ञान, अमूर्त आणि व्यक्तिपरक असते, ज्यामुळे ते अचूकपणे मोजणे किंवा मोजणे आव्हानात्मक होते. या प्रकारच्या ज्ञान कैद करणे आणि त्याचे मूल्यमापन करणे, जे व्यक्तींच्या अनुभवांमध्ये आणि अंतर्दृष्टीमध्ये असते, हे स्वाभाविकपणे जटिल आहे.

२) ज्ञानाचे गतिमान स्वरूप :

ज्ञान स्थिर नसते; ते सतत विकसित होत असते. तंत्रज्ञान, पद्धती आणि संस्थात्मक संरचनांमध्ये सतत बदल होत असतानाही ते संबंधित आणि प्रभावी राहतील याची खात्री करून, मापन पद्धतींनी या गतिमान स्वरूपाशी जुळवून घेतले पाहिजे.

३) प्रमाणापेक्षा गुणवत्तेवर भर :

ज्ञानाच्या गुणवत्तेवर आणि समर्पकतेवर भर देणे आवश्यक आहे. निर्देशांक बहुतेक वेळा परिमाण करण्यायोग्य पैलूंवर लक्ष केंद्रित करतात, परंतु मोजलेले ज्ञान खरोखर मूल्य जोडते आणि संस्थात्मक उद्दिष्टांशी सरेखित होते याची खात्री करणे महत्वाचे आहे.

४) संदर्भात्मक विचार :

ज्ञानाचे मूल्य अत्यंत संदर्भात्मक आहे. संस्थेची उद्दिष्टे, संस्कृती आणि कार्यात्मक पर्यावरणाच्या विशिष्ट संदर्भात ज्ञान मोजणे महत्वाचे आहे. अर्थपूर्ण माहिती प्रदान करण्यासाठी चौकट आणि निर्देशकांना या संदर्भात्मक पैलूंद्वारे सरेखित करणे आवश्यक आहे.

५) मौखिक ज्ञान मूल्यमापनात अडचण :

वैयक्तिक ज्ञान, ज्यामध्ये कौशल्ये, नैपुण्य आणि अंतर्दृष्टी यांचा समावेश होतो ते कैद करणे आणि मोजणे आव्हानात्मक असते. यामध्ये अनेकदा मुलाखती, सर्वेक्षणे किंवा तज्ज्ञांच्या मुल्यांकनांद्वारे व्यक्तिपरक मूल्यम ापनाचा समावेश असतो, ज्यामुळे मोजमाप प्रक्रियेत जटिलता येते.

६) तंत्रज्ञान आणि पायाभूत सुविधा मर्यादा :

अपुऱ्या तांत्रिक पायाभूत सुविधा प्रभावी ज्ञान मापनात अडथळा आणतात. तथ्य संकलन, साठवणूक आणि विश्लेषणासाठी योग्य प्रणाली किंवा साधनांचा अभाव अचूक ज्ञान मूल्यांकनात अडथळा आणतो.

७) मापनासाठी संघटनात्मक प्रतिकार :

कार्यप्रदर्शन मूल्यमापनाच्या समस्येमुळे मोजमाप पद्धतींवर विश्वास नसणे किंवा स्वायत्ततेला धोका निर्माण झाल्यामुळे ज्ञान मापन उपक्रमांमध्ये सहभागी होण्यास इच्छुक नसलेल्या कर्मचाऱ्यांकडून किंवा विभागांकडून संघटनांना विरोध होऊ शकतो.

२.५.४ प्रभावी ज्ञान मापनाचे फायदे :

प्रभावी ज्ञान मापनाशी संबंधित मुख्य फायदे खालीलप्रमाणे आहेत :

१) माहितीपूर्ण निर्णय घेणे :

प्रभावी ज्ञान मापन तथ्य-आधारित माहिती प्रदान करते जे माहितीपूर्ण निर्णय प्रक्रियेत मदत करते. संसाधनांचे कार्यक्षमतेने वाटप करण्यासाठी, प्रशिक्षणाच्या गरजा ओळखण्यासाठी आणि नवोपक्रमासाठी धोरण आखण्यासाठी निर्णय घेणारे अचूक ज्ञान निर्देशांकावर अवलंबून राहतात.

२) कामगिरी सुधारणा :

मोजमाप वैयक्तिक क्षमतांपासून ते सांघिक सहकार्यापर्यंत विविध स्तरांवर ज्ञानातील अंतर आणि सुधारणा आवश्यक असलेले क्षेत्र ओळखण्यास मदत करते. मापन परिणामांवर आधारित लक्ष्यित हस्तक्षेप संपूर्ण संस्थेच्या वर्धित कामगिरीमध्ये योगदान देतात.

३) धोरणात्मक सरेखन :

जेव्हा ज्ञान मोजमाप धोरणात्मक उद्दिष्टांशी सरेखित होते, तेव्हा हे सुनिश्चित करते की संस्थेचे प्रयत्न दीर्घकालीन उद्दिष्टे साध्य करण्याच्या दिशेने निर्देशित केले जातात. हे संस्थात्मक वृद्धीसाठी, ज्ञान मालमत्तेचा वापर करण्यासाठी अधिक सुसंगत दृष्टीकोन वाढवते.

४) संसाधन पर्याप्तता :

ज्ञानाचा उपयोग आणि परिणामकारकता समजून घेणे संस्थांना संसाधन वाटप पर्याप्त करण्यास चालना देते. ते मोजमाप परिणामांवर आधारित प्रशिक्षण, तंत्रज्ञान किंवा ज्ञान व्यवस्थापन धोरणांमध्ये अधिक कार्यक्षमतेने गुंतवणूक करतात.

५) सतत शिकणे आणि अनुकूलता :

प्रभावी ज्ञान मापन सतत शिकण्याच्या आणि अनुकूलतेच्या संस्कृतीला प्रोत्साहन देते. संस्था सुधारणेसाठी क्षेत्रे ओळखतात, बदलांशी जुळवून घेतात आणि ज्ञानाची देवाणघेवाण व नावीन्यपूर्णतेला महत्त्व देणारे शिक्षण पर्यावरण तयार करतात.

६) स्पर्धात्मक फायदा :

मोजलेल्या ज्ञानाच्या मालमत्तेचा लाभ घेतल्यास स्पर्धात्मक धार मिळते. ज्या संस्था त्यांच्या ज्ञान संसाधनांचे प्रभावीपणे मोजमाप करतात आणि त्यांचा वापर करतात त्या नवनिर्मितीसाठी, बाजारातील बदलांना प्रतिसाद देण्यासाठी आणि त्यांच्या उद्योगांमध्ये पुढे राहण्यासाठी अधिक चांगल्या स्थितीत असतात.

७) संघटनात्मक लवचिकता :

ज्ञान मापन ज्ञान व्यवस्थापन पद्धतींमधील सामर्थ्य आणि कमकुवतपणा ओळखून संस्थात्मक लवचिकता निर्माण करण्यास मदत करते. हे ज्ञान संस्थांना आव्हानांशी जुळवून घेण्यास, जोखीम कमी करण्यास आणि बदलांना अधिक प्रभावीपणे समायोजित करण्यास चालना देते.

२.६ ज्ञान व्यवस्थापनात नेतृत्वाची भूमिका :

ज्ञान व्यवस्थापनात नेतृत्व हे संस्कृती जोपासण्यासाठी अविभाज्य आहे जी संस्थात्मक ज्ञानाला महत्त्व देते आणि त्याचा लाभ घेते. नेते ज्ञान व्यवस्थापन पद्धतींचा अवलंब करून एक सहयोगी वातावरण तयार करतात जिथे ज्ञान सामायिक केले जाते, वापरले जाते आणि संपूर्ण संस्थेच्या फायद्यासाठी सतत समृद्ध केले जाते.

२.६.१ नेतृत्वाचा अर्थ :

नेतृत्व ही अशी व्यक्ती असते जी लोकांच्या समूहाला किंवा एखाद्या संस्थेला सामायिक ध्येय किंवा दृष्टीसाठी मार्गदर्शन करते, प्रभावित करते आणि प्रेरित करते. फक्त कार्ये व्यवस्थापित करण्यापलीकडे, नेतृत्व इतरांना प्रेरित करणारे, सहकार्य वाढवणारे आणि सकारात्मक बदल घडवून आणणारे गुण मूर्त स्वरूपात देतात. नेतृत्वामध्ये केवळ मार्गदर्शन करणे आणि निर्णय घेणेच नाही तर इतरांना त्यांच्या पूर्ण क्षमतेपर्यंत पोहोचण्यासाठी सहानुभूती देणे, मार्गदर्शन करणे आणि त्यांना सक्षम करणे देखील समाविष्ट आहे. नेते सहसा दृष्टी, सचोटी, सहानुभूती, निर्णायकता आणि प्रभावीपणे संवाद साधण्याची क्षमता, आदर्श आणि त्यांच्या कार्यसंघ किंवा समुदायांमध्ये प्रगतीसाठी उत्प्रेरक म्हणून काम करणारे गुण प्रदर्शित करतात.

२.६.२ ज्ञान व्यवस्थापनात नेतृत्वाची भूमिका :

ज्ञान व्यवस्थापनातील नेतृत्वाची भूमिका खालील मुद्द्यांद्वारे स्पष्ट करता येईल :

१) दृष्टी आणि दिशा निश्चित करणे :

ज्ञान व्यवस्थापनामधील एक नेता संस्थेतील ज्ञान उपक्रमांसाठी दृष्टी आणि धोरणात्मक दिशा ठरवण्यात महत्त्वाची भूमिका बजावतो. ते ज्ञानाची देवाणघेवाण, नावीन्य आणि सतत शिकण्याचे महत्त्व स्पष्ट करतात, या पैलूंना कंपनीच्या व्यापक उद्दिष्टांशी संरेखित करतात.

२) ज्ञान–अनुकूल संस्कृती निर्माण करणे :

नेते अशा संस्कृतीला प्रोत्साहन देतात जी ज्ञानाची देवाणघेवाण आणि सहयोगाला महत्त्व देते आणि प्रोत्साहित करते. अशा वातावरणाचा प्रचार करून जेथे अंतर्दृष्टी, अनुभव आणि कौशल्य सामायिक करणे कौतुकास्पद आणि पुरस्कृत आहे, ते मोकळेपणा आणि सतत शिकण्याची संस्कृती सुलभ करतात.

३) ज्ञानाच्या देवाणघेवाणीसाठी समर्थन करणे :

नेते ज्ञान सामायिकरण पद्धती आणि व्यासपीठांसाठी सक्रियपणे समर्थन करतात. ते उदाहरणाद्वारे नेतृत्व स्थापित करतात, ज्ञान–सामायिकरण क्रियाकलापांमध्ये भाग घेतात आणि अंतर्दृष्टी आणि सर्वोत्कृष्ट पद्धती सामायिक करण्याच्या महत्त्वावर संघ आणि विभागांमध्ये भर देतात.

४) संसाधने आणि समर्थन प्रदान करणे :

नेते संसाधनांचे वाटप करतात आणि ज्ञान व्यवस्थापन उपक्रमांना पाठिंबा देतात. यामध्ये तंत्रज्ञान, प्रशिक्षण कार्यक्रम आणि ज्ञान सामायिकरण सुलभ करणाऱ्या व्यासपीठांमध्ये गुंतवणूक करणे, कर्मचाऱ्यांकडे योगदान देण्यासाठी आणि ज्ञानात प्रभावीपणे प्रवेश करण्यासाठी आवश्यक साधने आहेत याची खात्री करणे समाविष्ट आहे.

५) कर्मचाऱ्यांना सक्षम करणे आणि गुंतवणे :

प्रभावी नेते कर्मचाऱ्यांना त्यांच्या ज्ञानाच्या योगदानावर स्वायत्तता आणि मालकी देऊन सक्षम करतात. ते कर्मचाऱ्यांना ज्ञान व्यवस्थापनाशी संबंधित निर्णय प्रक्रियेत गुंतवून ठेवतात, त्यांच्या सक्रिय सहभागाला प्रोत्साहन देतात आणि ज्ञान–संबंधित उपक्रमांवर मालकीची भावना वाढवतात.

६) बदल आणि अनुकूलतेस चालना :

नेते ज्ञान व्यवस्थापनाशी संबंधित प्रयत्नांमध्ये बदल घडवून आणतात, हे बदल संस्था विकसित होत असलेल्या तंत्रज्ञान, पद्धती आणि सर्वोत्तम पद्धतींशी जुळवून घेतात. ते नाविन्यपूर्णतेला संबोधित करतात आणि ज्ञानाचा उपयोग वाढवणाऱ्या नवीन पद्धतींचा अवलंब करण्यास ग्रहणक्षम असतात.

७) ज्ञान प्रयत्नांचे मोजमाप आणि मूल्यमापन :

ज्ञान व्यवस्थापन उपक्रमांची परिणामकारकता मोजण्यासाठी नेते निर्देशांक आणि मुख्य कामगिरी निर्देशक (KPIs) स्थापित करतात. ते नियमितपणे ज्ञान सामायिकरण पद्धतींच्या प्रभावाचे मूल्यांकन करतात, ज्ञानाच्या वापराचे मूल्यांकन करतात आणि सुधारण्यासाठी क्षेत्रे ओळखतात.

८) शिक्षण आणि विकासाला चालना :

नेते सतत शिकण्याच्या आणि विकासाच्या महत्त्वावर भर देतात. ते प्रशिक्षण कार्यक्रम, मार्गदर्शन संधी आणि ज्ञान–सामायिकरण सत्रांना समर्थन देतात जे कर्मचाऱ्यांना त्यांची कौशल्ये वाढवण्यास आणि संस्थात्मक ज्ञानामध्ये योगदान देण्यास सक्षम करतात.

९) नेटवर्क आणि समुदाय तयार करणे :

नेते नेटवर्कचे समुदाय तयार करण्यास प्रोत्साहित करतात, जेथे कर्मचारी ज्ञान सामायिक करतात, कल्पनांची देवाणघेवाण करतात आणि विभागांमध्ये सहयोग करतात. ते सामूहिक कौशल्याचा लाभ घेण्यासाठी व्यक्तींमधील संबंध सुलभ करतात.

१०) उदाहरणाद्वारे नेतृत्व :

नेते ज्ञानाची देवाणघेवाण आणि उपयोग यात उदाहरणाद्वारे नेतृत्व करतात. माहिती सामायिक करणे, ज्ञान शोधणे आणि उपलब्ध संसाधनांचा वापर करणे ही त्यांची वचनबद्धता कर्मचाऱ्यांना अनुकरण करण्यास प्रवृत्त करते, संपूर्ण संस्थेमध्ये ज्ञान व्यवस्थापनाची संस्कृती मजबूत करते.

२.७ ज्ञान व्यवस्थापन निर्देशांक :

ज्ञान व्यवस्थापन निर्देशांक एक फ्रेमवर्क म्हणून काम करते जे ज्ञान व्यवस्थापनाच्या विविध पैलूंचे वर्णन करते, संस्थांना ज्ञान मालमत्तेचे प्रभावीपणे व्यवस्थापन आणि लाभ घेण्यासाठी मार्गदर्शन प्रदान करते. ज्ञानाच्या विविध प्रकारांना संबोधित करणारी धोरणे समजून घेऊन आणि त्यांची अंमलबजावणी करून, संस्था शाश्वत वृद्धी आणि स्पर्धात्मक फायद्यासाठी त्यांच्या ज्ञान व्यवस्थापन प्रयत्नांना अनुकूल करू शकतात.

१) स्पष्ट आणि अस्पष्ट ज्ञान :

ज्ञान व्यवस्थापन निर्देशांकामध्ये स्पष्ट आणि अस्पष्ट ज्ञान यातील फरक समाविष्ट आहे. स्पष्ट ज्ञान म्हणजे संहिताकृत, औपचारिक माहिती जी सहजपणे दस्तऐवजीकरण, संग्रहित आणि हस्तांतरित केली जाऊ शकते (उदा. दस्तऐवज, हस्तपुस्तिका, माहितीसंच). दुसरीकडे, अस्पष्ट ज्ञान वैयक्तिक, अनुभवात्मक आणि स्पष्ट करणे कठीण आहे (उदा. कौशल्ये, अंतर्दृष्टी, अंतर्ज्ञान). माहितीसंच, दस्तऐवज आणि भांडारांमधून स्पष्ट ज्ञान मूर्त आणि व्यवस्थापित करणे सोपे आहे. मौलिक ज्ञान, व्यक्तिनिष्ठ आणि संदर्भ-विशिष्ट असल्याने व्यक्तींचे अनुभव, कौशल्य आणि संज्ञानात्मक प्रक्रियांमध्ये राहते. समग्र ज्ञान व्यवस्थापनासाठी दोन्ही प्रकारचे ज्ञान प्रभावीपणे व्यवस्थापित करणे महत्त्वाचे आहे.

२) अंतर्गत आणि बाह्य ज्ञान :

ज्ञान व्यवस्थापन निर्देशांक हे अंतर्गत आणि बाह्य ज्ञान स्त्रोतांमध्ये देखील फरक करतात. अंतर्गत ज्ञान संस्थेमध्ये निर्माण होते; ज्यामध्ये माहिती, अनुभव आणि कर्मचाऱ्यांचे कौशल्य समाविष्ट असते. दुसरीकडे, बाह्य ज्ञान हे ग्राहक, पुरवठादार, उद्योग तज्ज्ञ आणि संशोधन संस्था यासारख्या संस्थेच्या बाहेरील स्त्रोतांकडून प्राप्त होते. अंतर्गत ज्ञान हा संस्थेच्या बौद्धिक भांडवलाचा गाभा असतो. यात मालकीची माहिती, सर्वोत्तम पद्धती आणि मागील अनुभवांमधून शिकलेले धडे समाविष्ट आहेत. बाह्य ज्ञान नवीन दृष्टीकोन, उद्योग प्रवाह आणि नवकल्पना प्रदान करते जे अंतर्गत ज्ञानाला पूरक आणि समृद्ध करते तसेच नवकल्पना आणि अनुकूलता वाढवते.

३) वैयक्तिकरण आणि संहिताकरण :

ज्ञान व्यवस्थापन निर्देशांक वैयक्तिकरण आणि संहितीकरणाद्वारे ज्ञान व्यवस्थापित करण्याच्या दृष्टिकोनांना संबोधित करते. वैयक्तिकरण हे गुप्त ज्ञानाचा लाभ घेण्यावर लक्ष केंद्रित करते, अंतर्दृष्टी आणि कौशल्य सामायिक करण्यासाठी व्यक्तींमधील परस्परसंवादावर जोर देते. दुसरीकडे, संहिताकरण हे संरचित स्वरूपांमध्ये स्पष्ट ज्ञान साठवण आणि संग्रहित करण्यावर भर देते. वैयक्तिकरणामध्ये सुस्पष्ट ज्ञान सामायिकरण प्रोत्साहित करण्यासाठी परस्परसंवाद, चर्चा आणि मार्गदर्शन सुलभ करणे समाविष्ट आहे. यामध्ये कार्यपद्धतीचे समुदाय आणि मार्गदर्शन कार्यक्रम यासारख्या तंत्रांचा समावेश आहे. संहितीकरणामध्ये माहितीसंच, हस्तपुस्तिका आणि मार्गदर्शकतत्त्वांमधील ज्ञानाचे दस्तऐवजीकरण हे सुलभ प्रवेश व प्रसारासाठी आहे.

४) ज्ञान निर्मिती आणि उपयोग :

ज्ञान व्यवस्थापन निर्देशांक ज्ञान निर्मिती आणि उपयोगाच्या प्रक्रियेवर भर देते. ज्ञान निर्मितीमध्ये नवीन माहिती, कल्पना आणि नवकल्पना निर्माण करणे समाविष्ट असते. ज्ञानाचा वापर समस्यांचे निराकरण करण्यासाठी, निर्णय घेण्यासाठी आणि संस्थेसाठी मूल्य निर्माण करण्यासाठी विद्यमान ज्ञान लागू करण्यावर केंद्रित आहे. ज्ञान निर्मिती सहयोग, प्रयोग आणि सतत शिकण्याद्वारे होते. यात संस्थेमध्ये सर्जनशीलता आणि नाविन्यपूर्ण संस्कृतीला प्रोत्साहन देणे समाविष्ट आहे. ज्ञानाचा वापर हे सुनिश्चित करते की तयार केलेले ज्ञान हे निर्णय घेण्यासाठी, समस्या सोडविण्यासाठी आणि संस्थात्मक यश मिळवण्यासाठी प्रक्रिया सुधारण्यासाठी प्रभावीपणे लागू केले जाते.

५) स्पष्ट ज्ञान व्यवस्थापन धोरणे :

ज्ञान व्यवस्थापन निर्देशांकामध्ये स्पष्ट ज्ञान व्यवस्थापित करण्याच्या धोरणांचा समावेश आहे. यामध्ये संपूर्ण संस्थेमध्ये स्पष्ट ज्ञान कैद करणे, संग्रहित करणे, व्यवस्थापित करणे आणि सामायिक करणे या पद्धतींचा समावेश आहे. यात दस्तऐवज व्यवस्थापन प्रणाली, ज्ञान भांडार आणि सहयोग व्यासपीठ यासारख्या साधनांचा वापर करणे समाविष्ट आहे. सुस्पष्ट ज्ञान व्यवस्थापित करण्यामध्ये माहितीची रचना करणे, मेटाडेटा नियुक्त करणे, आवृत्ती नियंत्रण आणि सुलभ प्रवेश सुनिश्चित करणे समाविष्ट आहे. सुस्पष्ट ज्ञान कार्यक्षमतेने संचयित करण्यासाठी आणि पुनर्प्राप्त करण्यासाठी, सहयोगाला प्रोत्साहन देण्यासाठी आणि अतिरेक कमी करण्यासाठी संस्था ज्ञान व्यवस्थापन प्रणाली वापरतात.

६) मौखिक ज्ञान व्यवस्थापन धोरणे :

ज्ञान व्यवस्थापन निर्देशांक देखील स्पष्ट ज्ञान व्यवस्थापित करण्याच्या धोरणांना संबोधित करते. या धोरणांमध्ये परस्परसंवाद, मार्गदर्शन आणि ज्ञान-सामायिकरण क्रियाकलापांना प्रोत्साहन देणारे वातावरण वाढवण्यावर लक्ष केंद्रित केले जाते. कथा सांगणे, मार्गदर्शन करणे आणि सरावाचे समुदाय यांसारख्या तंत्रांचा उपयोग स्पष्ट ज्ञानाचा उपयोग करण्यासाठी केला जातो. अनौपचारिक ज्ञानाची देवाणघेवाण करण्यासाठी प्लॅटफॉर्म आणि मोकळी जागा तयार करणे, संवादाला प्रोत्साहन देणे आणि मार्गदर्शन कार्यक्रम सुलभ करणे यांचा समावेश आहे. यामध्ये निपुण ज्ञानाचे योगदान देणाऱ्या व्यक्तींना ओळखणे आणि त्यांना पुरस्कृत करणे, कौशल्याची देवाणघेवाण करण्याच्या संस्कृतीला प्रोत्साहन देणे देखील समाविष्ट आहे.

७) एकत्रीकरण आणि संकरित दृष्टीकोन :

ज्ञान व्यवस्थापन निर्देशांक वैयक्तिकरण आणि संहितीकरण दोन्ही संकरित पध्दतींना एकत्रित करण्याची आणि वापरण्याची गरज ओळखते, तसेच अंतर्गत आणि बाह्य ज्ञान स्त्रोतांचा लाभ घेते. विविध ज्ञान व्यवस्थापन धोरणे आणि तंत्रे समाकलित करणारा संतुलित दृष्टीकोनाचा अवलंब करून संस्था अनेकदा यश मिळवतात. संकरित पध्दती हे ओळखतात की सर्वांसाठी एक धोरण प्रभावी असू शकत नाही. ज्ञानाचे स्वरूप, संस्थात्मक संस्कृती आणि व्यावसायिक उद्दिष्टे यांच्या आधारावर संस्था त्यांची ज्ञान व्यवस्थापन धोरणे तयार करतात. वैयक्तिकरण आणि संहितीकरण तसेच अंतर्गत आणि बाह्य ज्ञान स्त्रोत एकत्रित करणे व्यापक ज्ञान व्यवस्थापनाची क्षमता वाढवते.

बहुविकल्पी प्रश्न

१) ---------- ही व्यक्ती किंवा गटांमध्ये माहिती आणि अंतर्दृष्टीची देवाणघेवाण करण्याची सहयोगी प्रक्रिया आहे.
अ) ज्ञान मिळवणे ब) ज्ञानाची देवाणघेवाण क) ज्ञानाचा साठा ड) ज्ञान वेगळे करणे

२) साधने आणि तंत्रज्ञान प्रभावी ---------- सुलभ करतात, संवाद आणि सहयोग वाढवतात.
अ) अज्ञान ब) ज्ञानाची देवाणघेवाण क) शोषण ड) दुर्लक्ष

३) प्रस्तुत ज्ञान प्रणालीमध्ये माहिती पोहोचवण्यासाठी सर्वात योग्य ---------- निवडणे समाविष्ट असते.
अ) साठा ब) पद्धती क) अज्ञान ड) लवाद

४) बदलाच्या व्यवस्थापनात ज्ञान व्यवस्थापनाच्या भूमिकेमध्ये ---------- ला ज्ञानाचा लाभ घेणे आणि संस्थात्मक संक्रमणांशी जुळवून घेणे समाविष्ट आहे.
अ) साठवणूक ब) प्रतिकार क) दुर्लक्ष ड) नवनिर्मिती

५) ज्ञानाचे मोजमाप एखाद्या संस्थेतील ---------- ज्ञानाच्या परिणामकारकतेचे मूल्यांकन करते.
अ) विस्तार ब) देवाणघेवाण क) दुर्लक्ष ड) लवाद

६) ज्ञान व्यवस्थापनामधील नेतृत्वाची भूमिका ---------- आणि सहयोगाची संस्कृती वाढवणे आहे.
अ) साठवणूक ब) अज्ञान क) जागरूकता ड) दुर्लक्ष

७) ज्ञान व्यवस्थापन निर्देशांक ---------- आणि स्पष्ट परिमाणांवर आधारित ज्ञानाचे वर्गीकरण करते.
अ) संदिग्ध ब) मनमानी क) दुर्लक्षित ड) अस्पष्ट

८) ज्ञानाची देवाणघेवाण हा संस्थेतील प्रभावी ---------- चा मुख्य घटक आहे.
अ) दुर्लक्ष ब) नवोपक्रम क) शोषण ड) लवाद

९) ज्ञानाच्या देवाणघेवाणीसाठी ---------- व्यासपीठ तयार करण्यात साधने आणि तंत्रे महत्त्वपूर्ण भूमिका बजावतात.
अ) साठवणूक ब) दुर्लक्षित क) सहयोगी ड) शोषण करणारे

१०) प्रस्तुत ज्ञान प्रणालीमध्ये माहिती सामायिक करण्यासाठी योग्य रचना आणि ---------- निवडणे समाविष्ट असते.
अ) अज्ञान ब) माध्यम क) लवाद ड) दुर्लक्ष

११) बदलाच्या व्यवस्थापनामध्ये ज्ञान व्यवस्थापनाची भूमिका ---------- आणि प्रभावी अनुकूलन सुनिश्चित करणे आहे.
अ) साठवणूक ब) अज्ञान क) सौम्य ड) दुर्लक्ष

१२) ज्ञानाच्या मापनामध्ये ज्ञान-सामायिकरण उपक्रमांच्या प्रभावाचे आणि ---------- चे मूल्यांकन करणे समाविष्ट आहे.
अ) दुर्लक्ष ब) लवाद क) परिणामकारकता ड) अज्ञान

१३) ज्ञान व्यवस्थापनातील नेतृत्वाची भूमिका ---------- ही सतत शिकण्याची आणि सुधारण्याची संस्कृती असते.
अ) साठवणूक ब) प्रज्वलित क) पालनपोषण ड) दुर्लक्ष

१४) ज्ञान व्यवस्थापन निर्देशांक ज्ञानाचे वर्गीकरण त्याच्या ---------- च्या स्तरावर करण्यास मदत करते.

अ) अज्ञान **ब)** जागरूकता **क)** गुंतागुंत **ड)** दुर्लक्ष

१५) ज्ञानाची देवाणघेवाण संस्थेमध्ये सहयोग आणि ---------- नाविन्य वाढवते.

अ) अज्ञान **ब)** अडथळा **क)** पालनपोषण **ड)** दुर्लक्ष

१६) साधने आणि तंत्रज्ञान ---------- सामायिकरणासाठी व्यासपीठ प्रदान करतात, ज्ञान सर्वांसाठी प्रवेशयोग्य बनवतात.

अ) विलग **ब)** प्रभावी **क)** अस्पष्ट **ड)** दुर्लक्षित

१७) प्रस्तुत ज्ञान प्रणालीमध्ये माहिती पोहोचवण्यासाठी सर्वात योग्य ---------- निवडणे समाविष्ट असते.

अ) साठवणूक **ब)** पद्धती **क)** अज्ञान **ड)** लवाद

१८) बदलाच्या व्यवस्थापनामध्ये ज्ञान व्यवस्थापनाची भूमिका म्हणजे संक्रमणादरम्यान ---------- संप्रेषण सुलभ करणे.

अ) प्रभावी **ब)** साठा **क)** दुर्लक्षित **ड)** अज्ञानी

१९) ज्ञानाचे मोजमाप ज्ञान–सामायिकरण उपक्रमांच्या प्रभावाचे आणि ---------- चे मूल्यांकन करते.

अ) लवाद **ब)** साठवणूक **क)** परिणामकारकता **ड)** दुर्लक्ष

२०) ज्ञान व्यवस्थापनामधील नेत्याची भूमिका म्हणजे ---------- ला ज्ञानाची देवाणघेवाण आणि शिकण्यासाठी प्रेरणा देणे.

अ) साठवणूक **ब)** दुर्लक्ष **क)** संस्कृती **ड)** अज्ञान

२१) ज्ञान व्यवस्थापन निर्देशांक ---------- आणि सुधारणेसाठी क्षेत्रे ओळखण्यास मदत करते.

अ) साठवणूक **ब)** नवोपक्रम **क)** अज्ञान **ड)** दुर्लक्ष

२२) ज्ञानाची देवाणघेवाण ---------- आणि अनुकूलतेची संस्कृती वाढवण्यासाठी आवश्यक आहे.

अ) शोषण **ब)** साठवणूक **क)** नवोपक्रम **ड)** अज्ञान

२३) साधने आणि तंत्रज्ञान ---------- ज्ञान–सामायिकरण पद्धतींसाठी प्लॅटफॉर्म प्रदान करतात.

अ) विलग **ब)** प्रभावी **क)** अस्पष्ट **ड)** दुर्लक्षित

२४) प्रस्तुत ज्ञान प्रणालीमध्ये माहिती पोहोचवण्यासाठी सर्वात योग्य ---------- निवडणे समाविष्ट असते.

अ) साठवणूक **ब)** पद्धती **क)** अज्ञान **ड)** लवाद

२५) बदलाच्या व्यवस्थापनामध्ये ज्ञान व्यवस्थापनाच्या भूमिकेमध्ये ---------- आणि संस्थात्मक तत्परता यांचा समावेश होतो.

अ) दुर्लक्ष **ब)** नवोपक्रम **क)** साठवणूक **ड)** अज्ञान

२६) ज्ञानाचे मोजमाप ---------- आणि ज्ञान–सामायिकरण उपक्रमांच्या परिणामांचे मूल्यमापन करते.

अ) परिणामकारकता **ब)** साठवणूक **क)** दुर्लक्ष **ड)** लवाद

२७) बदलाच्या व्यवस्थापनामधील नेत्याची भूमिका ---------- ही ज्ञानाची देवाणघेवाण आणि सहयोगाची संस्कृती आहे.

अ) प्रज्वलित करणे **ब)** बदलाच्या व्यवस्थापना **क)** दुर्लक्ष **ड)** लवाद

२८) ज्ञान व्यवस्थापन निर्देशांक ज्ञानाचे ---------- आणि स्पष्ट परिमाणांवर आधारित वर्गीकरण करण्यास मदत करते.

अ) संदिग्ध ब) मनमानी क) दुर्लक्षित ड) अस्पष्ट

२९) सतत ---------- आणि सुधारणेची संस्कृती निर्माण करण्यासाठी ज्ञानाची देवाणघेवाण महत्त्वपूर्ण आहे.

अ) अज्ञान ब) सहयोग क) साठवणूक ड) लवाद

३०) साधने आणि तंत्रे ज्ञानाच्या देवाणघेवाणीसाठी, सहयोगी पर्यावरणास प्रोत्साहन देण्यासाठी ---------- प्रदान करतात.

अ) अलगाव ब) व्यासपीठ क) दुर्लक्ष ड) संदिग्धता

उत्तरे : १) ब, २) ब, ३) ब, ४) ड, ५) ब, ६) क, ७) अ, ८) ब, ९) क, १०) ब, ११) क, १२) क, १३) क, १४) क, १५) क, १६) ब, १७) ब, १८) अ, १९) क, २०) क, २१) ब, २२) क, २३) ब, २४) ब, २५) ब, २६) अ, २७) अ, २८) क, २९) ब, ३०) ब.

सरावासाठी प्रश्न

प्र. १. ज्ञान सामायिकरण म्हणजे काय? ज्ञान सामायिकरणाचे प्रकार लिहा.

प्र. २. ज्ञान व्यवस्थापनाची साधने आणि तंत्रे स्पष्ट करा.

प्र. ३. ज्ञान सादर करण्याची प्रणाली स्पष्ट करा.

प्र. ४. बदलांचे व्यवस्थापन म्हणजे काय? बदलांच्या व्यवस्थापनाचे स्वरूप आणि कंपनीतील त्याची भूमिका स्पष्ट करा.

प्र. ५. बदलाच्या व्यवस्थापनामध्ये ज्ञान व्यवस्थापनाची भूमिका विशद करा.

प्र. ६. ज्ञानाच्या मापनाबद्दल तपशीलवार विवेचन करा.

प्र. ७. नेतृत्व म्हणजे काय? ज्ञान व्यवस्थापनातील नेतृत्वाची भूमिका स्पष्ट करा.

प्र. ८. ज्ञान व्यवस्थापन निर्देशांक सविस्तर स्पष्ट करा.

प्र. ९. **खालील विषयांवर टिपा लिहा:**

अ) ज्ञानाची देवाणघेवाण.

ब) ज्ञान व्यवस्थापनाची साधने आणि तंत्रे.

क) ज्ञानाचे मोजमाप.

ड) ज्ञान सादर करण्याची प्रणाली.

इ) ज्ञान व्यवस्थापन निर्देशांक.

ई) ज्ञान मापनाच्या पद्धती.

फ) ज्ञान मापनाच्या पातळ्या.

ग) ज्ञान मापनाची आव्हाने.

ह) प्रभावी ज्ञान मापनाचे फायदे.

प्रकरण ३

आंतर-कार्यात्मक क्षेत्रे आणि ज्ञान व्यवस्थापन

प्रस्तावना :

विविध व्यावसायिक आणि मानवी कृतींच्या क्षेत्रांमध्ये ज्ञान व्यस्थापनाचा सक्षमपणे वापर करून घेण्याचे प्रमाण हे दिवसेंदिवस वाढत चालल्याचे दिसून येते. संघटनेला सध्याच्या सातत्याने बदलत जाणाऱ्या व्यावसायिक पर्यावरणामध्ये आणि आंतरराष्ट्रीय स्तरावरील स्पर्धेत टिकून राहण्याच्या हेतूने यशस्वीतता प्राप्त करण्यासाठी विविध मार्गांने ज्ञान व्यवस्थापनाची मदत घ्यावी लागते. परिणामी, व्यवसायाच्या किंवा उद्योगाच्या विविध कृतींशी आणि विभागांशी ज्ञान व्यवस्थापनाचा अत्यंत जवळचा संबंध असल्याचे दिसून येते. परिणामी, अनेक व्यावसायिक प्रक्रिया ज्या सुरुवातीला खूपच गुंतागुंतीच्या असतात त्यांची प्रक्रिया सोपी करण्यासाठी संघटनेद्वारे ज्ञान व्यवस्थापनाचा प्रभावीपणे वापर केला जातो. व्यवसाय व्यस्थापनच्या विविध पैलूंशी ज्ञान व्यवस्थापनाचा अत्यंत जवळचा संबंध असल्याचे दिसून येते. अलीकडच्या काळात उद्योगसंस्था या यशस्वीपणे स्पर्धात्मक लाभ मिळवण्यासाठी सातत्याने प्रयत्नशील असल्याचे दिसून येते. परिणामी, हे स्पर्धात्मक लाभ मिळवण्यात ज्ञान व्यवस्थापनाची महत्त्वाची भूमिका आहे. कोणत्याही व्यवसाय किंवा उद्योग संस्थेसाठी तिचा वित्त विभाग आणि वित्त विषयक कृती, विपणन विभाग आणि विपणन व्यूहरचना व विपणनविषयक कृती, समग्र गुणवत्ता व्यवस्थापन, उद्योग-व्यवसाय संघटनेशी संबंधित असणाऱ्या ग्राहक संबंधांचे व्यवस्थापन आणि उद्योग-व्यवसाय संघटनेतील मानव संसाधन व्यवस्थान हे विभाग आत्यंतिक महत्त्वाचे असतात, किंबहुना संपूर्ण व्यावसायिक प्रक्रिया व्यवस्थित चालवण्याचे काम हे या विभागांच्याकडून सक्षमपणे केले जाते. परिणामी, यासर्वच विभागांमध्ये व्यावसायिक-उद्योग संस्था या ज्ञान व्यवस्थापनाचा प्रभावीपणे उपयोग करून घेत असल्याचे दिसून येते.

३.१ वित्तपुरवठा आणि ज्ञान व्यवस्थापन :

डिजिटल युगात कर्मचारी विशेषतः आर्थिक क्षेत्रात केंद्रीय घटक म्हणून ज्ञानाचा उपयोग करून एकत्र काम करत आहेत. बऱ्याच संशोधन अभ्यासानुसार असे आढळले आहे की, विकी-आधारित आर्थिक गुंतवणूक ज्ञान व्यवस्थापन सेवा मजकूराची टिप्पणी आणि आर्थिक विश्लेषण मॉडेल दोन्ही हस्तगत करू शकते, ज्यामुळे इतर विक्री सेवांची तुलना केली जाऊ शकते जे केवळ मजकूर टिप्पण्या सामायिक करण्यास परवानगी देते. हे साधन कॉर्पोरेट आणि गुंतवणूकदारांसाठी ज्ञान प्रतिनिधित्व आणि ज्ञान सामायिकरण संधी प्रदान करू शकते. हे आर्थिक ज्ञान बाह्य वेब सेवांद्वारे देखील वापरले जाऊ शकते.

३.१.१ वित्तीय उद्योगातील ज्ञान व्यवस्थापन :

डिजिटल युगात हे दिसून येते की, आपण राहत असलेला समाज हळूहळू 'ज्ञान समाजात' बदलत चालला आहे. कर्मचारी समाजात, विशेषतः आर्थिक क्षेत्रात केंद्रीय घटक म्हणून ज्ञानाचा उपयोग करून एकत्र काम करत आहेत. आर्थिक उद्योगातील ज्ञान व्यवस्थापन अंमलबजावणीवर अभ्यास करणारी जास्त संशोधने उपलब्ध नाही. प्रोत्साहन यंत्रणेची तत्त्वे खालीलप्रमाणे आहेत :

अ) अल्पकालीन आणि दीर्घकालीन प्रोत्साहन :

वित्तीय उद्योगातील कर्मचारी ज्ञानी असतात आणि ते व्यवसायात दीर्घकालीन पदोन्नतीवर लक्ष केंद्रित करतात. म्हणून प्रशासन आणि पर्यवेक्षण अधिकाऱ्यांनी कर्मचाऱ्यांना केवळ वेतन, साठा आणि पर्याय यासारख्या अल्प-मुदतीसाठी प्रोत्साहनच देऊ नये तर त्या कर्मचाऱ्यांना व्यवसायातील पदोन्नती, सर्व प्रकारच्या प्रशिक्षण यासारखे दीर्घकालीन विकसनशील योजना देखील पुरवाव्यात.

ब) साहित्य आणि आध्यात्मिक प्रोत्साहन :

जाणकार कर्मचाऱ्यांना केवळ भौतिक प्रोत्साहनच नाही तर आध्यात्मिक प्रोत्साहन देखील आवश्यक आहे. आर्थिक उपक्रमांसाठी कर्मचाऱ्यांना आध्यात्मिक प्रोत्साहन देणे महत्वाचे आहे. जर एखादा उद्योग फक्त भौतिक प्रोत्साहन देत असेल तर ते प्रोत्साहन अधिक काळ टिकणार नाही, याउलट आध्यात्मिक प्रोत्साहन कर्मचाऱ्यांच्या उच्चस्तरीय गरजा भागवू शकेल. आजकाल, अनेक वित्तीय कंपन्या कर्मचाऱ्यांना स्टॉक पर्याय व परतावा देऊन प्रोत्साहित करण्याचा प्रयत्न करीत आहेत.

WIKMS ही एक विक्री-आधारित आर्थिक गुंतवणूक ज्ञान व्यवस्थापन सेवा आहे जी सेवा-देणारे ज्ञान व्यवस्थापन, विशेषतः आर्थिक गुंतवणूकीच्या क्षेत्रामध्ये ज्ञान सामायिकरण करण्यासाठी एक नवीन दिशा आणि अंतर्दृष्टी प्रदान करते. सिस्टम मजकूर टिप्पण्या आणि आर्थिक विश्लेषण मॉडेल यासह वापरकर्त्यांनी योगदान दिलेली माहिती स्वयंचलितपणे मिळवू शकते आणि हे ज्ञान इतर कॉर्पोरेट आणि सार्वजनिक गुंतवणूकदारांसह सामायिक करु शकते. विशेषतः बाह्य वेब सेवांद्वारे हे आर्थिक गुंतवणूकीचे ज्ञान वापरले जाऊ शकते.

१) स्टॉक कामगिरीचे मूलभूत विश्लेषण :

स्टॉक कामगिरीच्या मूलभूत विश्लेषणासाठी, खालील मॉडेल्स तयार केली गेली आहेत आणि WIKMS च्या अंगभूत सेवा म्हणून उपलब्ध केल्या आहेत :

i) किंमत कमाईचे प्रमाण (पी/ई-गुणोत्तर) :

हे मोजण्यासाठी कंपनीच्या निव्वळ उत्पन्नाचे बाजार मूल्य देऊन विभाजन करणे.

ii) नफा किंमत कमाई/वाढ प्रमाण :

पीईच्या बाबतीत कंपनीची वाढ मोजण्यासाठी वापरले जाते.

iii) आरओआय १० :

आवाज कमी करण्यासाठी सरासरी १० वर्षे आरओआय

iv) प्रति शेअर कमाई (ईपीएस) :

जारी केलेल्या शेअर्सच्या संख्येनुसार निव्वळ उत्पन्न विभाजित करणे. हे प्रति शेअर नफा मोजण्यासाठी वापरले जाते.

२) स्टॉक कामगिरीचे तांत्रिक विश्लेषण :

स्टॉक कामगिरीच्या तांत्रिक विश्लेषणासाठी, खालील मॉडेल्स विकसित केली गेली आहेत आणि उपलब्ध करुन दिली आहेत.

i) स्टोकेस्टिक (एसटीसी) :

बंद होणारी किंमत अलीकडील व्यापार श्रेणीशी कोठे संबंधित असावी? हे मोजण्यासाठी स्टोकेस्टिक ऑसीलेटरचा वापर केला जातो.

ii) सापेक्ष सामर्थ्य निर्देशांक (आरएसआय) :

हे वरच्या आणि खालच्या नजीकच्या हालचालींची तुलना करून किंमतीची सामर्थ्य दर्शविते.

iii) दिशात्मक हालचाली निर्देशांक (डीएमआय) :

डीएक्सचे स्पष्टीकरण देण्यासाठी, उच्चसंख्येस मजबूत प्रवृत्ती आणि कमी संख्या एक कमकुवत ट्रेंड असल्याचे समतोल ऑन-बॅलन्स व्हॉल्यूम (OBV) : शेअरबाजारातील ओबीव्ही किंमत आणि व्हॉल्यूमशी संबंधित आहे.

iv) गती (एमटीएम) आणि बदलाचे दर (आरओसी) :

गती आणि बदलाचे दर निर्देशक दर्शवितात की सकारात्मक राहून अप-ट्रेंड टिकून राहतो किंवा नकारात्मक असतो तर डाउन-ट्रेंड टिकतो विल्यम ओव्हरबॉट/ओव्हरसॉल्ड निर्देशांक : हे ओव्हर बॉकेट आणि ओव्हर सॉल्डलेव्हलचे एक मापन आहे जे स्टोकेस्टिक ओसीलेटरसारखे आहे.

३.१.२ वित्तीय सेवांमध्ये प्रभावी ज्ञान व्यवस्थापन :

इष्टतम निर्णय घेणे, अनुपालन, जोखीम व्यवस्थापन आणि ग्राहकांचे समाधान सुनिश्चित करण्यासाठी वित्तीय सेवांमध्ये प्रभावी ज्ञान व्यवस्थापन महत्त्वपूर्ण आहे. वित्तीय सेवा उद्योगातील प्रभावी ज्ञान व्यवस्थापनासाठी धोरणे स्पष्ट करणारे महत्त्वाचे मुद्दे पुढीलप्रमाणे आहेत :

१) ज्ञान संपत्ती समजून घेणे :

वित्तीय सेवांमधील प्रभावी ज्ञान व्यवस्थापनाची सुरुवात संस्थेतील विविध प्रकारच्या ज्ञान मालमत्तेची ओळख करून होते. यामध्ये वित्तीय तथ्ये, अहवाल आणि कार्यपद्धती यासारख्या स्पष्ट मालमत्तेचा समावेश आहे, तसेच कर्मचाऱ्यांकडे असलेले स्पष्ट ज्ञान, जसे की जोखीम मूल्यांकन किंवा बाजार प्रवाहातील कौशल्य. या मालमत्तेची ओळख आणि वर्गीकरण करणे हे संरचित व्यवस्थापनाचा पाया घालते.

२) ज्ञान व्यवस्थापन प्रणालीची अंमलबजावणी :

मजबूत ज्ञान व्यवस्थापन प्रणालींमध्ये गुंतवणूक करणे महत्त्वाचे आहे. या प्रणालींनी विविध विभाग आणि संघांमध्ये माहितीचे सुलभ संचयन, पुनर्प्राप्ती आणि सामायिकरण सुलभ केले पाहिजे. ते इंट्रानेट पोर्टल, दस्तऐवज व्यवस्थापन सॉफ्टवेअर किंवा सहयोगी प्लॅटफॉर्मद्वारे केले जाते. अधिकृत कर्मचाऱ्यांसाठी प्रवेशयोग्य केंद्रीकृत भांडार तयार करणे हे त्याचे ध्येय असते.

३) ज्ञान सामायिकरण संस्कृतीस प्रोत्साहन :

एक अशी संस्थात्मक संस्कृती जोपासणे जी ज्ञान सामायिकरणास महत्त्व देते आणि प्रोत्साहन देते. कर्मचाऱ्यांना त्यांचे कौशल्य दस्तऐवजीकरण करण्यासाठी, प्रकल्पांमधून मिळालेले अनुभव सामायिक करण्यासाठी आणि समस्या सोडवण्यासाठी सहयोग करण्यास प्रोत्साहित करणे आवश्यक आहे. ज्ञान सामायिकरण उपक्रमांची ओळख आणि बक्षिसे सहभागाला प्रोत्साहन देतात आणि इच्छित वर्तन मजबूत करतात.

४) प्रशिक्षण आणि विकास कार्यक्रम :

कर्मचाऱ्यांचे कौशल्य आणि ज्ञान वाढविण्यासाठी चालू प्रशिक्षण आणि विकास कार्यक्रम प्रदान केले जातात. वित्तीय नियमन, गुंतवणूक धोरणे, तांत्रिक प्रगती आणि इतर संबंधित विषयांवर अभ्यासक्रम प्रदान केले जातात. याव्यतिरिक्त, मार्गदर्शन कार्यक्रम ज्ञान हस्तांतरण सुलभ करण्यासाठी कनिष्ठ कर्मचारी अनुभवी व्यावसायिकांशी जोडू शकतात.

५) सरावाचे समुदायाचा वापर :

सरावाचे समुदाय (CoPs) स्थापन करणे, जेथे समान भूमिका किंवा स्वारस्य असलेले कर्मचारी कल्पना, सर्वोत्तम पद्धती आणि माहितीची देवाणघेवाण करू शकतात. सरावाचे समुदाय अनौपचारिक शिक्षण, नेटवर्किंग आणि समवयस्क समर्थनासाठी एक व्यासपीठ प्रदान करतात. नियमित बैठका, कार्यशाळा आणि ऑनलाइन चर्चा आयोजित करून सक्रिय सहभागास प्रोत्साहन देतात.

६) ज्ञान संग्रह आणि दस्तऐवजीकरण :

कर्मचारी निवृत्त होण्यापूर्वी किंवा इतर भूमिकांकडे जाण्यापूर्वी ज्ञान संग्रह आणि दस्तऐवजीकरण करण्यासाठी प्रक्रिया विकसित करतात. यामध्ये नोकरी सोडून जातांनाची मुलाखत घेणे, ज्ञान भांडार तयार करणे किंवा माहिती आणि अनुभवांची नोंद करण्यासाठी ज्ञान संग्रह तंत्रे वापरणे यांचा समावेश असतो. संस्थात्मक ज्ञान जतन करून, संस्था कर्मचारी उलाढालीशी संबंधित जोखीम कमी करू शकतात.

७) ज्ञान शोधासाठी तंत्रज्ञान आत्मसात करणे :

ज्ञान शोध आणि निर्णय घेण्याची प्रक्रिया वाढविण्यासाठी कृत्रिम बुद्धिमत्ता (AI) आणि मशीन लर्निंग सारख्या प्रगत तंत्रज्ञानाचा लाभ घेतला जातो. कृत्रिम बुद्धिमत्ता-संचालित विश्लेषणे वित्तीय तथ्यांमधील नमुने ओळखण्यात, बाजारातील प्रवाहांचा अंदाज लावण्यात आणि नियमित कार्ये स्वयंचलित करण्यात, कर्मचाऱ्यांना धोरणात्मक क्रियाकलापांवर लक्ष केंद्रित करण्यासाठी वेळ मोकळा करण्यास मदत करतात.

८) जोखीम व्यवस्थापन आणि अनुपालन :

जोखीम व्यवस्थापन आणि अनुपालन प्रक्रियांमध्ये ज्ञान व्यवस्थापन पद्धती एकत्रित करणे आवश्यक असते. कर्मचाऱ्यांना अद्ययावत नियामक माहिती, अनुपालन मार्गदर्शक तत्त्वे आणि जोखीम मूल्यांकन चौकटीमध्ये प्रवेश असल्याची खात्री केली जाते. अंकेक्षण आणि तपासणी सुव्यवस्थित करण्यासाठी अनुपालन दस्तऐवजीकरण आणि प्रक्रिया केंद्रीकृत केल्या जातात.

९) सतत सुधारणा आणि प्रतिसाद यंत्रणा :

ज्ञान व्यवस्थापन चौकटीमध्ये सतत सुधारणा आणि प्रतिसाद यंत्रणा स्थापित करणे आवश्यक असते. ज्ञान सामायिकरण उपक्रमांची परिणामकारकता, प्रणालीची उपयोगिता आणि सुधारणेची क्षेत्रे यावर कर्मचाऱ्यांकडून नियमितपणे अभिप्राय मागवला जातो. प्रक्रिया परिष्कृत करण्यासाठी, सामग्री अद्यतनित करण्यासाठी आणि उदयोन्मुख गरजा पूर्ण करण्यासाठी या अभिप्रायाचा वापर करणे आवश्यक असते.

१०) यश आणि गुंतवणुकीवरील परतावा मोजणे :

ज्ञान व्यवस्थापन उपक्रमांच्या यशाचे मोजमाप करण्यासाठी आणि गुंतवणुकीवर परतावा (ROI) प्रदर्शित करण्यासाठी मुख्य कार्यप्रदर्शन निर्देशक (KPIs) परिभाषित केले पाहिजे. ज्ञान–सामायिकरण व्यासपीठांद्वारे कर्मचाऱ्यांची प्रतिबद्धता, माहितीच्या सुधारित प्रवेशाद्वारे वाचलेला वेळ आणि महसूल वाढ, जोखीम कमी करणे आणि ग्राहकांचे समाधान यासारख्या व्यवसाय परिणामांवर ज्ञान व्यवस्थापनाचा प्रभाव यासारख्या मेट्रिक्सचा मागोवा घेतला पाहिजे. प्रगती मोजण्यासाठी नियमितपणे मुख्य कार्यप्रदर्शन निर्देशकाचे पुनरावलोकन करून संसाधन वाटप आणि धोरण समायोजन बद्दल माहितीपूर्ण निर्णय घेणे आवश्यक असते.इष्टतम निर्णय घेणे, अनुपालन, जोखीम व्यवस्थापन आणि ग्राहकांचे समाधान सुनिश्चित करण्यासाठी वित्तीय सेवांमध्ये प्रभावी ज्ञान व्यवस्थापन महत्त्वपूर्ण आहे. वित्तीय सेवा उद्योगातील प्रभावी ज्ञान व्यवस्थापनासाठी धोरणे स्पष्ट करणारे महत्त्वाचे मुद्दे पुढीलप्रमाणे आहेत:

३.१.३ वित्तपुरवठा क्षेत्रातील ज्ञान व्यवस्थापनाची भूमिका :

ज्ञान व्यवस्थापन हे वित्तपुरवठा क्षेत्राचा अविभाज्य घटक आहे कारण ते जोखीम व्यवस्थापनाला अनुकूल करते, माहितीपूर्ण निर्णय घेण्यास सुलभ करते, ग्राहक संबंध वाढवते, नवकल्पना वाढवते, नियामक अनुपालन सुनिश्चित करते आणि प्रतिभा व्यवस्थापनास समर्थन देते.

१) जोखीम व्यवस्थापन :

वित्तपुरवठा क्षेत्रातील ज्ञान व्यवस्थापन जोखीम व्यवस्थापन पद्धती वाढविण्यात महत्त्वपूर्ण भूमिका बजावते. विविध आर्थिक उत्पादने, बाजार आणि नियामक चौकटींबद्दलचे ज्ञान प्रभावीपणे संग्रहित करून, संघटित करून आणि प्रसारित करून वित्तीय संस्था गुंतवणूक, कर्ज देणे आणि इतर वित्तीय क्रियाकलापांशी संबंधित जोखीम कमी करण्यासाठी माहितीपूर्ण निर्णय घेऊ शकतात. हे ज्ञान जोखीम व्यवस्थापकांना संभाव्य जोखीम ओळखण्यास, मूल्यांकन करण्यास आणि संबोधित करण्यास सक्षम करते, ज्यामुळे संस्थेच्या वित्तीय स्थिरतेचे रक्षण होते.

२) नियामक अनुपालन :

वित्तपुरवठा क्षेत्र एक जटिल नियामक पर्यावरणात कार्य करते ज्याचे वैशिष्ट्य सतत विकसित होत असलेले नियम आणि नियमने आहेत. ज्ञान व्यवस्थापन नियामक अद्यतने, अनुपालन प्रक्रिया आणि सर्वोत्कृष्ट पद्धतींचा संपूर्ण संस्थेमध्ये प्रसार करण्यास सुलभ करते. अनुपालन आवश्यकतांशी संबंधित ज्ञानाचे केंद्रीकरण करून, वित्तीय संस्था नियामक मानकांचे पालन सुनिश्चित करतात, अनुपालन जोखीम कमी करतात आणि मोठे दंड किंवा कायदेशीर परिणाम टाळतात.

३) उत्पादन नावीन्य :

ज्ञान व्यवस्थापन कर्मचाऱ्यांमध्ये कल्पना, माहिती आणि कौशल्याची देवाणघेवाण सुलभ करून वित्तपुरवठा क्षेत्रातील नावीन्यपूर्णतेला प्रोत्साहन देते. ज्ञान भांडार, सहयोगी व्यासपीठआणि नावीन्य केंद्राचा फायदा घेऊन, वित्तीय संस्था नाविन्यपूर्ण वित्तीय उत्पादने आणि सेवा विकसित करण्यासाठी उदयोन्मुख बाजारातील प्रवाह, ग्राहक प्राधान्ये आणि तांत्रिक प्रगती ओळखू शकतात. हे संघटनांना स्पर्धात्मक राहण्यास, नवीन ग्राहकांना आकर्षित करण्यास आणि गतिशील बाजार पर्यावरणात महसूल वाढ करण्यास सक्षम करते.

४) ग्राहक संबंध व्यवस्थापन :

प्रभावी ज्ञान व्यवस्थापन वैयक्तिकृत आणि मूल्यवर्धित सेवा सक्षम करून वित्तपुरवठा क्षेत्रातील ग्राहक संबंध व्यवस्थापन वाढवते. ग्राहकांची माहिती संग्रहित करून आणि त्याचे विश्लेषण करून, वित्तीय संस्था ग्राहकांच्या

गरजा, प्राधान्ये आणि वर्तन याबद्दल माहिती मिळवू शकतात. हे ज्ञान नातेसंबंध व्यवस्थापकांना वित्तीय निराकरणे तयार करण्यास, संबंधित सल्ला देण्यास आणि विश्वास व परस्पर समंजसपणावर आधारित दीर्घकाळ टिकणारे संबंध निर्माण करण्यास सक्षम करते. उत्कृष्ट ग्राहक संबंध व्यवस्थापनामुळे ग्राहकांचे समाधान, धारणा आणि निष्ठा वाढते.

५) कार्यपद्धतीची कार्यक्षमता :

ज्ञान व्यवस्थापन प्रक्रिया सुव्यवस्थित करून, बनावट प्रयत्न कमी करून आणि संसाधनांचा वाटप पर्याप्त करून वित्तपुरवठा क्षेत्रातील कार्यक्षमतेत योगदान देते. प्रक्रियांचे मानकीकरण करून, सर्वोत्तम पद्धतींचे दस्तऐवजीकरण करून आणि संबंधित माहितीमध्ये प्रवेश प्रदान करून, वित्तीय संस्था अकार्यक्षमता दूर करतात आणि लेखांकन, जोखिमांकन आणि ग्राहक सेवा यासारख्या विविध कार्यांमध्ये उत्पादकता वाढवतात. हे संस्थांना खर्च कमी करण्यास, सेवेचा दर्जा सुधारण्यास आणि एकूणच चांगली कामगिरी करण्यास सक्षम करते.

६) बाजारपेठ बुद्धिमत्ता :

ज्ञान व्यवस्थापन वित्तीय संस्थांना बाजार गतिशीलता, स्पर्धक क्रियाकलाप आणि वित्तीय प्रवाहांमध्ये कृती करण्यायोग्य माहिती प्राप्त करण्यास सक्षम करते. बाजारपेठांविषयीची माहिती, उद्योग अहवाल आणि स्पर्धात्मक बुद्धिमत्ता एकत्रित करून आणि विश्लेषित करून संस्था गुंतवणूक धोरणे, उत्पादन स्थिती आणि व्यवसाय विस्ताराच्या संधींबाबत माहितीपूर्ण निर्णय घेऊ शकतात. हा ज्ञान-आधारित दृष्टीकोन वित्तीय संस्थांना बाजारातील बदलांचा अंदाज घेण्यास, उदयोन्मुख संधींचा फायदा घेण्यास आणि बाजारपेठेत स्पर्धात्मक धार राखण्यास मदत करतो.

७) प्रतिभा विकास :

वित्तपुरवठा क्षेत्रामध्ये प्रतिभा विकास आणि उत्तराधिकार नियोजनामध्ये ज्ञान व्यवस्थापन महत्त्वाची भूमिका बजावते. प्रशिक्षण संसाधने, शिक्षण मॉड्यूल आणि ज्ञान-सामायिकरण प्लॅटफॉर्ममध्ये प्रवेश प्रदान करून संस्था त्यांच्या कर्मचाऱ्यांचे कौशल्य वाढवतात. हे संस्थेमध्ये सतत शिक्षण, व्यावसायिक वृद्धी आणि ज्ञान हस्तांतरण सुलभ करते. याव्यतिरिक्त, ज्ञान व्यवस्थापन उच्च-संभाव्य कर्मचारी ओळखण्यात, कारकीर्द विकासाचे मार्ग तयार करण्यात आणि अनुभवी व्यावसायिकांकडून पुढच्या पिढीकडे ज्ञानाचे सहज संक्रमण सुनिश्चित करण्यास मदत करते.

८) निर्णय समर्थन :

ज्ञान व्यवस्थापन हे वित्तपुरवठा क्षेत्रातील एक मौल्यवान निर्णय समर्थन साधन म्हणून काम करते, हितधारकांना विश्वसनीय माहिती आणि अंतर्दृष्टीच्या आधारे तथ्य-आधारित निर्णय घेण्यास सक्षम करते. तथ्ये विश्लेषण, व्यासायिक बुद्धिमत्ता तंत्रे आणि ज्ञान भांडारच उपयोग करून, संस्था धोरणात्मक निर्णय घेण्याच्या प्रक्रियेस समर्थन देण्यासाठी कारवाई करण्यायोग्य अहवाल, अंदाज आणि परिस्थितीचे विश्लेषण तयार करतात. हे सुनिश्चित करते की गुंतवणूक, जोखीम व्यवस्थापन आणि संसाधन वाटप यासंबंधीचे निर्णय सुप्रसिद्ध, पारदर्शक आणि संस्थात्मक उद्दिष्टांशी जुळलेले आहेत.

९) सर्वसमावेशक अहवाल :

ज्ञान व्यवस्थापन तथ्ये स्त्रोतांचे केंद्रीकरण करून, अहवाल स्वरूपाचे मानकीकरण करून आणि अहवाल प्रक्रिया स्वयंचलित करून वित्तपुरवठा क्षेत्रातील सर्वसमावेशक अहवाल आणि पारदर्शकता सुलभ करते. भिन्न प्रणाली आणि तथ्यसंच एकत्रित करून, वित्तीय संस्था विविध कार्यप्रदर्शन निर्देशांक, वित्तीय निर्देशांक आणि नियामक

आवश्यकतांवर अचूक व वेळेवर अहवाल तयार करतात. हे व्यवस्थापन, गुंतवणूकदार आणि नियामकांसारख्या भागधारकांना संबंधित माहिती सहजतेने सामायिक करण्यास, संस्थात्मक कामगिरीचे निरीक्षण करण्यास आणि उत्तरदायित्व सुनिश्चित करण्यास सक्षम करते.

१०) सतत सुधारणा :

ज्ञान व्यवस्थापन प्रतिसादाशी प्रोत्साहन देऊन, सहकार्य वाढवून आणि संस्थात्मक शिक्षणाची सुविधा देऊन वित्तपुरवठा क्षेत्रात सतत सुधारणा करण्याच्या संस्कृतीला प्रोत्साहन देते. भूतकाळातील अनुभवांमधून शिकलेले पाठ संग्रहित करून, सुधारणेसाठी क्षेत्रे ओळखून आणि सर्वोत्तम पद्धती लागू करून, वित्तीय संस्था त्यांची कार्यक्षमता व अनुकूलता वाढवू शकतात. ज्ञानाची देवाणघेवाण आणि सुधारणेची ही पुनरावृत्ती प्रक्रिया संस्थांना वाढत्या स्पर्धात्मक आणि गतिमान वित्तीय परिदृश्यामध्ये उत्क्रांत, नवनिर्मिती आणि भरभराट करण्यास सक्षम करते.

३.२ विपणन आणि ज्ञान व्यवस्थापन :

विपणन संधींना त्वरित आणि प्रभावीपणे प्रतिसाद देण्याची त्यांची क्षमता, ग्राहकांचे समाधान सुधारते आणि स्पर्धा जिंकण्यास मदत करते. या चौकटीमध्ये, विपणनातील ज्ञान व्यवस्थापन प्रणालींना कंपनीचे सामूहिक सहा ज्ञान असणे आवश्यक आहे. म्हणजेच, त्यांनी पूर्वी मांडलेल्या विपणन तत्त्वांना मूर्त रूप देणे आवश्यक आहे आणि ते भविष्यातील बाजारपेठेशी संबंधित आहेत. त्याचप्रमाणे, विपणनामधील ज्ञान व्यवस्थापन प्रणालींमध्ये विपणन ज्ञान शोधण्यास मदत करणारे महत्त्वाचे घटक समाविष्ट करणे आवश्यक आहे. या ज्ञानाचा निव्वळ परिणाम असा आहे की कंपनीमध्ये स्पर्धेच्या एक पाऊल पुढे राहण्याची क्षमता आहे. कंपनीचे स्पर्धक त्यांना पाहिजे त्या सर्व नक्कल करू शकतात, परंतु ते त्यांच्या विपणन व्यवस्थापनाच्या वास्तविक सामूहिक विपणन विवेकाची नक्कल करू शकत नाहीत. परिणामी, स्पर्धक स्वतःला बाजारपेठेमध्ये आधीपासूनच असलेल्या गोष्टींची पुनरावृत्ती करताना दिसतात आणि नेहमी एक किंवा दोन वर्षे मागे असतात.

३.२.१ विपणन ज्ञान व्यवस्थापन :

विपणन ज्ञान व्यवस्थापनामध्ये संस्थेतील विपणन कार्यांमध्ये माहिती आणि अंतर्दृष्टीचा धोरणात्मक संकलन, सामायिकरण आणि वापर यांचा समावेश असतो. यात विपणन धोरणांची माहिती देण्यासाठी आणि पर्याप्त करण्यासाठी बाजार प्रवाह, ग्राहक वर्तन, स्पर्धात्मक विश्लेषण आणि मोहिमेतील कामगिरी माहितीचा समावेश आहे. ज्ञान भांडार, सहयोगी व्यासपीठ आणि तथ्ये विश्लेषणाच्या प्रभावी वापराद्वारे, विपणन ज्ञान व्यवस्थापन विपणन संघातील सर्वोत्तम पद्धती, मिळालेले अनुभव आणि नाविन्यपूर्ण पध्दतींचा प्रसार सुलभ करते.

३.२.२ विपणन आणि ज्ञान व्यवस्थापनाची प्रासंगिकता :

विपणन आणि ज्ञान व्यवस्थापनाची प्रासंगिकता त्यांच्या सहजीवन संबंधांमध्ये आहे, जिथे प्रभावी ज्ञान व्यवस्थापन विपणनाच्या प्रयत्नांना लक्षणीयरीत्या वाढवते.

१) माहितीपूर्ण निर्णय घेणे :

ज्ञान व्यवस्थापन हे सुनिश्चित करते की विपणन निर्णय माहिती–आधारित आणि उत्कृष्ट आहेत. बाजारपेठांची माहिती, ग्राहक वर्तन प्रवाह आणि स्पर्धात्मक विश्लेषणे आयोजित करून व सामायिक करून, ज्ञान व्यवस्थापन विपणकांना विश्वसनीय माहितीवर आधारित धोरणात्मक निर्णय घेण्यास सक्षम करते.

२) पर्याप्त केलेल्या मोहिमा :

ज्ञान व्यवस्थापन मागील यश आणि अपयशांचा फायदा घेऊन विपणन मोहिमांचे पर्याप्तीकरण सक्षम करते. ज्ञान भांडारांमध्ये संग्रहित अंतर्दृष्टी धोरणे सुधारण्यासाठी, योग्य प्रेक्षकांना लक्ष्य करण्यासाठी आणि जास्तीत-जास्त प्रभावासाठी संदेश तयार करण्यास मदत करतात.

३) वर्धित सर्जनशीलता आणि नवीनता :

ज्ञान सामायिकरणामुळे विपणन संघामध्ये नावीन्यपूर्ण संस्कृती निर्माण होते. सामायिक ज्ञानाच्या संपत्तीचा प्रवेश सर्जनशील विचारांना उत्तेजित करतो, नवीन विपणन दृष्टिकोन आणि मोहिमांचा विकास सक्षम करतो.

४) सुधारित ग्राहक प्रतिबद्धता :

विपणन आणि ज्ञान व्यवस्थापनामधील समन्वय ग्राहकांच्या प्राधान्यांची सखोल समज सुनिश्चित करते, वैयक्तिकृत अनुभव तयार करण्यास चालना देते. ज्ञान व्यवस्थापन पद्धतींद्वारे एकत्रित आणि सामायिक केलेल्या ग्राहकांच्या गरजांबद्दलचे ज्ञान, अधिक समर्पक आणि आकर्षक विपणन उपक्रमांना कारणीभूत ठरते.

५) आंतर–कार्यात्मक सहयोग :

ज्ञान व्यवस्थापन हे विपणन आणि इतर विभाग, जसे की विक्री, उत्पादन विकास किंवा ग्राहक सेवा यांच्यातील सहयोग सुलभ करते. सर्व विभागांमध्ये सामायिक केलेले ज्ञान संदेशन, उत्पादन प्रदान आणि ग्राहकांच्या परस्परसंवादामध्ये सरेखन सुनिश्चित करते, एकसंध ब्रँड अनुभवासाठी योगदान देते.

६) बाजारातील बदलांशी जुळवून घेण्याची क्षमता :

बाजारातील बदलांना प्रतिसाद देण्यासाठी ज्ञान व्यवस्थापन तत्परता प्रदान करते. विपणन बुद्धिमत्ता सतत अद्यायवत करून आणि माहिती सामायिक करून, विपणन संघ त्वरेने बाजारपेठेतील परिस्थिती विकसित करण्यासाठी, प्रासंगिकता आणि स्पर्धात्मकता सुनिश्चित करण्यासाठी धोरणे स्वीकारू शकतात.

७) मोजण्यायोग्य कामगिरी सुधारणा :

ज्ञान व्यवस्थापनाद्वारे, विक्रेते मागील अनुभवांमधून शिकून मोहिमेतील कामगिरी निर्देशांकांचा मागोवा घेऊ शकतात आणि त्यांचे विश्लेषण करू शकतात. हे सतत शिकणे पुनरावृत्ती सुधारणा आणि मोहिमांमध्ये यशस्वी धोरणांची अंमलबजावणी करण्यास चालना देते.

८) कार्यक्षम संसाधन वाटप :

ज्ञान व्यवस्थापन संसाधने ओळखण्यास आणि प्रभावीपणे वापरण्यास मदत करते. यापूर्वी काय काम केले आहे हे समजून घेऊन आणि मागील चुका टाळून, विपणन संघ अधिक कार्यक्षमतेने सार्थसंकल्प आणि संसाधनाचे वाटप करू शकतात.

९) ब्रँड सुसंगतता :

ज्ञान व्यवस्थापन विविध विपणन माध्यमे आणि स्पर्शबिंदूंवर सातत्यपूर्ण मेसेजिंग आणि ब्रँडचे प्रतिनिधित्व सुनिश्चित करते. ब्रँड मार्गदर्शक तत्त्वे, मूल्ये आणि स्थितीबद्दलचे सामायिक ज्ञान सर्व विपणन प्रयत्नांमध्ये ब्रँड सुसंगतता राखण्यात मदत करते.

१०) दीर्घकालीन धोरण विकास :

ज्ञान व्यवस्थापन संस्थात्मक ज्ञान जमा करून दीर्घकालीन विपणन धोरणांच्या विकासात योगदान देते. हा ऐतिहासिक दृष्टीकोन कंपनीच्या एकूण उद्दिष्टांशी जुळणारे शाश्वत विपणन दृष्टिकोन तयार करण्यास मदत करतो.

३.२.३ विपणनातील ज्ञान व्यवस्थापनाची भूमिका :

ज्ञान व्यवस्थापन ग्राहकांच्या अंतर्दृष्टीचा फायदा घेऊन, सामग्री धोरणे पर्याप्त करून, ब्रँड सातत्य राखून, बाजारपेठ संशोधन करून, परिष्कृत मोहिमा, नाविन्यपूर्णतेला चालना देऊन, ग्राहक संबंध व्यवस्थापन प्रयत्नांना वाढवून आणि चालू प्रशिक्षण व विकासाला समर्थन देऊन विपणनावर लक्षणीय प्रभाव पाडते.

१) ग्राहक अंतर्दृष्टी आणि तथ्यांचा वापर :

ज्ञान व्यवस्थापन मोठ्या प्रमाणात ग्राहक तथ्ये गोळा करणे, आयोजित करणे आणि विश्लेषित करण्यास मदत करते. यामध्ये विविध स्पर्शबिंदूंवरील लोकसंख्याशास्त्रीय माहिती, खरेदी व्यवहार, परस्परसंवाद आणि प्राधान्ये समाविष्ट आहेत. ज्ञान व्यवस्थापन तंत्रांचा फायदा घेऊन, विक्रेते या तथ्यांमधून कृती करण्यायोग्य माहिती मिळवू शकतात, ज्यामुळे ग्राहकांच्या गरजा आणि वर्तनाची सखोल माहिती प्राप्त होते. हे ज्ञान लक्ष्यित विपणन मोहिमा तयार करण्यास मदत करते जे विशिष्ट प्रेक्षक वर्गाशी प्रतिध्वनी करतात, ज्यामुळे ग्राहक प्रतिबद्धता आणि रूपांतरण दर सुधारतात.

२) सामग्री धोरण आणि वैयक्तिकरण :

सामग्री निर्मितीच्या क्षेत्रात, ज्ञान व्यवस्थापन मौल्यवान माहितीचा साठा म्हणून काम करते. यशस्वी सामग्री रणनीती, ग्राहक प्राधान्ये आणि बाजाराच्या प्रवाहावरील तथ्य ठेवण्याद्वारे, ज्ञान व्यवस्थापन विपणकांना आकर्षक आणि वैयक्तिकृत सामग्री तयार करण्यास सक्षम करते. ज्ञान व्यवस्थापन प्रणालींमधून मिळालेल्या अंतर्दृष्टीद्वारे, विक्रेते वैयक्तिक ग्राहक प्राधान्ये, वर्तन आणि प्रवासाच्या टप्प्यांनुसार सामग्री तयार करतात, ज्यामुळे ग्राहकांचे अनुभव वाढतात आणि ब्रँडशी मजबूत नातेसंबंध वाढवतात.

३) ब्रँड सुसंगतता आणि व्यवस्थापन :

ब्रँड ओळख आणि विश्वास यासाठी विविध विपणन माध्यमांवर ब्रँड सातत्य सुनिश्चित करणे महत्वाचे आहे. ज्ञान व्यवस्थापन प्रणाली ब्रँड मार्गदर्शक तत्त्वे, संदेशन धोरणे आणि यशस्वी ब्रँडिंग पद्धती संग्रहित करतात. विपणक विविध मोहिमा आणि संप्रेषण माध्यमांवर एकसंध ब्रँड ओळख आणि संदेशन राखण्यासाठी या भांडाराचा वापर करतात. ही सुसंगतता ब्रँडची ओळख आणि निष्ठा वाढवते, बाजारात ब्रँडचे स्थान अधिक मजबूत करते.

४) बाजार संशोधन आणि स्पर्धात्मक विश्लेषण :

ज्ञान व्यवस्थापन सर्वसमावेशक बाजार संशोधन आणि स्पर्धात्मक विश्लेषण सुलभ करते. बाजारपेठ तथ्ये, स्पर्धक धोरणे, उद्योग प्रवाह आणि ग्राहक अभिप्राय एकत्र करून व विश्लेषित करून, विक्रेते बाजारातील गतिशीलतेबद्दल माहिती प्राप्त करतात. हे ज्ञान त्यांना बाजारातील अंतर ओळखण्यासाठी, प्रतिस्पर्ध्यांचे मूल्यमापन करण्यासाठी आणि बाजारातील बदलांचा अंदाज लावण्यासाठी सज्ज करते. ज्ञान व्यवस्थापन-व्युत्पन्न अंतर्दृष्टीचा वापर करून, विपणक रणनीती परिष्कृत करतात, सेवा वेगळ्या करतात आणि उदयोन्मुख संधींचा फायदा घेतात, स्पर्धात्मक धार सुनिश्चित करतात.

५) मोहीम पर्याप्तीकरण आणि कार्यप्रदर्शन मोजमाप :

विपणनातील ज्ञान व्यवस्थापनाच्या प्रमुख भूमिकांपैकी एक मोहिम पर्याप्तीकरणामध्ये आहे. विपणक कार्यप्रदर्शन निर्देशकांचे विश्लेषण करण्यासाठी आणि विपणन मोहिमांच्या प्रभावीतेवर तथ्ये गोळा करण्यासाठी ज्ञान व्यवस्थापन प्रणालीचा फायदा घेतात. हा तथ्य-आधारित दृष्टीकोन तात्काळ प्रतिसादावर आधारित धोरणे पर्याप्त करून सतत मोहीम परिष्कृत करण्यास चालना देतो. ज्ञान व्यवस्थापन विपणकांना यशस्वी डावपेच ओळखण्यासाठी, ग्राहकांचे प्रतिसाद समजून घेण्यासाठी आणि प्रभाव व गुंतवणुकीवरील परतावा वाढवण्यासाठी मोहिमेशी जुळवून घेण्यास सक्षम करते.

६) नावीन्य आणि अनुकूलता :

ज्ञान व्यवस्थापन विपणन संघामध्ये नावीन्य आणि अनुकूलतेसाठी अनुकूल पर्यावरण तयार करते. ज्ञानाची देवाणघेवाण आणि सहयोगाला प्रोत्साहन देऊन ज्ञान व्यवस्थापन कल्पनांची देवाणघेवाण, सर्वोत्तम पद्धती आणि यशस्वी (किंवा अयशस्वी) मोहिमांमधून मिळालेले अनुभव सुलभ करते. ही ज्ञान-सामायिकरण संस्कृती नवकल्पना वाढवते, विपणकांना नवीन पध्दती, तंत्रज्ञान आणि रणनीती वापरून प्रयोग करण्यास अनुमती देते, विपणन प्रयत्नांमध्ये सतत सुधारणा घडवून आणते.

७) ग्राहक संबंध व्यवस्थापन (CRM) सुधारणा :

ज्ञान व्यवस्थापन ग्राहक-संबंधित ज्ञान केंद्रीकृत करून ग्राहक संबंध व्यवस्थापन प्रयत्नांना समृद्ध करते. यामध्ये मागील परस्परसंवाद, खरेदी इतिहास, प्राधान्ये आणि अभिप्राय समाविष्ट असतात. ग्राहक संबंध व्यवस्थापन प्रणालीशी ज्ञान व्यवस्थापन समाकलित करून विक्रेते ग्राहकांच्या प्रवासाचे सर्वसमावेशक दृश्य प्राप्त करतात. ही समग्र समज ग्राहकांचे समाधान आणि निष्ठा वाढवून वैयक्तिकृत संप्रेषण व विपणन उपक्रम सक्षम करते.

८) प्रशिक्षण आणि कौशल्य विकास :

विपणन पद्धतींमध्ये ज्ञान व्यवस्थापन समाविष्ट केल्याने चालू प्रशिक्षण आणि कौशल्य विकासास समर्थन मिळते. ज्ञान व्यवस्थापन प्रणाली माहिती, व्यष्टी अध्ययन आणि यशस्वी विपणन धोरणे संग्रहित करते. हे ज्ञान भांडार नवीन विपणन व्यावसायिकांना प्रशिक्षित करण्यासाठी आणि विद्यमान कार्यसंघांना उच्च कौशल्य प्राप्त करण्यासाठी एक मौल्यवान संसाधन म्हणून काम करते. ज्ञान आणि अनुभवांची देवाणघेवाण करून संस्था सतत शिकण्याची संस्कृती वाढवतात, याची खात्री केली जाते की विपणन संघ उद्योगातील प्रवाह आणि ग्राहकांच्या वर्तणुकींचा विकास करतात.

३.३ ई-कॉमर्स आणि ज्ञान व्यवस्थापन :

ज्ञान व्यवस्थापन आणि ई-कॉमर्स दोघेही एकाच नाण्याच्या दोन बाजू आहेत. ई-लर्निंग वैयक्तिकपणे शिकण्याच्या फायद्यासाठी वापरले जाते, तर ज्ञान व्यवस्थापन त्याचा उपयोग एखाद्या संस्थेचे कार्य सुधारण्यासाठी करते. कोणत्याही संस्थेमधील ज्ञान ही सर्वात महत्वाची संपत्ती आहे आणि त्यामुळे ते हस्तगत करणे, संग्रहित करणे महत्वाचे आहे, अशाप्रकारे, ज्ञान व्यवस्थापन (केएम) म्हणजे ज्ञान घेणे किंवा तयार करणे, संग्रहित करणे आणि संरक्षण करणे, सतत अद्ययावत करणे आणि जेव्हा ज्ञान व्यवस्थापनाच्या सर्वसमावेशक चर्चेसाठी आवश्यक असेल तेंव्हा त्याचा वापर करणे. बाह्य आणि अंतर्गत दोन्ही स्त्रोतांकडून ज्ञान गोळा केले जाते. मग त्याची तपासणी केली जाते, व्याख्या केली जाते, अन्वेषण केले जाते. संस्थात्मक ज्ञानाचा आधार असलेल्या उपक्रमांना ज्ञानाचे भांडार असे म्हटले जाते. संघटनात्मक ज्ञान आधाराचा एक प्रमुख हेतू म्हणजे ज्ञान सामायिकरणांना परवानगी देणे. कर्मचाऱ्यांमध्ये, ग्राहकांसह आणि व्यावसायिक भागीदारांसह ज्ञान सामायिकरणामध्ये सुधारित ग्राहक सेवेमध्ये अवघड संभाव्य वेतनश्रेणी, अवघड संघटनात्मक समस्या सोडवण्याची क्षमता, लहान वितरण वेळा आणि कंपनीमधील आणि व्यवसायातील भागीदारांमधील वाढता सहयोग आहे. शिवाय, काही ज्ञान इतरांना विकले जाऊ शकते किंवा इतर ज्ञानासाठी वापर केला जाऊ शकतो. ज्ञान व्यवस्थापन एंटरप्राइजेस माहिती मालमत्ता हाताळण्याच्या प्रक्रियेसाठी एकात्मिक दृष्टिकोनास प्रोत्साहित करते. माहिती संसाधनांचे एकत्रीकरण ज्ञान व्यवस्थापनाच्या मध्यभागी आहे. ई-कॉमर्सच्या अंमलबजावणीमध्ये ग्राहक, पुरवठा करणारे, लॉजिस्टिक्स, खरेदी, बाजार आणि तंत्रज्ञान याबद्दल बऱ्याच प्रमाणात ज्ञान आहे. यशस्वी होण्यासाठी त्या ज्ञानाचे एकत्रीकरण आवश्यक आहे. ई-कॉमर्स अनुप्रयोग संस्थात्मक स्पर्धात्मकता वाढविण्याच्या उद्देशाने वापरले जातात.

३.३.१ ई–कॉमर्स आणि ज्ञान व्यवस्थापनातील संबंध :

ई–कॉमर्स या संकल्पनेमध्ये अंतर्गत आणि बाह्य अशा दोन्ही स्वरूपाची उपयोजने समाविष्ट होतात. आधुनिक काळात ई–कॉमर्सच्या संकल्पनेमध्ये ग्राहक संबंध व्यवस्थापन आणि भागीदारी संबंध व्यवस्थापन या संकल्पनांचा देखील समावेश होण्यास सुरुवात झाली. ई–कॉमर्सचे कार्य व्यवस्थित पार पडले जाण्यासाठी संघटनेला योग्य ज्ञान विशेषतः जे ज्ञान व्यवस्थपनाद्वारे पुरवले जाते किंवा उपलब्ध करुन दिले जाते त्याची मोठ्या प्रमाणावरती आवश्यकता असते. ई–कॉमर्स संघटनेसाठी पारंपरिकरीत्या व्यूहरचनात्मक व्यवस्थापन न करता आधुनिक रीतीने व्यूहरचनात्मक व्यवस्थापन करण्यासाठी मोठ्या प्रमाणात ज्ञानाची आवश्यकता असते. संघटनेत येणाऱ्या कोणत्याही समस्या दूर करण्यासाठी किंवा सोडवण्यासाठी ई–कॉमर्स आणि ज्ञान व्यवस्थापन यांचा एकत्रित मेळ घातला जाणे आवश्यक असते ज्यामुळे ज्ञान व्यवस्थापनाच्या माध्यमातून विविध प्रकारच्या ज्ञानाची उपलब्धता होईल.

अ) नॉलेज पोर्टल्स :

नॉलेज पोर्टल्स ही सिंगल पॉईंट ऑफ ऍक्सेस सॉफ्टवेअर प्रणालीशी संबंधीत असून याचा वापर हा ज्ञानाची सहज उपलब्धता आणि जे ज्ञान कामगार आहेत त्याच्यासाठी व त्यांच्यातील माहितीची देवाणघेवाण करण्यासाठी केला जातो. याद्वारे संघटनेची जी सर्वसाधारण उद्दिष्टे आहेत त्यांची साध्यता अंतर्गत आणि बहिर्गत मार्गाने केली जावी यासाठी नॉलेज पोर्टल्सचा वापर केला जातो. नॉलेज पोर्टल्सचा वापर हा निश्चित स्वरूपाची माहिती गोळा करणे आणि एकत्रीकरण, संघटन, शोधन आणि माहितीचे विश्लेषण करून अंतिम स्वरूपाचे निष्कर्ष काढण्यासाठी तसेच माहितीचे वितरण करण्यासाठी केला जातो.

ब) इन्फॉर्मेशन इंटेलिजन्स :

इन्फॉर्मेशन इंटेलिजन्सचा संबंध हा माहिती, कच्च्या स्वरूपातली माहिती, ज्ञान आणि संघटनांच्या ज्ञान संरचनेसाठी आवश्यक असणारे जे पायाभूत घटक आहेत त्यांच्याशी जोडला जातो. इन्फॉर्मेशन इंटेलिजन्सद्वारे माहिती विश्लेषण आणि विश्लेषक, प्रवृत्ती आणि व्यावसायिक मूल्यांसाठी आवश्यक असणारे अंतर्गत आणि बाह्य ज्ञान निर्मिती करण्यासाठी आवश्यक असणारे व्यासपीठ उपलब्ध करून देण्यासाठी इन्फॉर्मेशन इंटेलिजन्सचा वापर केला जातो.

क) ऑनलाईन सल्ला आणि मार्गदर्शन :

ई–कॉमर्समध्ये किंवा एकूणच संपूर्ण व्यावसायिक प्रक्रियेमध्ये ज्ञान व्यवस्थापनाद्वारे ऑनलाईन सल्ला आणि मार्गदर्शन सेवा उपलब्ध करून दिल्या जातात. ऑनलाईन सल्ला आणि मार्गदर्शनाचे क्षेत्र हे हळूहळू विस्तारले जाण्यास सुरुवात झाल्याचे दिसून येते. यामध्ये विविध क्षेत्रातील जे तज्ञ असतात ते लोकांच्या समस्यांना किंवा प्रश्नांना इंटरनेटच्या आधारे उत्तरे देतात आणि त्यांना योग्य ते मार्गदर्शन करतात. त्यापैकी काही उदाहरणे पुढीलप्रमाणे स्पष्ट करता येतील :

१) वैद्यकीय सल्ला :

वेब एम डी सारख्या ज्या कंपन्या आहेत या कंपन्या वैद्यकीय क्षेत्रातील तज्ज्ञ व्यक्तींकडून आरोग्यासंबंधी विविध ऑनलाईन सल्ला आणि मार्गदर्शनाच्या सुविधा उपलब्ध करून देतात. यामध्ये जे ग्राहक असतात ते या तज्ज्ञ व्यक्तींना आरोग्याच्या संदर्भात असणारे त्यांचे जे प्रश्न आणि समस्या आहेत ते विचारतात आणि काही दिवसातच त्या तज्ज्ञांकडून आवश्यक ती माहिती उपलब्ध करून दिली जाते.

२) व्यवस्थापन समुपदेशन :

संघटनात्मक ज्ञानाचा आधार असणारी अनेक मॉडेल्स ही व्यवस्थापन तज्ज्ञांकडून विकली जातात. अँडरसन कंसल्टंसीने या प्रकारची सुरुवात केल्याचे दिसून येते. या प्रकारच्या व्यवस्थापकीय मार्गदर्शन आणि समुपदेशनाच्या सेवांचा वापर हा मोठ्या–मोठ्या कॉर्पोरेट कंपन्यांच्या मार्फत केला जातो.

३) कायदेविषयक सल्ला :

गेल्या काही वर्षात ऑनलाईन पद्धतीने वैयक्तिकरीत्या आणि व्यावसायिक हेतूंसाठी कायदेविषयक सल्ला आणि सेवा सुरु करण्यात आल्याचे दिसून येते. यामध्ये कायदेविषयक निष्णात आणि तज्ज्ञ असणाऱ्या व्यक्तींकडून एखाद्या व्यक्तीला किंवा व्यावसायिक संस्थेला मार्गदर्शन केले जाते. विविध कायदेविषयक समस्या आणि लोकांचे कायदेविषयक असणारे अज्ञान दूर करण्याचे काम हे या संघटनांच्या मार्फत केले जाते.

४) मोफत सल्ला सेवा :

इंटरनेटच्या माध्यमातून काही साईटच्या मार्फत विविध तज्ज्ञांचे सल्ला सेवा या काही वेळेस मोफत स्वरूपात प्रदान केल्या जातात. उदाहरणार्थ, guru.com. यासारख्या साइट्सच्या माध्यमातून लोकांना व्यक्तिगत दृष्टीकोनातून किंवा सामूहिक दृष्टीने वित्तीय, करविषयक, जीवनशैली विषयक आणि अन्य बाबींविषयक सल्ला आणि मार्गदर्शन मोफत स्वरूपात दिले जाते. आजमितीस इंटरनेटच्या आधारे अशा प्रकारच्या सल्ला सेवा देणाऱ्या साधारणपणे २,००,००० च्या आसपास साईट्स असल्याचे दिसून येते.

५) वित्तीय सल्ला :

अनेक कंपन्या ह्या ऑनलाईन पद्धतीने वित्तीय सल्ला सेवा पुरवतात. यामध्ये करविषयक सल्ला, गुंतवणूक विषयक सल्ला आणि शेयर गुंतवणूक विषयक सल्ला देण्याचे काम या वित्तीय सल्ला देणाऱ्या संस्थांच्या मार्फत ऑनलाईन पद्धतीने केले जाते.

६) अन्य सल्ला सेवा :

वरील ऑनलाईन सल्ला सेवांच्या व्यतिरिक्त अन्य ऑनलाईन सेवा ह्या सल्ला स्वरूपात काहीवेळेस मोफत आणि काही वेळेस शुल्क आकारून केल्या जातात.

ड) संघटनेतील तज्ज्ञांचे सल्ले :

संघटनेमध्ये तज्ज्ञांचे सल्ले हे विविध मार्गांनी दिले जातात. काही वेळेस या तज्ज्ञ व्यक्तींचे ज्ञान हे इलेक्ट्रॉनिक साधनांच्या मार्फत संघटनेच्या ज्ञान शाखेमध्ये संकलित केले जाते. तसेच पर्यायी सोय किंवा पद्धत म्हणून इलेक्ट्रॉनिक पद्धतींच्या आधारे या तज्ज्ञांचे मार्गदर्शन हे समस्या निवारणासाठी केले जाते.

१) तज्ज्ञांचे इलेक्ट्रॉनिक माध्यमांच्या आधारे सल्ला–विनिमय :

गेल्या काही वर्षात सर्वच प्रकारच्या कंपन्या या माहिती तंत्रज्ञानाचा मोठ्या प्रमाणात वापर करत असल्याचे दिसून येते. कॉर्पोरेट क्षेत्रमध्ये ज्या व्यक्तींना त्यांच्या दैनंदिन व्यावसायिक कामामध्ये निर्माण होणाऱ्या ज्या समस्या आहेत त्या समस्यांची सोडवणूक करण्यासाठी इंटरनेटच्या आधारे तज्ज्ञांच्या सल्ल्याची मदत घेतात. त्याचप्रमाणे कंपन्यांच्या वेबसाइट्स देखील मोठ्या प्रमाणात विविध संधींविषयाचे मार्गदर्शन हे लोकांना करत असतात. परिणामी, लोकांना तज्ज्ञांचे योग्य ते मार्गदर्शन आणि सल्ला उपलब्ध होतो.

२) एक्सपर्ट लोकेशन सिस्टीम :

एक्सपर्ट लोकेशन सिस्टम ही एक संगणक आधारित प्रणाली असून याद्वारे कंपनीचे जे कर्मचारी असतात त्यांना एखादी विशिष्ट समस्या सोडवण्यासाठी मदत व्हावी या हेतूने या प्रकारची प्रणाली निर्माण करून दिली जाते. ज्यामुळे हे कर्मचारी तज्ज्ञ व्यक्तींशी प्रत्यक्ष–अप्रत्यक्षरीत्या इंटरनेटच्या आधारे समस्येच्या संदर्भात चर्चा करू शकतात तसेच संप्रेषण प्रस्थापित करू शकतात.

३.३.२ ई–कॉमर्समधील ज्ञान व्यवस्थापनाची भूमिका :

ज्ञान व्यवस्थापन हे ई–कॉमर्स कार्यपद्धतींसाठी आवश्यक आहे, ग्राहकांची समज, उत्पादन व्यवस्थापन, वापरकर्ता अनुभव पर्याप्तीकरण, पुरवठा साखळी कार्यक्षमता, विपणन धोरणे, निर्णय घेण्याची प्रक्रिया, ग्राहक सेवा उत्कृष्टता आणि नवकल्पना वाढवणे यावर प्रभाव पाडते :

१) ग्राहक समजून घेणे आणि वैयक्तिकरण :

ज्ञान व्यवस्थापन ई-कॉमर्स व्यवसायांना मोठ्या प्रमाणात ग्राहक तथ्ये गोळा करण्यास आणि त्याचे विश्लेषण करण्यास सक्षम करते. ज्ञान व्यवस्थापन तंत्रांचा वापर करून, व्यवसाय ग्राहकांची प्राधान्ये, वर्तणूक, खरेदी इतिहास आणि परस्परसंवाद याविषयी माहिती एकत्र करू शकतात. हे ज्ञान ग्राहकांच्या गरजा आणि प्राधान्यांबद्दल सखोल जाणून घेण्यास सुलभ करते तसेच वैयक्तिकृत खरेदी अनुभव तयार करण्यास अनुमती देते. तथ्य-आधारित माहितीद्वारे, ई-कॉमर्स प्लॅटफॉर्म ग्राहकांचे समाधान वाढविण्यासाठी आणि विक्री वाढवण्यासाठी उत्पादन शिफारसी, जाहिराती आणि वापरकर्ता इंटरफेस तयार करतात.

२) उत्पादन व्यवस्थापन आणि व्यापार :

ई-कॉमर्समध्ये प्रभावी उत्पादन व्यवस्थापन आवश्यक असते. ज्ञान व्यवस्थापन प्रणाली वर्णन, तपशील, प्रतिमा आणि पुनरावलोकनांद्वारे उत्पादन माहिती आयोजित आणि व्यवस्थापित करण्यास मदत करतात. ही तथ्ये केंद्रीकृत करून, व्यवसाय सर्व उत्पादन सूची आणि श्रेणींमध्ये सातत्य व अचूकता सुनिश्चित करतात. याव्यतिरिक्त, ज्ञान व्यवस्थापन व्यापार उत्पादने, मालसाठा व्यवस्थापनआणि किमतीच्या धोरणांबद्दल माहिती प्रदान करून, ग्राहकांच्या मागण्या पूर्ण करण्यासाठी उत्पादन वर्गीकरण इष्टतम करून व्यापारी धोरणांना समर्थन देते.

३) वापरकर्ता अनुभव पर्याप्तीकरण :

ई-कॉमर्स प्लॅटफॉर्मचा वापरकर्ता अनुभव इष्टतम करण्यात ज्ञान व्यवस्थापन महत्त्वाची भूमिका बजावते. ज्ञान व्यवस्थापन प्रणालीमध्ये साठवलेल्या वापरकर्त्याच्या वर्तनाच्या आणि प्रतिसादाच्या विश्लेषणाद्वारे, व्यवसायांना वापरकर्ता अनुभव वेदना बिंदू, समायोजन आकृतिबंध आणि सुधारणेच्या क्षेत्रांमध्ये माहिती प्राप्त होते. हे ज्ञान वेबसाइट इंटरफेस, मोबाइल प्स आणि चेकआउट प्रक्रियेस परिष्कृत करण्यास मदत करते, ग्राहकांसाठी एक अखंड आणि अंतर्ज्ञानी खरेदी प्रवास सुनिश्चित करते, ज्यामुळे बाउंस दर कमी होतात आणि रूपांतरणे वाढते.

४) पुरवठा साखळी आणि मालसाठा व्यवस्थापन :

ई-कॉमर्समध्ये कार्यक्षम पुरवठा साखळी आणि मालसाठाव्यवस्थापन महत्त्वाचे असते. ज्ञान व्यवस्थापन प्रणाली पुरवठादार संबंध, स्टॉक पातळी, ऑर्डर पूर्ण करणे आणि लॉजिस्टिक्स याबबाबतची तथ्ये संकलित करते. हे ज्ञान व्यवसायांना मागणीचा अंदाज, मालसाठा पातळी व्यवस्थापित करण्यास आणि पुरवठा साखळी प्रक्रिया सुव्यवस्थित करण्यास मदत करते. ऐतिहासिक तथ्ये आणि बाजारातील प्रवाहांचा फायदा घेऊन, ई-कॉमर्स प्लॅटफॉर्म स्टॉकची उपलब्धता इष्टतम करतात, स्टॉकआउट्स कमी करतात आणि अतिरिक्त खर्च कमी करतात.

५) विपणन आणि ग्राहक प्रतिबद्धता :

ज्ञान व्यवस्थापन ग्राहक वर्तणूक, प्राधान्ये आणि प्रतिबद्धता नमुन्यांची माहिती प्रदान करून ई-कॉमर्स विपणन धोरणे वाढवते. ज्ञान व्यवस्थापन-आधारित विश्लेषणाद्वारे, व्यवसाय लक्ष्यित विपणन मोहिमा, वैयक्तिकृत जाहिराती आणि सामग्री धोरणे तयार करतात जे त्यांच्या लक्ष्यित प्रेक्षकांशी अनुनाद करतात. हे ज्ञान डिजिटल विपणन माध्यमे, सोशल मीडिया मोहिमा, ई-मेल मार्केटिंग आणि पुनर्लक्ष्यीकरण प्रयत्नांना इष्टतम करण्यास मदत करते, ज्यामुळे ग्राहकांची प्रतिबद्धता आणि ब्रँड निष्ठा वाढते.

६) निर्णय घेणे आणि व्यावसायिक बुद्धिमत्ता :

ज्ञान व्यवस्थापन तथ्य-आधारित निर्णय घेण्याच्या क्षमतेवारे ई-कॉमर्स व्यवसायांना सक्षम करते. विक्रीचे आकडे, ग्राहकांचा अभिप्राय आणि बाजारातील प्रवाहांद्वारे विविध स्त्रोतांकडील तथ्ये एकत्र करून आणि विश्लेषित करून ज्ञान व्यवस्थापन माहितीपूर्ण निर्णय प्रक्रिया सुलभ करते. व्यवसाय धोरणात्मक नियोजन, बाजारातील प्रवाह ओळखणे, नवीन उत्पादन लाइन लॉन्च करणे आणि नवीन बाजारपेठांमध्ये प्रवेश करणे यासाठी कृती करण्यायोग्य माहिती मिळवू शकतात, परिणामी व्यवसाय कार्यपद्धती अधिक प्रभावी आणि तत्पर होतात.

७) ग्राहक सेवा आणि समर्थन :

ज्ञान व्यवस्थापन ई-कॉमर्समध्ये मजबूत ग्राहक सेवा आणि समर्थनास पाठिंबा देते. उत्पादने, धोरणे, वारंवार विचारले जाणारे प्रश्न आणि समस्या निवारण मार्गदर्शकांबद्दलचे ज्ञान केंद्रीकृत करून ज्ञान व्यवस्थापन प्रणाली ही ग्राहक समर्थन संघांना अचूक आणि अद्ययावत माहिती त्वरीत सामायिक करण्यास सक्षम करते. हे ज्ञान ग्राहक सेवा प्रतिनिधींना वेळेवर आणि माहितीपूर्ण सहाय्य प्रदान करण्यासाठी, ग्राहकांच्या प्रश्नांचे आणि समस्यांचे कार्यक्षमतेने निराकरण करण्यासाठी सुसज्ज करते, ज्यामुळे ग्राहकांचे एकूण समाधान आणि निष्ठा वाढते.

८) सतत शिकणे आणि नावीन्य :

ई-कॉमर्समध्ये सतत शिकण्याची प्रक्रिया आणि नवनिर्मितीची संस्कृती वाढवणे अत्यंत महत्त्वाचे आहे. ज्ञान व्यवस्थापन कार्यसंघांमध्ये ज्ञानाची देवाणघेवाण सुलभ करते तसेच यशस्वी धोरणे, सर्वोत्तम पद्धती आणि मिळालेले अनुभव यांचा प्रसार करण्यास सक्षम करते. ही ज्ञान-सामायिकरण संस्कृती नवकल्पना वाढवते आणि नवीन तंत्रज्ञान, विपणन रणनीती आणि व्यवसाय प्रारूपाद्वारे प्रयोग करण्यासाठी संघांना प्रोत्साहित करते. शिक्षणाभिमुख पर्यावरणाचा प्रचार करून ई-कॉमर्स व्यवसाय तत्पर राहतात आणि बाजारातील बदलांना प्रतिसाद देतात, शाश्वत वृद्धी आणि नवकल्पना यांना प्रोत्साहन देतात.

३.४ संपूर्ण गुणवत्ता व्यवस्थापन (TQM) आणि ज्ञान व्यवस्थापन :

व्यवस्थापनाचा कल बदलत राहतो (उदा. व्यवसाय प्रक्रिया री-इंजिनियरिंग, संस्थात्मक शिक्षण आणि संपूर्ण गुणवत्ता व्यवस्थापन), व्यवस्थापकांना त्यांच्या संस्थांमध्ये या सर्व नवीन पद्धतींचा सराव करण्यात अडचणी येतात. या समस्येचे निराकरण करण्यासाठी, ज्ञान व्यवस्थापन आणि संपूर्ण गुणवत्ता व्यवस्थापनामधील समानता आणि फरकांची तुलना करणे आवश्यक आहे. त्यांची तुलना करून आपण आपल्या समजुतीत वाढ करू शकतो आणि या दोन संकल्पना एकत्रित करू शकतो. संपूर्ण गुणवत्ता व्यवस्थापन निवडण्याचे कारण म्हणजे ज्ञान व्यवस्थापन आणि संपूर्ण गुणवत्ता व्यवस्थापनामधील असंख्य समानता. दोन संकल्पना प्रवाहांचे तत्वज्ञान समान असल्यास ते एकत्र करणे सोपे जाईल आणि चांगले होईल.

३.४.१ ज्ञान व्यवस्थापन आणि संपूर्ण गुणवत्ता व्यवस्थापन यांच्यातील संबंध :

आदान-प्रदान प्रक्रियेच्या बाबतीत ज्ञान व्यवस्थापनाप्रमाणे, संपूर्ण गुणवत्ता व्यवस्थापन ही देखील यंत्रकुल उपकरणे आणि कच्चा माल, कार्यपद्धती आणि पद्धती, माहिती आणि ज्ञान, लोक आणि त्यांची कौशल्ये यासारख्या आदानांच्या संचाच्या परिवर्तनाची प्रक्रिया आहे. परिवर्तनाचे प्रदाने म्हणजे उत्पादने, सेवा, माहितीआणि ग्राहकांच्या गरजा व अपेक्षा पूर्ण करणारे कोणतेही परिणाम. ज्ञान व्यवस्थापन आणि संपूर्ण गुणवत्ता व्यवस्थापनामधील समानता खालीलप्रमाणे आहेत :

१) उत्कृष्टतेवर सामायिक भर :

ज्ञान व्यवस्थापन आणि संपूर्ण गुणवत्ता व्यवस्थापन दोन्हींचा संस्थात्मक प्रक्रियांमध्ये उत्कृष्टता प्राप्त करण्याचा उद्देश आहे. ज्ञान व्यवस्थापन हे ज्ञान मालमत्तेचे व्यवस्थापन आणि लाभ घेण्यावर लक्ष केंद्रित करते, तर संपूर्ण गुणवत्ता व्यवस्थापन उत्पादन आणि सेवा गुणवत्तेत सतत सुधारणा करण्यावर भर देते.

२) माहितीची देवाणघेवाण :

ज्ञान व्यवस्थापन एखाद्या संस्थेमध्ये स्पष्ट आणि पारदर्शक ज्ञानाची देवाणघेवाण सुलभ करते, उत्तम निर्णय घेणे आणि समस्या सोडवणे सक्षम करते. संपूर्ण गुणवत्ता व्यवस्थापन सुधारणेची क्षेत्रे ओळखण्यासाठी आणि

सुधारात्मक कृती प्रभावीपणे अंमलात आणण्यासाठी गुणवत्तेशी संबंधित माहिती सामायिक करण्यास प्रोत्साहित करते.

३) शिक्षण संस्कृती :

ज्ञान व्यवस्थापन आणि संपूर्ण गुणवत्ता व्यवस्थापन दोन्ही संस्थेमध्ये शिक्षण आणि नावीन्यपूर्ण संस्कृती वाढवतात. ज्ञान व्यवस्थापन कर्मचाऱ्यांना कौशल्य सामायिक करण्यासाठी आणि एकमेकांकडून शिकण्यासाठी प्रोत्साहित करते, तर संपूर्ण गुणवत्ता व्यवस्थापन गुणवत्तेची मानके वाढवण्यासाठी चुका आणि यशातून शिकण्यास प्रोत्साहन देते.

४) सतत सुधारणा :

संपूर्ण गुणवत्ता व्यवस्थापन ग्राहकांच्या गरजा आणि अपेक्षा पूर्ण करण्यासाठी प्रक्रिया, उत्पादने आणि सेवांमध्ये चालू असलेल्या सुधारणांना प्रोत्साहन देते. ज्ञान व्यवस्थापन हे संपूर्ण गुणवत्ता व्यवस्थापनाचे समर्थन करते, जेथे ज्ञानातील अंतर आहे आणि जेथे गुणवत्ता व्यवस्थापन प्रक्रिया इष्टतम करण्यासाठी सुधारणा केल्या जाऊ शकतात अशा क्षेत्रांबद्दल माहिती पुरविते.

५) ग्राहकास प्राधान्य :

ज्ञान व्यवस्थापन आणि संपूर्ण गुणवत्ता व्यवस्थापन दोन्ही ग्राहकांच्या समाधानाला प्राधान्य देतात आणि ग्राहकांच्या अपेक्षा पूर्ण करणे किंवा त्या वाढविणे हे उद्दिष्ट ठेवतात. ज्ञान व्यवस्थापन ग्राहकांची प्राधान्ये आणि बाजारातील प्रवाह ओळखण्यास मदत करते, तर संपूर्ण गुणवत्ता व्यवस्थापन उत्पादने आणि सेवा गुणवत्ता मानके पूर्ण करतात आणि ग्राहकांच्या गरजा पूर्ण करतात हे सुनिश्चित करते.

६) जोखीम व्यवस्थापन :

ज्ञान व्यवस्थापन संभाव्य ज्ञानातील अंतर आणि अनिश्चिततेच्या क्षेत्रांबाबत माहिती प्रदान करून जोखीम ओळखण्यास आणि कमी करण्यास संपूर्ण गुणवत्ता व्यवस्थापनाला मदत करते. याउलट, संपूर्ण गुणवत्ता व्यवस्थापन हे गुणवत्ता समस्या आणि प्रक्रियेच्या अकार्यक्षमतेशी संबंधित जोखमींचे निराकरण करते, सातत्यपूर्ण उत्पादन आणि सेवा वितरण सुनिश्चित करते.

७) कर्मचारी सहभाग :

ज्ञान व्यवस्थापन ज्ञान सामायिकरण आणि सहयोगासाठी व्यासपीठ प्रदान करून कर्मचाऱ्यांच्या सहभागास आणि प्रतिबद्धतेस प्रोत्साहित करते. संपूर्ण गुणवत्ता व्यवस्थापन कर्मचाऱ्यांना गुणवत्ता सुधारणा उपक्रमांमध्ये गुंतवून ठेवते, त्यांना प्रक्रिया आणि परिणाम वाढविण्यासाठी कल्पना व उपायांचे योगदान देण्यास सक्षम करते.

८) मापन आणि मूल्यमापन :

गुणवत्ता पातळीचे मूल्यांकन करण्यासाठी आणि सुधारणेची क्षेत्रे ओळखण्यासाठी संपूर्ण गुणवत्ता व्यवस्थापन निर्देशक आणि कार्यप्रदर्शन निर्देशकांवर अवलंबून असते. ज्ञान व्यवस्थापन ज्ञानाची परिणामकारकता मोजण्यासाठी आणि गुणवत्ता व्यवस्थापन पद्धतींवर ज्ञानाच्या देवाणघेवाणीच्या प्रभावाचे मूल्यांकन करण्यासाठी साधने प्रदान करून संपूर्ण गुणवत्ता व्यवस्थापनाला पूरक आहे.

९) नवकल्पना :

नवीन कल्पना आणि सर्वोत्तम पद्धतींचा संग्रह आणि प्रसार सक्षम करून ज्ञान व्यवस्थापन नाविन्यपूर्णतेला चालना देते. संपूर्ण गुणवत्ता व्यवस्थापन हे गुणवत्ता सुधारण्यासाठी आणि बाजारपेठेत स्पर्धात्मक धार राखण्यासाठी प्रक्रिया व उत्पादनांमध्ये नावीन्यपूर्णतेला प्रोत्साहन देते.

१०) धोरणात्मक सरेखन :

ज्ञान व्यवस्थापन आणि संपूर्ण गुणवत्ता व्यवस्थापन दोन्ही संस्थेच्या धोरणात्मक उद्दिष्टांशी जुळतात. ज्ञान व्यवस्थापन हे सुनिश्चित करते की ज्ञान व्यवस्थापन उपक्रम संपूर्ण व्यवसाय धोरणांना समर्थन देतात, तर संपूर्ण गुणवत्ता व्यवस्थापन शाश्वत वृद्धी आणि यश मिळवण्यासाठी ग्राहकांच्या गरजा व संस्थात्मक प्राधान्यांनुसार गुणवत्ता व्यवस्थापन प्रयत्नांना सरेखित करते.

३.४.२ संपूर्ण गुणवत्ता व्यवस्थापनात ज्ञान व्यवस्थापनाची भूमिका :

ज्ञान व्यवस्थापन एक सतत सुधारणा संस्कृती वाढवून, गुणवत्तेच्या मानकांसाठी ज्ञान सामायिक करून समस्या सोडवणे, गुणवत्ता प्रक्रिया व्यवस्थापित करणे, प्रशिक्षणास समर्थन देणे, तथ्य-आधारित निर्णय घेण्यास सक्षम करणे, मापदंड सुलभ करणे आणि संस्थात्मक शिक्षणाला चालना देऊन एकूण गुणवत्ता व्यवस्थापनावर लक्षणीय प्रभाव पाडते.

१) सतत सुधारणा संस्कृती :

ज्ञान व्यवस्थापन हे संपूर्ण गुणवत्ता व्यवस्थापनामध्ये सतत सुधारणा संस्कृतीच्या स्थापनेचे समर्थन करते. सर्वोत्तम पद्धती, शिकलेले धडे आणि यशस्वी दर्जेदार उपक्रमांमधील माहिती संग्रहित करून आणि सामायिक करून ज्ञान व्यवस्थापन संस्थांना शिक्षण आणि नाविन्याला महत्त्व देणारी संस्कृती वाढवण्यास सक्षम करते. हे ज्ञान-सामायिकरण पर्यावरण कर्मचाऱ्यांना कल्पनांचे योगदान देण्यासाठी, सुधारणेच्या संधी ओळखण्यासाठी आणि गुणवत्ता वाढीच्या उपक्रमांमध्ये सहभागी होण्यासाठी, सर्व संस्थात्मक स्तरांवर सतत सुधारणा घडवून आणण्यासाठी प्रोत्साहित करते.

२) गुणवत्ता मानकांसाठी ज्ञानाची देवाणघेवाण :

ज्ञान व्यवस्थापन प्रणालीमध्ये गुणवत्ता मानके, नियम आणि उद्योग मापदंडांची माहिती असते. या ज्ञानाचे केंद्रीकरण करून संस्था कर्मचाऱ्यांना अद्ययावत गुणवत्ता मार्गदर्शक तत्त्वे आणि सर्वोत्तम पद्धतींमध्ये प्रवेश असल्याचे सुनिश्चित करतात. ज्ञान व्यवस्थापन गुणवत्ता-संबंधित ज्ञानाचा प्रसार सुलभ करते, हे सुनिश्चित करते की विभागातील कर्मचारी त्यांचे प्रयत्न हे स्थापित गुणवत्ता मानके, अनुपालन आवश्यकता आणि उद्योग मापदंडांशी सरेखित करतात.

३) समस्या सोडवणे आणि मूळ कारणांचे विश्लेषण :

संपूर्ण गुणवत्ता व्यवस्थापनामध्ये, समस्यांची मूळ कारणे ओळखणे आणि त्यांचे निराकरण करणे हे सर्वोपरि आहे. ज्ञान व्यवस्थापन भूतकाळातील गुणवत्तेच्या समस्या, त्यांचे निराकरण आणि मूळ कारणांचे विश्लेषण याबद्दल माहिती संग्रहित करून समस्या सोडवण्यास मदत करते. हे ज्ञान भांडार कर्मचाऱ्यांना ऐतिहासिक माहिती, मिळालेले अनुभव आणि यशस्वी समस्या सोडवण्याच्या पद्धतींमध्ये प्रवेश करण्यास सक्षम करते. या ज्ञानाचा फायदा घेऊन, संस्था मूळ कारण विश्लेषण प्रक्रिया सुव्यवस्थित करतात, समस्येचे निराकरण गतिमान करतात आणि पुनरावृत्ती टाळतात.

४) गुणवत्ता नियंत्रण आणि हमी प्रक्रिया :

गुणवत्ता नियंत्रण आणि हमी प्रक्रिया व्यवस्थापित करण्यात ज्ञान व्यवस्थापन प्रणाली महत्त्वाची भूमिका बजावतात. गुणवत्ता नियंत्रण तपासबिंदु, तपासणी प्रक्रिया आणि गुणवत्ता आश्वासन शिष्टाचारावरील माहिती केंद्रीकृत करून संस्था स्थापित गुणवत्ता मानकांचे सातत्य आणि पालन सुनिश्चित करतात. ज्ञान व्यवस्थापन गुणवत्ता-संबंधित ज्ञानाचे दस्तऐवजीकरण आणि प्रसार सुलभ करते. तपासणी, अंकेक्षण आणि अनुपालन तपासणी कार्यक्षमतेने आयोजित करण्यास कर्मचाऱ्यांना मदत करते.

५) प्रशिक्षण आणि कौशल्य विकास :

ज्ञान व्यवस्थापन प्रशिक्षण आणि कौशल्य विकास उपक्रमांना समर्थन देऊन संपूर्ण गुणवत्ता व्यवस्थापनामध्ये योगदान देते. ज्ञान व्यवस्थापन प्रणाली गुणवत्ता व्यवस्थापन तत्त्वे आणि पद्धतींशी संबंधित प्रशिक्षण साहित्य, हस्तपुस्तिका आणि संसाधने संग्रहित करते. हे ज्ञान भांडार नवीन कर्मचाऱ्यांना प्रशिक्षण देण्यासाठी आणि विद्यमान कर्मचाऱ्यांचे कौशल्य वाढवण्यासाठी एक मौल्यवान संसाधन म्हणून काम करते. ज्ञान आणि अनुभवांची देवाणघेवाण करून, संस्था गुणवत्तेची मानके प्रभावीपणे टिकवून ठेवण्यासाठी आवश्यक कौशल्ये आणि ज्ञानाने सुसज्ज कर्मचारी वर्ग तयार करतात.

६) गुणवत्ता तथ्य विश्लेषण आणि अहवाल :

ज्ञान व्यवस्थापन ऐतिहासिक गुणवत्ता तथ्य, कार्यप्रदर्शन निर्देशांक आणि विश्लेषणात्मक साधनांमध्ये प्रवेश प्रदान करून गुणवत्ता तथ्य विश्लेषण आणि अहवाल सुलभ करते. ज्ञान व्यवस्थापन-आधारित विश्लेषणे वापरून संस्था मुख्य गुणवत्ता निर्देशकांचा मागोवा घेऊ शकतात, प्रवाह ओळखू शकतात आणि कार्यप्रदर्शन निर्देशकांचे विश्लेषण करू शकतात. हे ज्ञान तथ्य-आधारित निर्णय घेण्यास, गुणवत्ता सुधारण्याचे लक्ष्य निश्चित करण्यात आणि धोरणात्मक गुणवत्ता व्यवस्थापन उपक्रमांची माहिती देणारे अहवाल तयार करण्यास मदत करते.

७) बेंचमार्किंग आणि सर्वोत्तम पद्धतींचा अवलंब :

ज्ञान व्यवस्थापन उद्योगातील सर्वोत्तम पद्धती, मापदंड आणि इतर संस्थांद्वारे अंमलात आणलेल्या यशस्वी गुणवत्ता प्रारूपाविषयी माहिती मिळवून बेंचमार्किंग उपक्रमांना समर्थन देते. हे ज्ञान संस्थांना त्यांच्या गुणवत्ता व्यवस्थापन पद्धतींची उद्योगातील नेत्यांशी तुलना करण्यास आणि सिद्ध पद्धतींचा अवलंब करण्यास सक्षम करते. ज्ञान व्यवस्थापन सर्वोत्कृष्ट पद्धतींचा अवलंब करण्यास सुलभ करते, ज्यामुळे संस्थांना त्यांच्या दर्जेदार उपक्रमांना मान्यताप्राप्त उद्योग मानके आणि बेंचमार्कशी संरेखित करता येते.

८) संस्थात्मक शिक्षण आणि नवकल्पना :

ज्ञान व्यवस्थापन हे संपूर्ण गुणवत्ता व्यवस्थापनामध्ये संस्थात्मक शिक्षण आणि नवकल्पना वाढवते. ज्ञानाच्या देवाणघेवाणीला प्रोत्साहन देऊन, यश आणि अपयश या दोन्हींमधून मिळालेले अनुभव संपूर्ण संस्थेमध्ये पसरवले जातात. ही ज्ञान-सामायिकरण संस्कृती नवनिर्मितीला प्रोत्साहन देते, ज्यामुळे कर्मचाऱ्यांना गुणवत्ता सुधारण्याच्या नवीन पद्धती, तंत्रज्ञान आणि प्रक्रिया नवकल्पनांशी प्रयोग करण्याची परवानगी मिळते. ज्ञान व्यवस्थापन-आधारित नवोपक्रम बदलत्या गुणवत्ता आवश्यकतांशी जुळवून घेण्याची आणि सतत सुधारणा घडवून आणण्याची संस्थेची क्षमता वाढवते.

३.५ ग्राहक संबंध व्यवस्थापन (CRM) आणि ज्ञान व्यवस्थापन :

ग्राहक संबंध व्यवस्थापन (CRM) आधारि ज्ञान व्यवस्थापन कंपनीसाठी अधिक मौल्यवान ग्राहक ज्ञानावर लक्ष केंद्रित करते. प्रक्रिया स्तरावर ग्राहक संबंध व्यवस्थापन आणि ज्ञान व्यवस्थापन संकल्पनांचे एकत्रीकरण दोन्ही व्यवस्थापन दृष्टिकोनांसाठी फायदेशीर आहे. स्पर्धात्मक स्थिती मजबूत करण्यासाठी आणि जास्तीत-जास्त परतावा मिळवण्यासाठी ग्राहक संबंधांमध्ये गुंतवणूकीचा लाभ घेणे हे ग्राहक संबंध व्यवस्थापनाचे उद्दिष्ट आहे. विविध संशोधकांनी ग्राहक संबंध व्यवस्थापनाची क्षमता ग्राहकांना मूल्य हलवा प्रदान करून स्पर्धात्मक फायदा मिळवण्यासाठी कंपन्यांना संधी म्हणून दाखवली आहे.

३.५.१ ज्ञान व्यवस्थापन आणि ग्राहक संबंध व्यवस्थापन यांच्यातील संबंध :

ज्ञान व्यवस्थापन आणि ग्राहक संबंध व्यवस्थापन यांच्यातील संबंध पुढील मुद्यांच्या आधारे जाणून घेता येतील :

१) सूचित ग्राहक समज :

ज्ञान व्यवस्थापन ग्राहकांना सर्वसमावेशक समज देऊन ग्राहक संबंध व्यवस्थापनाच्या यशात योगदान देते. ज्ञान व्यवस्थापन प्रणाली ग्राहकांची प्राधान्ये, आचरण आणि अभिप्राय यासंबंधी मोठ्या प्रमाणात तथ्ये संकलित आणि विश्लेषित करतात. हे ज्ञान, ग्राहक संबंध व्यवस्थापनामध्ये समाकलित केल्यावर, वैयक्तिक ग्राहकांच्या गरजा आणि प्राधान्यांबद्दल अधिक सूक्ष्म जाणून घेण्यास चालना देते. परिणामी, ग्राहक संबंध व्यवस्थापन धोरणे अधिक अचूकतेने तयार केली जातात, ज्यामुळे अधिक प्रभावी ग्राहक परस्परसंवाद आणि समाधान वाढते.

२) वर्धित ग्राहक सेवा :

ज्ञान व्यवस्थापन सराव सामान्य ग्राहक समस्या, उपाय आणि सर्वोत्तम पद्धतींवरील माहितीचे एकत्रीकरण सक्षम करतात. ग्राहक संबंध व्यवस्थापनाशी समाकलित केल्यावर, हे ज्ञान ग्राहक सेवा प्रतिनिधींना मौल्यवान माहिती आणि उपायांमध्ये त्वरित प्रवेशाद्वारे सुसज्ज करते. या माहितीचा वेळेवर प्रवेश समस्येचे निराकरण सुलभ करतो, प्रतिसाद वेळ सुधारतो आणि एकूण ग्राहकांचे समाधान वाढवतो.

३) वैयक्तिकरण आणि टेलरिंग :

ज्ञान व्यवस्थापनाची ग्राहक प्राधान्ये, खरेदीचे वर्तन आणि मागील परस्परसंवाद यामधील माहिती ग्राहक संबंध व्यवस्थापन धोरणे समृद्ध करतात. हे ज्ञान समाकलित करून ग्राहक संबंध व्यवस्थापन प्रणाली विपणन मोहिमा वैयक्तिकृत करतात, उत्पादने तयार करतात आणि संप्रेषण माध्यमे सानुकूलित करतात. वैयक्तिकरणाची ही पातळी ग्राहकांची प्रतिबद्धता आणि निष्ठा वाढवते, कारण ग्राहकांना समजून घेणे मूल्यवान वाटते.

४) कार्यक्षम ज्ञान सामायीकरण :

ज्ञान व्यवस्थापन संस्थेमध्ये ज्ञानाची देवाणघेवाण करण्याच्या संस्कृतीला प्रोत्साहन देते. जेव्हा ज्ञान व्यवस्थापन पद्धती ग्राहक संबंध व्यवस्थापनामध्ये समाकलित केल्या जातात, तेव्हा हे सामायिक ज्ञान सर्व ग्राहकांना तोंड देणाऱ्या संघांसाठी प्रवेश योग्य बनते. ही प्रवेशयोग्यता संप्रेषणामध्ये एकसमानता सुनिश्चित करते, रणनीती संरेखित करते आणि कार्यसंघांना यशस्वी पद्धतींचा लाभ घेण्यास सक्षम करते, शेवटी सातत्यपूर्ण आणि प्रभावी ग्राहक अनुभवाकडे नेते.

५) सातत्यपूर्ण संप्रेषण आणि ब्रँडिंग :

ज्ञान व्यवस्थापन संप्रेषण आणि ब्रँडिंग धोरणांमध्ये सातत्य सुनिश्चित करते. ही सुसंगतता ग्राहक संबंध व्यवस्थापनामध्ये समाकलित केल्याने सर्व ग्राहक परस्परसंवाद ब्रँडची मूल्ये आणि वचने कायम ठेवतात याची हमी मिळते. ही सुसंगतता विश्वास निर्माण करते आणि ब्रँड-ग्राहक संबंध मजबूत करते, सकारात्मक ब्रँड धारणा वाढवते.

६) बदलत्या गरजांशी जुळवून घेण्याची क्षमता :

ज्ञान व्यवस्थापनची तत्कालीन माहिती आणि अंतर्दृष्टी ग्राहक संबंध व्यवस्थापन प्रणालीस बदलत्या ग्राहकांच्या गरजा आणि बाजारपेठ गतिशीलतेशी झटपट जुळवून घेण्यास चालना देतात. ज्ञान व्यवस्थापन पद्धतींचे एकत्रीकरण ग्राहक संबंध व्यवस्थापनास वर्तमान तथ्यांवर आधारित धोरणे सतत विकसित आणि समायोजित करण्यास सक्षम करते, ग्राहकांच्या सहभागामध्ये प्रतिसाद आणि प्रासंगिकता सुनिश्चित करते.

७) तथ्य-आधारित निर्णय घेणे :

ज्ञान व्यवस्थापनाची तथ्ये विश्लेषण क्षमता ग्राहक संबंध व्यवस्थापनास सर्वसमावेशक ग्राहक माहिती प्रदान करते. या तथ्यांचे विश्लेषण ग्राहक विभाजन, लक्ष्यित विपणन प्रयत्न आणि उत्पादन विकासाबाबत माहितीपूर्ण निर्णय घेण्यास मदत करते. हा तथ्य-आधारित दृष्टीकोन ग्राहकांच्या अपेक्षांशी ग्राहक संबंध व्यवस्थापन धोरणे संरेखित करतो, परिणामी अधिक प्रभावी ग्राहक-केंद्रित उपक्रम निर्माण होतात.

८) सतत सुधारणा सुलभ करणे :

ज्ञान व्यवस्थापनाचा शिकण्यावर भर आणि प्रतिसाद यंत्रणा सतत सुधारणा करण्याच्या ग्राहक संबंध व्यवस्थापनाच्या उद्दिष्टाशी अखंडपणे संरेखित होतात. ग्राहक संबंध व्यवस्थापनामध्ये ज्ञान व्यवस्थापन पद्धती समाकलित केल्याने संस्थांना ग्राहकांच्या अभिप्रायाचे प्रभावीपणे विश्लेषण करता येते. हे विश्लेषण ग्राहक संबंध व्यवस्थापन धोरणे, प्रक्रिया आणि उत्पादनांमध्ये पुनरावृत्ती वाढीस सक्षम करते, सतत सुधारणा आणि ग्राहकांच्या गरजा अनुकूल करते.

९) ग्राहकांना सामोरे जाणाऱ्या संघांना सक्षम करणे :

ज्ञान व्यवस्थापन संबंधित माहिती आणि कौशल्य असलेल्या कर्मचाऱ्यांच्या सक्षमीकरणाला प्रोत्साहन देते. ग्राहक संबंध व्यवस्थापनामध्ये समाकलित केलेले, हे ज्ञान ग्राहकांना सामोरे जाणाऱ्या कर्मचाऱ्यांना ग्राहकांशी अधिक प्रभावीपणे गुंतण्यासाठी, अनुकूल निराकरणे प्रदान करण्यासाठी आणि प्रश्नांना कार्यक्षमतेने संबोधित करण्यास सक्षम करते. सक्षम संघ सकारात्मक ग्राहक अनुभव आणि समाधानासाठी महत्त्वपूर्ण योगदान देतात.

१०) दीर्घकालीन संबंध निर्माण करणे :

संस्थात्मक ज्ञान टिकवून ठेवण्यावर ज्ञान व्यवस्थापनाचे लक्ष हे चिरस्थायी नातेसंबंध निर्माण करण्यास योगदान देते. ग्राहक संबंध व्यवस्थापनामध्ये ऐतिहासिक ग्राहक तथ्ये आणि माहिती एकत्रित करून संस्था ग्राहकांशी दीर्घकालीन संबंध वाढवू शकतात आणि मजबूत करू शकतात. ही निरंतर प्रतिबद्धता निष्ठा आणि पाठपुरावा यास प्रोत्साहन देते, ज्यामुळे व्यवसायासाठी दीर्घकालीन यश मिळते.

३.५.२ ग्राहक संबंध व्यवस्थापनाच्या यशामध्ये ज्ञान व्यवस्थापनाची भूमिका :

ज्ञान व्यवस्थापन ग्राहकांना समजून घेणे, माहिती एकत्रित करणे, ज्ञान–आधारित ग्राहक सेवा सक्षम करणे, भविष्यसूचक विश्लेषणे सक्षम करणे, सतत शिकणे, नाविन्यपूर्ण चालना, विक्री आणि विपणन प्रयत्नांना संरेखित करणे तसेच तथ्य–आधारित निर्णयांचे समर्थन करून ग्राहक संबंध व्यवस्थापनाच्या यशामध्ये महत्त्वपूर्ण योगदान देते.

१) ग्राहकांच्या गरजा समजून घेणे :

ज्ञान व्यवस्थापन ग्राहक तथ्ये आणि प्रतिसाद गोळा करणे, संघटित करणे आणि विश्लेषित करणे यात महत्त्वपूर्ण भूमिका बजावते. व्यवसायांना ग्राहकांच्या पसंती, वर्तन आणि गरजा याविषयी माहिती प्राप्त करण्यास सक्षम करून अधिक प्रभावी ग्राहक संबंध व्यवस्थापन धोरणांची माहिती देते.

२) वैयक्तिकरण आणि सानुकूलन :

ज्ञान व्यवस्थापन विविध स्त्रोतांकडून तथ्ये एकत्रित करून सर्वसमावेशक ग्राहक रूपरेखा तयार करण्यास सुलभ करते. व्यवसायांना त्यांची उत्पादने, सेवा आणि परस्परसंवाद वैयक्तिक ग्राहकांच्या पसंती आणि अपेक्षा पूर्ण करण्यासाठी चालना देवून ग्राहक संबंध व्यवस्थापन प्रयत्नांची प्रभावीता वाढवते.

३) सेवेचा दर्जा सुधारणे :

अग्रभागी कर्मचाऱ्यांना ग्राहकांबद्दलचे ज्ञान आणि माहिती उपलब्ध करून देऊन ज्ञान व्यवस्थापन त्यांना वैयक्तिकृत आणि सक्रिय सेवा वितरीत करण्यासाठी, चौकशी आणि समस्यांचे त्वरित निराकरण करण्यासाठी ग्राहकांच्या अपेक्षांपेक्षा अधिक सक्षम बनवते. ज्यामुळे एकूण सेवेची गुणवत्ता वाढते आणि ग्राहकांचे समाधान आणि निष्ठा वाढते.

४) ग्राहक प्रवाहाचा अंदाज घेणे :

ज्ञान व्यवस्थापन मोठ्या प्रमाणात तथ्ये आणि ज्ञानाचे विश्लेषण करून, ग्राहकांच्या पसंती आणि बाजारातील प्रवाहाचा अंदाज घेण्यास मदत करून आणि पुढे राहण्यासाठी त्यांच्या ग्राहक संबंध व्यवस्थापन रणनीती त्यानुसार अनुकूल करून ग्राहकांचे वर्तनातील नमुने, प्रवाह आणि उदयोन्मुख गरजा ओळखण्यास व्यवसायांना सक्षम करते.

५) सुव्यवस्थित संप्रेषण :

ज्ञान व्यवस्थापन व्यासपीठ आणि साधने ग्राहकांच्या परस्परसंवादासाठी जबाबदार असलेल्या अंतर्गत कार्यसंघांमध्ये अखंड संप्रेषण आणि सहयोग सुलभ करतात, त्यांना संबंधित माहिती, अंतर्दृष्टी आणि सर्वोत्तम पद्धती सामायिक करण्यास सक्षम करतात. अधिक प्रभावीपणे प्रयत्नांचा समन्वय साधतात आणि संपूर्ण स्पर्शबिंदूंवर सातत्यपूर्ण आणि सुसंगत ग्राहक अनुभव देतात.

६) समस्यांचे निराकरण वाढवणे :

ज्ञान व्यवस्थापन प्रणाली संस्थांना सामान्य ग्राहक समस्या, आव्हाने आणि उपायांबद्दल ज्ञान मिळवण्यास व सामायिक करण्यास सक्षम करते. ग्राहकांच्या समस्यांचे जलद आणि कार्यक्षमतेने निराकरण करण्यासाठी आवश्यक असलेल्या संबंधित माहिती आणि तज्ज्ञांपर्यंत प्रवेश करण्यासाठी अग्रभागी कर्मचाऱ्यांना सक्षम करते, ज्यामुळे ग्राहकांचा असंतोष कमी होतो आणि धारणा दर सुधारतो.

७) दीर्घकालीन नातेसंबंध निर्मिती :

ज्ञान व्यवस्थापनाद्वारे मिळालेल्या माहितीचा फायदा घेऊन, व्यवसाय लक्ष्यित आणि वैयक्तिकृत संप्रेषण धोरणे, निष्ठा कार्यक्रम आणि नातेसंबंध निर्माण उपक्रम विकसित करतात जे ग्राहकांशी दीर्घकालीन नातेसंबंध वाढवतात, विश्वास आणि निष्ठा वाढवतात तसेच ग्राहकांचे आजीवन मूल्य वाढवतात.

८) तथ्य–आधारित निर्णय निर्मिती :

ज्ञान व्यवस्थापन व्यवसायांना ग्राहक संबंध व्यवस्थापन उपक्रमांशी संबंधित धोरणात्मक निर्णय प्रक्रिया; जसे की उत्पादन विकास, विपणन मोहिमा आणि सेवा सुधारणांबद्दल माहिती देण्यासाठी आणि ग्राहक वर्तन, प्राधान्ये व परस्परसंवादांबद्दल माहिती आणि अंतर्दृष्टी घेण्यास सक्षम करते. अशाप्रकारे संसाधनांचे वाटप पर्याप्त करते आणि गुंतवणुकीवरील मोबदला वाढवणे.

९) नवोपक्रमाची सुविधा :

ज्ञान व्यवस्थापन कर्मचाऱ्यांमध्ये विचारांची देवाणघेवाण, अंतर्दृष्टी आणि सर्वोत्तम पद्धतींना प्रोत्साहन देऊन संस्थांना ग्राहक अनुभव सुधारण्यासाठी, नाविन्यपूर्ण उत्पादने आणि सेवा विकसित करण्यासाठी तसेच बाजारपेठेत स्वतःला वेगळे करण्यासाठी नवीन संधी ओळखण्यास सक्षम करून नाविन्यपूर्ण संस्कृतीला प्रोत्साहन देते.

१०) कार्यप्रदर्शन मोजणे आणि सुधारणे :

ज्ञान व्यवस्थापन प्रणाली आणि विश्लेषण साधने व्यवसायांना ग्राहकांचे समाधान, निष्ठा, धारणा आणि आजीवन मूल्याशी संबंधित मौल्यवान निर्देशक आणि मुख्य कार्यप्रदर्शन निर्देशांक प्रदान करतात, त्यांना त्यांच्या ग्राहक संबंध व्यवस्थापन धोरणांच्या परिणामकारकतेचे मूल्यांकन करण्यास, सुधारणेची क्षेत्रे ओळखण्यास आणि तथ्ये संकलित करण्यास सक्षम करतात. कार्यप्रदर्शन पर्याप्त करण्यासाठी आणि शाश्वत वृद्धी साध्य करण्यासाठी प्रेरित समायोजन करते.

३.६ मानव संसाधन आणि ज्ञान व्यवस्थापन :

ज्ञान व्यवस्थापन हे माहिती विज्ञासारख्या अनेक व्यवसायांमध्ये विशेषीकरणाचे एक उदयोन्मुख क्षेत्र आहे. विविध व्यवसाय ज्ञान व्यवस्थापनामधील घडामोडींमध्ये आपापल्या परीने योगदान देत आहेत आणि प्रभावित करत आहेत. तथापि, येथे असा युक्तिवाद केला जातो की अनेक स्पष्ट कारणांमुळे ते ज्ञान व्यवस्थापनाच्या प्रगतीत हवे तितके योगदान देत नाही. मानव संसाधन व्यवस्थापन कार्य आणि संस्थात्मक कार्यप्रदर्शन ही विद्वान, व्यवस्थापक आणि अगदी मानव संसाधन अभ्यासकांमध्येही एक त्रासदायक समस्या बनली आहे. मानव संसाधन व्यवस्थापन कार्य खरोखर संस्थांमध्ये काय योगदान देते यावर सतत वादविवाद चालू आहेत. मानव संसाधन व्यवस्थापन पद्धती कार्यक्षमतेवर कसा परिणाम करतात हे कसे समजून घेणे महत्वाचे आहे.

३.६.१ मानव संसाधन व्यवस्थापन आणि ज्ञान व्यवस्थापन यांच्यातील संबंध :

मानव संसाधन व्यवस्थापन आणि ज्ञान व्यवस्थापन यांच्यातील संबंध सहजीवन आहे, जेथे मानव संसाधन व्यवस्थापनाचे लोक व्यवस्थापनावर लक्ष केंद्रित करताना ज्ञान व्यवस्थापनास व्यूहरचात्मक मालमत्ता म्हणून ज्ञानावर भर देते. एकत्रितपणे, ते एक परिसंस्था तयार करतात जिथे प्रतिभा संपादन, शिक्षण आणि विकास हे ज्ञानाची देवाणघेवाण, कार्यप्रदर्शन व्यवस्थापन, संस्कृती, धारणा, बदल व्यवस्थापन आणि धोरणात्मक सरेखन संस्थात्मक यशासाठी सुसंवाद साधतात.

१) प्रतिभा संपादन आणि ज्ञान संपादन :

मानव संसाधन व्यवस्थापन संस्थेतील प्रतिभा संपादन आणि व्यवस्थापित करण्यावर लक्ष केंद्रित करते, तर ज्ञान व्यवस्थापन हे ज्ञान संपादन आणि व्यवस्थापनाशी संबंधित आहे. मानव संसाधन व्यवस्थापन आणि ज्ञान व्यवस्थापन यांच्यातील संबंध प्रतिभा संपादनाने सुरू होतो, जिथे मानव संसाधन व्यवस्थापन संबंधित तज्ज्ञ आणि ज्ञान असलेल्या व्यक्तींना ओळखते. ज्ञान व्यवस्थापन नंतर हे ज्ञान प्रभावीपणे संस्थेमध्ये हस्तांतरित आणि आत्मसात करून त्याचा जास्तीत-जास्त वापर करते.

२) शिक्षण आणि विकास उपक्रम :

मानव संसाधन व्यवस्थापन कर्मचाऱ्यांची कौशल्ये आणि ज्ञान वाढविण्यासाठी शिक्षण आणि विकास कार्यक्रमांची रचना आणि अंमलबजावणी करते. ज्ञान व्यवस्थापन प्रभावीपणे ज्ञान कैद, संग्रहित आणि प्रसारित करण्यासाठी आवश्यक व्यासपीठ आणि प्रणाली प्रदान करून या उपक्रमांना पूरक आहे. मानव संसाधन व्यवस्थापन आणि ज्ञान व्यवस्थापन एकत्रितपणे हे सुनिश्चित करतात की शिक्षणाचे परिणाम संस्थात्मक ज्ञान भांडारांमध्ये एकत्रित केले जातात आणि सतत शिकण्याची संस्कृती वाढवतात.

३) ज्ञानाची देवाणघेवाण आणि सहयोग :

मानव संसाधन व्यवस्थापन कर्मचाऱ्यांमध्ये सहकार्याला प्रोत्साहन देते, ज्ञानाच्या देवाणघेवाणीसाठी अनुकूल पर्यावरण निर्माण करते. ज्ञान व्यवस्थापन कर्मचाऱ्यांना स्पष्ट आणि पारदर्शक ज्ञान सामायिक करण्यासाठी साधने, व्यासपीठ आणि प्रक्रिया प्रदान करून त्यांचे समर्थन करते. मानव संसाधन व्यवस्थापन आणि ज्ञान व्यवस्थापनामधील समन्वय सराव, मंच आणि सहयोगी जागा तयार करण्यास सुलभ करते, जेथे कर्मचारी कल्पना आणि अनुभवांची देवाणघेवाण करतात.

४) कार्यप्रदर्शन व्यवस्थापन आणि ज्ञानाचा उपयोग :

मानव संसाधन व्यवस्थापन कर्मचाऱ्यांच्या कामगिरीचे मूल्यांकन करते, तर ज्ञान व्यवस्थापन संस्थात्मक कामगिरी सुधारण्यासाठी ज्ञानाचा फायदा घेण्यावर लक्ष केंद्रित करते. मानव संसाधन व्यवस्थापनाच्या कार्यप्रदर्शन व्यवस्थापन

प्रणालींना ज्ञान व्यवस्थापन धोरणांशी सरेखित करून संस्था ज्ञान सामायिकरण वर्तन ओळखू शकतात आणि पुरस्कृत करू शकतात. संस्थात्मक उद्दिष्टे साध्य करण्यासाठी कर्मचाऱ्यांना योगदान देण्यासाठी आणि ज्ञानाचा प्रभावीपणे वापर करण्यासाठी प्रोत्साहित करतात.

५) सांस्कृतिक एकात्मता आणि सामायीकरण संस्कृती :

संघटनात्मक संस्कृती घडवण्यात मानव संसाधन व्यवस्थापन महत्त्वाची भूमिका बजावते. जेव्हा मानव संसाधन व्यवस्थापन ज्ञानाची देवाणघेवाण आणि सहयोगाला महत्त्व देणाऱ्या संस्कृतीला सक्रियपणे प्रोत्साहन देते, तेव्हा ते ज्ञान व्यवस्थापन उद्दिष्टांशी सरेखित होते. ज्ञान व्यवस्थापन संस्थात्मक संस्कृतीमध्ये ज्ञान सामायिकरण वर्तन अंतःस्थापित करण्यासाठी चौकट आणि धोरणे प्रदान करून कर्मचाऱ्यांना त्यांचे कौशल्य सामायिक करण्यासाठी प्रोत्साहित आणि प्रेरित वाटेल असे पर्यावरण तयार करून मानव संसाधन व्यवस्थापनाचे समर्थन करते.

६) ज्ञान आणि प्रतिभा टिकवून ठेवणे :

मानव संसाधन व्यवस्थापन प्रतिभा टिकवून ठेवण्यावर लक्ष केंद्रित करते, हे सुनिश्चित करते की जाणकार कर्मचारी संस्थेमध्ये राहतात. संस्थात्मक ज्ञान टिकवून ठेवण्यासाठी प्रणाली लागू करून ज्ञान व्यवस्थापनामध्ये योगदान देते. ज्ञान व्यवस्थापनाद्वारे सोयीस्कर ज्ञान भांडार, मार्गदर्शन कार्यक्रम आणि उत्तराधिकार नियोजन यासारख्या यंत्रणांद्वारे, कर्मचारी भूमिकेतून बाहेर पडतात किंवा संस्था सोडतात तरीही संस्था मौल्यवान ज्ञान राखून ठेवतात.

७) बदल व्यवस्थापन आणि ज्ञान हस्तांतरण :

मानव संसाधन व्यवस्थापन हे बदल व्यवस्थापन प्रक्रियेवर देखरेख करते, तर ज्ञान व्यवस्थापन संस्थात्मक बदलांदरम्यान ज्ञान हस्तांतरण सुलभ करते. जेव्हा मानव संसाधन व्यवस्थापन बदलाच्या पुढाकाराचे नेतृत्व करते, तेव्हा ज्ञान व्यवस्थापन हे सुनिश्चित करते की चिकित्सक ज्ञान संग्रहित केले जाते, जतन केले जाते आणि सौम्य संक्रमणे सुलभ करण्यासाठी प्रसारित केले जाते. ज्ञान व्यवस्थापन संरचनात्मक बदल, विलीनीकरण, अधिग्रहण किंवा नेतृत्व संक्रमण दरम्यान ज्ञानाची हानी कमी करण्यासाठी मानव संसाधन व्यवस्थापनाचे समर्थन करते.

८) धोरणात्मक सरेखन आणि संस्थात्मक कामगिरी :

मानव संसाधन व्यवस्थापन आणि ज्ञान व्यवस्थापनामधील सरेखन धोरणात्मक उद्दिष्टे आणि संस्थात्मक काम गिरीमध्ये योगदान देते. मानव संसाधन व्यवस्थापनाचे धोरणात्मक नियोजन प्रतिभा आणि कौशल्ये संस्थात्मक उद्दिष्टांशी सरेखित करते, तर ज्ञान व्यवस्थापन हे सुनिश्चित करते की ज्ञान ही संपत्ती या उद्दिष्टांना समर्थन देते. मानव संसाधन व्यवस्थापन आणि ज्ञान व्यवस्थापनामधील सहयोग संस्थांना मानवी भांडवल आणि ज्ञान संसाधनांचा प्रभावीपणे लाभ घेऊन स्पर्धात्मक फायदा मिळवण्यास मदत करतो.

३.६.२ मानव संसाधन व्यवस्थापनात ज्ञान व्यवस्थापनाची भूमिका :

लोक व्यवस्थापनावर मानव संसाधन व्यवस्थापनाचे लक्ष हे ज्ञान व्यवस्थापनाने धोरणात्मक मालमत्ता म्हणून ज्ञानाचे व्यवस्थापन आणि फायदा घेण्यावर दिलेला भर आहे. हे सहकार्य प्रतिभा संपादन, शिक्षण आणि विकास, ज्ञानाची देवाणघेवाण, कार्यप्रदर्शन व्यवस्थापन, नावीन्य, बदल व्यवस्थापन, कर्मचारी सहभाग आणि धोरणात्मक निर्णय घेण्यास प्रोत्साहन देणारे पर्यावरण तयार करते, शेवटी संघटनात्मक यश आणि स्पर्धात्मकतेमध्ये योगदान देते.

१) प्रतिभा संपादन आणि टिकवून ठेवणे :

ज्ञान व्यवस्थापन कुशल व्यक्तींची ओळख आणि टिकवून ठेवण्याची सुविधा देऊन प्रतिभा संपादनामध्ये मानव संसाधन व्यवस्थापनाला समर्थन देते. ज्ञान व्यवस्थापन प्रणाली कौशल्य, अनुभव आणि पात्रता याद्वारे संभाव्य उमेदवारांची माहिती संग्रहित करते. कर्मचाऱ्यांकडे असलेले मौल्यवान ज्ञान संग्रह, दस्तऐवजीकरण आणि प्रभावीपणे

वापरले जाईल याची खात्री करून हे भांडार मानव संसाधन व्यवस्थापन योग्य उमेदवारांची भरती करण्यास आणि प्रतिभा टिकवून ठेवण्यास मदत करतात.

२) शिक्षण आणि विकास कार्यक्रम :

मानव संसाधन व्यवस्थापन शिक्षण आणि विकास उपक्रमांची रचना करते, तर ज्ञान व्यवस्थापन हे कार्यक्रम सुलभ करण्यासाठी पायाभूत सुविधा पुरवते. ज्ञान व्यवस्थापन व्यासपीठ प्रशिक्षण साहित्य, सर्वोत्तम पद्धती आणि ज्ञान भांडार साठवतात व प्रसारित करतात. मानव संसाधन व्यवस्थापन आणि ज्ञान व्यवस्थापनामधील हा समन्वय हे सुनिश्चित करतो की शिक्षणाचे परिणाम कैद केले जातात, सामायिक केले जातात आणि संस्थात्मक ज्ञानामध्ये एकत्रित केले जातात. सतत शिक्षण आणि कौशल्य विकासाची संस्कृती वाढवते.

३) ज्ञानाची देवाणघेवाण आणि सहयोग :

मानव संसाधन व्यवस्थापन सहयोग आणि सांघिक कार्यास प्रोत्साहन देते, तर ज्ञान व्यवस्थापन हे ज्ञान सामायिक करण्यासाठी साधने आणि व्यासपीठ प्रदान करते. ज्ञान व्यवस्थापन प्रणाली कर्मचाऱ्यांना संघ आणि विभागांमध्ये स्पष्ट आणि पारदर्शक ज्ञान सामायिक करण्यास सक्षम करते, सहकार्य आणि नाविन्य वाढवते. मानव संसाधन व्यवस्थापनाचा सांघिक कार्यावर भर देणारा दृष्टीकोन हा ज्ञान व्यवस्थापनाच्या ज्ञान-सामायिकरण संस्कृती निर्माण करण्याच्या, संघटनात्मक परिणामकारकता वाढवण्याच्या उद्देशाशी सरेखित आहे.

४) कार्यप्रदर्शन व्यवस्थापन आणि ज्ञानाचा उपयोग :

मानव संसाधन व्यवस्थापन कर्मचाऱ्यांच्या कामगिरीचे मूल्यांकन करते, तर ज्ञान व्यवस्थापन संस्थात्मक कामगिरीसाठी ज्ञानाचा लाभ घेण्यावर लक्ष केंद्रित करते. एकत्रितपणे, मानव संसाधन व्यवस्थापन आणि ज्ञान व्यवस्थापन कार्यप्रदर्शन व्यवस्थापन प्रणालींना ज्ञान वापरण्याच्या धोरणांशी सरेखित करतात. हे सरेखन सुनिश्चित करते की जे कर्मचारी ज्ञानात योगदान देतात आणि सामायिकरण वर्तन प्रदर्शित करतात त्यांना ओळखले जाते, ज्ञान योगदान आणि उपयोगाला महत्त्व देणारी संस्कृती वाढवते.

५) संस्थात्मक शिक्षण आणि नवोपक्रम :

मानव संसाधन व्यवस्थापन संस्थात्मक शिक्षण आणि नावीन्यपूर्णतेला समर्थन देते, तर ज्ञान व्यवस्थापन ज्ञान निर्मिती आणि नाविन्यपूर्ण यंत्रणा चालवते. ज्ञान व्यवस्थापन मिळालेले अनुभव, नाविन्यपूर्ण कल्पना आणि सर्वोत्तम पद्धती संग्रहित करण्याची सुविधा देते. मानव संसाधन व्यवस्थापन हे सुनिश्चित करते की ही माहिती संस्थात्मक प्रक्रियांमध्ये एकत्रित करून नाविन्य आणणे आणि बदलत्या वातावरणात अनुकूलता वाढवणे आवश्यक आहे.

६) बदल व्यवस्थापन आणि ज्ञान हस्तांतरण :

मानव संसाधन व्यवस्थापन हे बदल व्यवस्थापन प्रक्रियेवर देखरेख करते, तर ज्ञान व्यवस्थापन संस्थात्मक बदलांदरम्यान ज्ञान हस्तांतरण सुलभ करते. ज्ञान व्यवस्थापन हे सुनिश्चित करते की संक्रमणादरम्यान ज्ञानाची हानी कमी करण्यासाठी चिकित्सक ज्ञान संग्रहित केले जाते, जतन केले जाते आणि हस्तांतरित केले जाते. मानव संसाधन व्यवस्थापनाचे बदल व्यवस्थापनामधील नेतृत्व पुनर्रचना किंवा संक्रमणा दरम्यान ज्ञानाचे जतन व प्रसार करण्याचा उद्देश ज्ञान व्यवस्थापनाच्या भूमिकेशी सुसंगत आहे.

७) कर्मचारी व्यस्तता आणि समाधान :

मानव संसाधन व्यवस्थापन कर्मचाऱ्यांच्या सहभागावर आणि समाधानावर लक्ष केंद्रित करते, तर ज्ञान व्यवस्थापन ज्ञानाची देवाणघेवाण आणि सक्षमीकरणासाठी संसाधने प्रदान करून या प्रयत्नांना समर्थन देते. ज्ञान व्यवस्थापन

व्यासपीठ असे मंच समुदाय आणि साधने प्रदान करते, जे कर्मचाऱ्यांना योगदान, सहयोग आणि नवकल्पना करण्यास सक्षम करतात. मालकी आणि योगदानाची भावना वाढवून कर्मचारी सहभाग आणि समाधान वाढवण्यासाठी मानव संसाधन व्यवस्थापन हे ज्ञान व्यवस्थापन-आधारित व्यासपीठाचा वापर करते.

८) **धोरणात्मक निर्णय घेणे आणि संघटनात्मक कामगिरी :**
मानव संसाधन व्यवस्थापन आणि ज्ञान व्यवस्थापनामधील सरेखन धोरणात्मक निर्णय घेण्यामध्ये आणि संस्थात्मक कामगिरीमध्ये योगदान देते. मानव संसाधन व्यवस्थापनाचे धोरणात्मक नियोजन हे प्रतिभा आणि कौशल्ये संस्थात्मक उद्दिष्टांशी सरेखित करते, तर ज्ञान व्यवस्थापन हे सुनिश्चित करते की ज्ञान संपत्ती या उद्दिष्टांना समर्थन देईल. एकत्रितपणे, मानव संसाधन व्यवस्थापन आणि ज्ञान व्यवस्थापन एक समन्वयात्मक दृष्टीकोन तयार करतात जिथे मानवी भांडवल आणि ज्ञान संसाधनांचा उपयोग धोरणात्मक उद्दिष्टे साध्य करण्यासाठी केला जातो ज्यामुळे एकूण संस्थात्मक कामगिरी वाढते.

३.७ कृत्रिम बुद्धिमत्ता (AI) आणि ज्ञान व्यवस्थापन :

कृत्रिम बुद्धिमत्ता संस्था माहिती गोळा करणे, प्रक्रिया करणे आणि त्याचा वापर करणे या पद्धतीत सुधारणा करून ज्ञान व्यवस्थापनामध्ये क्रांती आणत आहे. मशीन लर्निंग, नैसर्गिक भाषा प्रक्रिया आणि तथ्य विश्लेषण यासारखे कृत्रिम बुद्धिमत्ता तंत्रज्ञान, मोठ्या प्रमाणात तथ्यांची कार्यक्षम हाताळणी सक्षम करते आणि त्यास मौल्यवान अंतर्दृष्टी बनवते. कृत्रिम बुद्धिमत्ता हे दस्तऐवज, ईमेल आणि माहितीसंच यासारख्या असंरचित तथ्य स्त्रोतांमधून स्वयंचलित ज्ञान प्राप्त करून ज्ञान व्यवस्थापन वाढवते, सर्वसमावेशक ज्ञान भांडार तयार करणे सुलभ करते. हे संस्थांना त्यांच्या ज्ञानाच्या तळांमध्ये लपविलेले नमुने, प्रवाह आणि परस्परसंबंध उघड करण्यास सक्षम करते, निर्णय घेण्याची प्रक्रिया सुधारते. शिवाय, कृत्रिम बुद्धिमत्ता-चालित चाबोट आणि आभासी सहाय्यक ज्ञानाचा प्रसार आणि पुनर्प्राप्ती सुव्यवस्थित करतात, कर्मचारी आणि ग्राहकांना वैयक्तिक समर्थन देतात.

३.७.१ ज्ञान व्यवस्थापन आणि कृत्रिम बुद्धिमत्ता यातील संबंध :

कृत्रिम बुद्धिमत्ता आणि ज्ञान व्यवस्थापनामधील संबंध सहजीवी आहे, जेथे कृत्रिम बुद्धिमत्ता तंत्रज्ञान हे ज्ञानाचा शोध, प्रतिनिधित्व, निर्णय समर्थन, वैयक्तिक पुनर्प्राप्ती, सहयोग, भविष्यसूचक विश्लेषण, स्वयंचलन आणि नैतिक विचार सक्षम करून ज्ञान व्यवस्थापन पद्धती वाढवते.

१) **ज्ञानाचा शोध आणि निष्कर्ष :**
कृत्रिम बुद्धिमत्ता विशाल माहिती संचाचे विश्लेषण करून ज्ञान व्यवस्थापनामध्ये ज्ञान शोधण्यास मदत करते. कृत्रिम बुद्धिमत्ता अल्गोरिदम अव्यवस्थित माहिती स्त्रोत जसे की कागदपत्रे, अहवाल आणि लेख यातून संबंधित माहिती काढू शकतात. ही क्षमता सर्वसमावेशक ज्ञान भांडार तयार करण्यास मदत करते, प्रभावी ज्ञान व्यवस्थापन पद्धतींसाठी मौल्यवान माहितीचे संचयन आणि संघटन सुलभ करते.

२) **ज्ञानाचे प्रतिनिधित्व आणि संघटना :**
कृत्रिम बुद्धिमत्ता तंत्र ज्ञान व्यवस्थापन प्रणालीमध्ये ज्ञानाचे आयोजन आणि रचना करण्यास मदत करतात. नैसर्गिक भाषा प्रक्रिया (NLP) आणि मशीन लर्निंग अल्गोरिदमद्वारे कृत्रिम बुद्धिमत्ता माहितीचे वर्गीकरण, उपाधी आणि श्रेणीकरण करू शकते. हे वर्गीकरण ज्ञान भांडारांची प्रवेशयोग्यता आणि शोध क्षमता वाढवते, ज्यामुळे वापरकर्त्यांद्वारे माहितीची सहज पुनर्प्राप्ती आणि वापर करणे शक्य होते.

३) स्वयंचलित निर्णय समर्थन :

कृत्रिम बुद्धिमत्ता-आधारित प्रणाली ज्ञान व्यवस्थापनामध्ये स्वयंचलित निर्णय समर्थन देतात. मशीन लर्निंग प्रारूपाचा फायदा घेऊन कृत्रिम बुद्धिमत्ता ऐतिहासिक माहिती, नमुने आणि प्रवाहांचे विश्लेषण करते, ज्यामुळे निर्णय घेण्यासाठी मौल्यवान माहिती उपलब्ध होते. ही कृत्रिम बुद्धिमत्ता-आधारित माहिती धोरणात्मक नियोजन, जोखीम मूल्यांकन आणि संधी ओळखण्यास, माहिती-आधारित बुद्धिमत्तेद्वारे माहितीपूर्ण निर्णय घेण्यासाठी संस्थांना सक्षम बनविण्यास मदत करतात.

४) वैयक्तिकृत ज्ञान पुनर्प्राप्ती :

कृत्रिम बुद्धिमत्ता ज्ञान व्यवस्थापन प्रणालींमध्ये वैयक्तिकृत ज्ञान पुनर्प्राप्ती सक्षम करते. शिफारस इंजिन आणि कृत्रिम बुद्धिमत्ता-आधारित अल्गोरिदमद्वारे ज्ञान व्यवस्थापन प्लॅटफॉर्म वापरकर्त्यांची प्राधान्ये, भूमिका आणि भूतकाळातील परस्परसंवादांवर आधारित तयार केलेली सामग्री वितरीत करतात. हे वैयक्तिकरण वापरकर्ता अनुभव वाढवते, हे सुनिश्चित करते की व्यक्ती सर्वात संबंधित आणि मौल्यवान माहिती कार्यक्षमतेने सामायिक करतात.

५) ज्ञान सहयोग आणि सामायिकरण :

कृत्रिम बुद्धिमत्ता ज्ञान व्यवस्थापन चौकटीमध्ये ज्ञान सहयोग आणि सामायिकरण सुलभ करते. सहयोगी कृत्रिम बुद्धिमत्ता तंत्रे वापरकर्त्यांमध्ये तात्काळ संवाद, माहितीची देवाणघेवाण आणि सहयोग सक्षम करतात. कृत्रिम बुद्धिमत्ता-आधारित चॅटबॉट्स आणि व्हर्च्युअल सहाय्यक परस्परसंवाद सुव्यवस्थित करतात, प्रश्नांची उत्तरे देतात, मार्गदर्शन प्रदान करतात आणि कर्मचाऱ्यांमध्ये ज्ञानाची देवाणघेवाण सुलभ करतात तसेच सतत शिकण्याची आणि सहकार्याची संस्कृती वाढवतात.

६) भविष्यसूचक ज्ञान विश्लेषण :

कृत्रिम बुद्धिमत्ता अंदाजात्मक विश्लेषण क्षमता प्रदान करून ज्ञान व्यवस्थापन वाढवते. ऐतिहासिक माहिती आणि नमुन्यांचे विश्लेषण करून कृत्रिम बुद्धिमत्ता भविष्यातील प्रवाह, संभाव्य आव्हाने आणि संधींचा अंदाज लावते. हे भविष्यसूचक ज्ञान सक्रिय निर्णय घेण्यास समर्थन देते, संस्थांना बदलांचा अंदाज घेण्यास आणि त्यानुसार रणनीती स्वीकारण्यास, त्यांची स्पर्धात्मक धार वाढवण्यास चालना देते.

७) बुद्धिमत्ता स्वयंचलन आणि कार्यप्रवाह पर्याप्तीकरण :

कृत्रिम बुद्धिमत्ता-आधारित स्वयंचलन ज्ञान व्यवस्थापनामध्ये कार्यप्रवाह आणि प्रक्रियांना अनुकूल करते. रोबोटिक प्रोसेस ऑटोमेशन (RPA) आणि कृत्रिम बुद्धिमत्ता-शक्तीच्या साधनांद्वारे नियमित कार्ये स्वयंचलित केली जातात, ज्यामुळे कर्मचाऱ्यांना अधिक जटिल आणि ज्ञान-केंद्रित क्रियाकलापांवर लक्ष केंद्रित करण्यासाठी वेळ मिळतो. हे बुद्धिमान स्वयंचलन कार्यप्रवाह सुव्यवस्थित करते, ज्ञान-केंद्रित प्रक्रियांमध्ये कार्यक्षमता आणि उत्पादकता सुधारते.

८) नैतिक आणि जबाबदार ज्ञान व्यवस्थापन :

कृत्रिम बुद्धिमत्ता ज्ञान व्यवस्थापनामध्ये नैतिक विचारांवर प्रभाव टाकते. कृत्रिम बुद्धिमत्ता प्रणाली मोठ्या प्रमाणात तथ्ये हाताळतात आणि त्यावर प्रक्रिया करतात, नैतिक वापर, माहितीची गोपनीयता आणि जबाबदार ज्ञान व्यवस्थापन सुनिश्चित करणे महत्त्वाचे बनते. ज्ञान व्यवस्थापनामध्ये कृत्रिम बुद्धिमत्तेची अंमलबजावणी करण्यासाठी ज्ञान मालमत्तेच्या हाताळणीत विश्वास आणि विश्वासार्हता निर्माण करण्यासाठी नैतिक मानके, माहितीची अखंडता आणि पारदर्शकता राखण्यासाठी जाणीवपूर्वक प्रयत्न करणे आवश्यक आहे.

३.७.२ कृत्रिम बुद्धिमत्तेमध्ये ज्ञान व्यवस्थापनाची भूमिका :

ज्ञान व्यवस्थापन तत्त्वे आणि पद्धती संरचित तथ्ये, ज्ञान प्रतिनिधित्व, स्पष्ट ज्ञान, संदर्भ समज, सतत शिक्षण, ज्ञान-चालित अनुप्रयोग, नैतिक विचार आणि सहयोगी क्षमतांद्वारे कृत्रिम बुद्धिमत्ता प्रणालीस समृद्ध करतात.

१) माहिती संकलन आणि तयारी :

कृत्रिम बुद्धिमत्ता प्रारूपास प्रशिक्षण देण्यासाठी संरचित आणि व्यवस्थित माहिती प्रदान करून ज्ञान व्यवस्थापन कृत्रिम बुद्धिमत्ता मध्ये मूलभूत भूमिका बजावते. ज्ञान व्यवस्थापन प्रणाली माहितीची गुणवत्ता, प्रासंगिकता आणि प्रवेशयोग्यता सुनिश्चित करून माहितीसंच गोळा करण्यास, व्यवस्थापित करण्यास आणि तयार करण्यास मदत करतात. ही व्यवस्थापित केलेली माहिती कृत्रिम बुद्धिमत्ता अल्गोरिदमच्या प्रशिक्षणाचा पाया म्हणून काम करते, ज्यामुळे ते शिकू शकतात आणि माहितीपूर्ण निर्णय घेऊ शकतात.

२) नॉलेज रिप्रेझेंटेशन आणि ऑन्टोलॉजीज :

ज्ञान व्यवस्थापन ज्ञानाच्या प्रतिनिधित्वासाठी चौकट प्रदान करून कृत्रिम बुद्धिमत्ता मध्ये योगदान देते, जसे की ऑन्टोलॉजी आणि वर्गीकरण. या संरचना ज्ञानाच्या क्षेत्रामधील नातेसंबंध आणि पदानुक्रम परिभाषित करतात, कृत्रिम बुद्धिमत्ता प्रणालींना माहिती प्रभावीपणे समजून घेण्यासाठी आणि त्याचा अर्थ लावण्यासाठी सुविधा देतात. ज्ञान व्यवस्थापन-आधारित ऑनटोलॉजीज कृत्रिम बुद्धिमत्ता अल्गोरिदमला संरचित ज्ञानावर प्रक्रिया करण्यास आणि तर्क करण्यास सक्षम करते, जटिल संदर्भांची त्यांची समज वाढवते.

३) कृत्रिम बुद्धिमत्ता प्रारूपांना मौखिक ज्ञानाद्वारे प्रशिक्षण :

ज्ञान व्यवस्थापन कृत्रिम बुद्धिमत्ता प्रणालीमध्ये स्पष्ट ज्ञान हस्तांतरित करण्यास मदत करते. मौखिक ज्ञान हे सहसा संहिताबद्ध करणे कठीण असते, ते अनुभव आणि कौशल्याद्वारे सामायिक केले जाते. ज्ञान व्यवस्थापन यंत्रणा, जसे की तज्ज्ञ हे प्रणाली किंवा ज्ञान भांडार, डोमेन तज्ज्ञांकडून स्पष्ट ज्ञान मिळवतात आणि ते कृत्रिम बुद्धिमत्ता प्रारूपाच्या प्रशिक्षणासाठी उपलब्ध करून देतात. हे एकत्रीकरण कृत्रिम बुद्धिमत्ता प्रणालींना मौल्यवान अनुभवात्मक ज्ञानाने समृद्ध करते.

४) संदर्भ समजून घेणे आणि निर्णय घेणे :

ज्ञान व्यवस्थापन कृत्रिम बुद्धिमत्तेच्या संदर्भातील समज आणि निर्णय घेण्याची क्षमता वाढवते. ज्ञान व्यवस्थापन भांडार संदर्भित माहिती, ऐतिहासिक माहिती आणि डोमेन-विशिष्ट ज्ञान संग्रहित करतात. कृत्रिम बुद्धिमत्ता प्रणाली या ज्ञानाचा उपयोग संदर्भानुसार संबंधित निर्णय घेण्यासाठी, जटिल परिस्थितींचा अर्थ लावण्यासाठी आणि अर्थपूर्ण प्रतिसाद किंवा शिफारसी प्रदान करण्यासाठी करतात.

५) सतत शिकणे आणि सुधारणा :

ज्ञान व्यवस्थापन सतत शिक्षण आणि सुधारणेसाठी कृत्रिम बुद्धिमत्ता प्रणालींना समर्थन देते. ज्ञान व्यवस्थापनाद्वारे सुलभ प्रतिसाद यंत्रणा आणि ज्ञान अद्यतनांद्वारे, कृत्रिम बुद्धिमत्ता प्रारूप नवीन माहिती, विकसित होणारे प्रवाह आणि बदलणारे संदर्भ यांच्याशी जुळवून घेतात. ज्ञान व्यवस्थापन-आधारित सतत शिक्षण कृत्रिम बुद्धिमत्ता प्रणालींना त्यांची समज सुधारण्यास सक्षम करते, कालांतराने त्यांची कार्यक्षमता वाढवते.

६) ज्ञान-आधारित कृत्रिम बुद्धिमत्ता अनुप्रयोग :

ज्ञान व्यवस्थापन ज्ञान-आधारित कृत्रिम बुद्धिमत्ता अनुप्रयोगांच्या विकासावर प्रभाव पाडते. बुद्धिमान शोध इंजिन, शिफारस प्रणाली आणि आभासी सहाय्यक यासारख्या ज्ञान व्यवस्थापन चौकटी पॉवर प्लिकेशन्ससह एकत्रित

केलेल्या कृत्रिम बुद्धिमत्ता प्रणाली आहेत. ज्ञान व्यवस्थापन या कृत्रिम बुद्धिमत्ता ॲप्लिकेशन्ससाठी अंतर्निहित ज्ञान रचना आणि सामग्री प्रदान करते, वापरकर्त्यांना अधिक अचूक आणि वैयक्तिकृत परिणाम प्रदान करते.

७) नैतिक कृत्रिम बुद्धिमत्ता आणि जबाबदार ज्ञान व्यवस्थापन :

ज्ञान व्यवस्थापन हे जबाबदार ज्ञान व्यवस्थापन पद्धती सुनिश्चित करून कृत्रिम बुद्धिमत्तेत नैतिक विचारांमध्ये योगदान देते. नैतिक कृत्रिम बुद्धिमत्ता विकासासाठी पारदर्शकता, निष्पक्षता आणि माहितीची जबाबदारीने हाताळणी आवश्यक आहे. ज्ञान व्यवस्थापन प्रणाली माहितीचे प्रशासन, नैतिक मानके आणि अनुपालनासाठी मार्गदर्शक तत्त्वे अंमलात आणतात. कृत्रिम बुद्धिमत्ता प्रणाली नैतिक सीमांमध्ये कार्य करतात आणि गोपनीयतेच्या चिंतांचा आदर करतात याची खात्री करतात.

८) सहयोगी कृत्रिम बुद्धिमत्ता आणि मानव-मशीन परस्परसंवाद :

ज्ञान व्यवस्थापन सहयोगी कृत्रिम बुद्धिमत्ता प्रणाली आणि मानवी-मशीन परस्परसंवादाला चालना देते. ज्ञान व्यवस्थापन-आधारित सहयोगी प्लॅटफॉर्म मानव आणि कृत्रिम बुद्धिमत्ता प्रणालींमधील परस्परसंवाद सुलभ करतात, ज्ञानाची देवाणघेवाण, प्रतिसाद यंत्रणा आणि सहकारी समस्या सोडवणे सक्षम करतात. ज्ञान व्यवस्थापन तत्त्वे हे सुनिश्चित करतात की कृत्रिम बुद्धिमत्ता प्रणाली मानवी बुद्धिमत्तेला पूरक आहेत, सहयोगी निर्णय घेण्याच्या प्रक्रियेस समर्थन देतात.

बहुविकल्पी प्रश्न

१) ---------- मध्ये ज्ञान उपक्रमांना समर्थन देण्यासाठी वित्तीय संसाधने अनुकूल करणे समाविष्ट आहे.

अ) नवोपक्रम **ब)** वित्तपुरवठा **क)** होर्डिंग **ड)** दुर्लक्ष

२) ---------- मध्ये, ज्ञान व्यवस्थापन उत्पादनाची माहिती आणि बाजारातील प्रवाहांचा प्रभावी संवाद सुनिश्चित करते.

अ) विपणन **ब)** दुर्लक्ष **क)** लवाद **ड)** नवोपक्रम

३) ---------- ग्राहक अनुभव वाढवण्यासाठी आणि ऑनलाइन कार्यपद्धती सुव्यवस्थित करण्यासाठी ज्ञान व्यवस्थापनावर अवलंबून आहे.

अ) ई-कॉमर्स **ब)** होर्डिंग **क)** अज्ञान **ड)** शोषण

४) संपूर्ण गुणवत्ता व्यवस्थापन (TQM) ज्ञान आणि ---------- च्या एकत्रीकरणाद्वारे सतत सुधारणा करण्यावर भर देते.

अ) नवोपक्रम **ब)** होर्डिंग **क)** दुर्लक्ष **ड)** लवाद

५) ग्राहक संबंध व्यवस्थापन (CRM) ज्ञान व्यवस्थापनाचा उपयोग ---------- परस्परसंवाद आणि समाधान वाढविण्यासाठी करते.

अ) अज्ञान **ब)** साठा **क)** ग्राहक **ड)** लवाद

६) कर्मचारी ---------- आणि विकास सुलभ करण्यासाठी मानव संसाधन पद्धती ज्ञान व्यवस्थापनाचा फायदा घेतात.

अ) होर्डिंग **ब)** अज्ञान **क)** नवोपक्रम **ड)** सहयोग

७) ज्ञानाचा शोध आणि निर्णय घेण्यासाठी कृत्रिम बुद्धिमत्तेचा फायदा घेण्यात ---------- महत्वाची भूमिका बजावते.

अ) कृत्रिम बुद्धिमत्ता **ब)** लवाद **क)** दुर्लक्ष **ड)** अज्ञान

८) वित्तपुरवठा आणि ज्ञान व्यवस्थापन संघटनात्मक वृद्धीसाठी ---------- च्या वाटपाला अनुकूल करण्यासाठी सहयोग करतात.

अ) संसाधने **ब)** अज्ञान **क)** साठा **ड)** लवाद

९) विपणन आणि ज्ञान व्यवस्थापन ब्रँड मेसेज आणि बाजारपेठ आदानांची प्रभावी ---------- खात्री करण्यासाठी एकत्र काम करतात.

अ) होर्डिंग **ब)** संवाद **क)** शोषण **ड)** दुर्लक्ष

१०) ई-कॉमर्स आणि ज्ञान व्यवस्थापन वैयक्तिकृत ---------- आणि सामग्री वितरणाद्वारे ग्राहक प्रतिबद्धता वाढवते.

अ) अज्ञान **ब)** लवाद **क)** होर्डिंग **ड)** अनुभव

११) संपूर्ण गुणवत्ता व्यवस्थापन आणि ज्ञान व्यवस्थापन सतत ---------- आणि गुणवत्ता वाढ करण्यासाठी सहकार्य करतात.

अ) नवोपक्रम **ब)** लवाद **क)** अज्ञान **ड)** दुर्लक्ष

१२) ग्राहक संबंध व्यवस्थापन आणि ज्ञान व्यवस्थापन सुधारित_ आणि निष्ठेसाठी ग्राहक माहितीचा फायदा घेण्यावर लक्ष केंद्रित करतात.

अ) होर्डिंग **ब)** सहयोग **क)** अनुभव **ड)** अज्ञान

१३) मानव संसाधन आणि ज्ञान व्यवस्थापन सतत ---------- आणि कौशल्य विकासाची संस्कृती वाढवते.

अ) नवोपक्रम **ब)** लवाद **क)** अज्ञान **ड)** शोषण

१४) ज्ञान व्यवस्थापनामधील कृत्रिम बुद्धिमत्तेमध्ये ---------- आणि माहिती विश्लेषणासाठी कृत्रिम बुद्धिमत्ता अल्गोरिदम वापरणे समाविष्ट आहे.

अ) नवोपक्रम **ब)** होर्डिंग **क)** दुर्लक्ष **ड)** अज्ञान

१५) वित्तपुरवठा आणि ज्ञान व्यवस्थापन प्रभावी ---------- नियोजन आणि संसाधन वाटप करण्यात योगदान देतात.

अ) होर्डिंग **ब)** लवाद **क)** वित्तीय **ड)** अज्ञान

१६) विपणन आणि ज्ञान व्यवस्थापन बाजारपेठ बुद्धिमत्तेवर आधारित लक्ष्यित ---------- धोरणे तयार करण्यासाठी सहयोग करतात.

अ) संवाद **ब)** अज्ञान **क)** लवाद **ड)** होर्डिंग

१७) ई-कॉमर्स आणि ज्ञान व्यवस्थापन ग्राहक माहिती आणि अंतर्दृष्टीच्या एकत्रीकरणाद्वारे ---------- प्रक्रिया इष्टतम करतात.

अ) शोषण **ब)** अज्ञान **क)** लवाद **ड)** होर्डिंग

१८) संपूर्ण गुणवत्ता व्यवस्थापन आणि ज्ञान व्यवस्थापन ---------- आणि उत्पादनाची गुणवत्ता वाढवण्यासाठी तात्या-आधारित माहिती एकत्रित करतात.

अ) नवोपक्रम **ब)** होर्डिंग **क)** लवाद **ड)** अज्ञान

१९) ग्राहक संबंध व्यवस्थापन आणि ज्ञान व्यवस्थापन प्रभावी माहिती वापराद्वारे मजबूत ---------- संबंध निर्माण करण्यात योगदान देतात.

अ) अज्ञान **ब)** ग्राहक **क)** होर्डिंग **ड)** शोषण

२०) मानव संसाधन आणि ज्ञान व्यवस्थापन ज्ञानाची देवाणघेवाण आणि शिकणे सुलभ करून कर्मचारी ---------- वाढवते.

अ) नवोपक्रम **ब)** सहयोग **क)** अज्ञान **ड)** लवाद

२१) ज्ञान व्यवस्थापनामधील कृत्रिम बुद्धिमत्ता ---------- शोध, निष्कर्षण आणि विश्लेषणासाठी कृत्रिम बुद्धिमत्तेचा फायदा घेते.

अ) नवोपक्रम **ब)** होर्डिंग **क)** अज्ञान **ड)** शोषण

२२) वित्तपुरवठा आणि ज्ञान व्यवस्थापन वित्तीय धोरणांद्वारे ---------- उद्दिष्टे संरेखित करण्यासाठी सहयोग करतात.

अ) व्यापार **ब)** होर्डिंग **क)** अज्ञान **ड)** लवाद

२३) विपणन आणि ज्ञान व्यवस्थापन चांगल्या प्रेक्षक प्रतिबद्धता आणि रूपांतरणासाठी सामग्री ---------- इष्टतम करते.

अ) होर्डिंग **ब)** निर्मिती **क)** अज्ञान **ड)** सहयोग

२४) ई–कॉमर्स आणि ज्ञान व्यवस्थापन ---------- आणि ग्राहकांचे समाधान सुधारण्यासाठी तथ्य–आधारितमाहिती वापरतात.

अ) अज्ञान **ब)** लवाद **क)** शोषण **ड)** होर्डिंग

२५) संपूर्ण गुणवत्ता व्यवस्थापन आणि ज्ञान व्यवस्थापन ज्ञानाची देवाणघेवाण आणि सहयोगाद्वारे ---------- सुधारण्याची संस्कृती वाढवतात.

अ) दुर्लक्ष **ब)** नवोपक्रम **क)** होर्डिंग **ड)** अज्ञान

उत्तरे : १) ब, २) अ, ३) अ, ४) अ, ५) क, ६) ड, ७) अ, ८) अ, ९) ब, १०) क, ११) अ, १२) क, १३) अ, १४) अ, १५) क, १६) अ, १७) अ, १८) अ, १९) ब, २०) ब, २१) अ, २२) अ, २३) ब, २४) क, २५) ब.

सरावासाठी प्रश्न

प्र. १. वित्तीय उद्योगातील ज्ञान व्यवस्थापन स्पष्ट करा.

प्र. २. वित्तीय सेवांमधील प्रभावी ज्ञान व्यवस्थापनाचे स्पष्टीकरण द्या.

प्र. ३. वित्तीय सेवांमध्ये ज्ञान व्यवस्थापनाची भूमिका स्पष्ट करा.

प्र. ४. 'विपणन ज्ञान व्यवस्थापन' म्हणजे काय? विपणन आणि ज्ञान व्यवस्थापनाची प्रासंगिकता स्पष्ट करा.

प्र. ५. विपणनातील ज्ञान व्यवस्थापनाची भूमिका स्पष्ट करा.

प्र. ६. ई-कॉमर्स म्हणजे काय? ई-कॉमर्स आणि ज्ञान व्यवस्थापन यांच्यातील संबंध सांगा.

प्र. ७. ई-कॉमर्समधील ज्ञान व्यवस्थापनाची भूमिका स्पष्ट करा.

प्र. ८. संपूर्ण गुणवत्ता व्यवस्थापन आणि ज्ञान व्यवस्थापन यांच्यातील संबंध स्पष्ट करा.

प्र. ९. संपूर्ण गुणवत्ता व्यवस्थापनामधील ज्ञान व्यवस्थापनाची भूमिका स्पष्ट करा.

प्र. १०. ग्राहक संबंध व्यवस्थापन आणि ज्ञान व्यवस्थापन यांच्यातील संबंध स्पष्ट करा

प्र. ११. ज्ञान व्यवस्थापन आणि मानव संसाधन यांच्यातील संबंध सांगा.

प्र. १२. मानव संसाधन व्यवस्थापनामधील ज्ञान व्यवस्थापनाची भूमिका स्पष्ट करा.

प्र. १३. ज्ञान व्यवस्थापन आणि कृत्रिम बुद्धिमत्ता यातील संबंध विशद करा.

प्र. १४. कृत्रिम बुद्धिमत्तेमधील ज्ञान व्यवस्थापनाची भूमिका स्पष्ट करा.

प्र. १५. **खालील विषयांवर टिपा लिहा:**

अ) विपणन आणि ज्ञान व्यवस्थापन.

ब) ई-कॉमर्स आणि ज्ञान व्यवस्थापन यांच्यातील संबंध.

क) एकूण गुणवत्ता व्यवस्थापन आणि ज्ञान व्यवस्थापन.

ड) ग्राहक संबंध व्यवस्थापन आणि ज्ञान व्यवस्थापन.

ई) मानव संसाधन व्यवस्थापनामध्ये ज्ञान व्यवस्थापनाची भूमिका.

फ) कृत्रिम बुद्धिमत्ता आणि ज्ञान व्यवस्थापन.

प्रकरण ४

ज्ञान धोरणे

प्रस्तावना :

ज्ञान–आधारित दृष्टीकोनाद्वारे ज्ञान हे मुख्य स्त्रोत मानले जाते, या प्रमुख संसाधनाचे पद्धतशीर व्यवस्थापन संस्थेच्या धोरणात्मक नकाशावर त्याचे स्थान असले पाहिजे, साहित्यात अनेक लेखक ज्ञान व्यवस्थापनावर संपूर्ण संस्थेचा समावेश करणारे उपक्रम म्हणून चर्चा करतात. अनेक व्यावसायिक संस्थांमध्ये ज्ञान व्यवस्थापनाकडे उच्च अधिकाऱ्यांकडून जास्त लक्ष वेधले गेले आहे आणि आतापर्यंत अनेक संस्थांनी संचालक मंडळावर मुख्य ज्ञान अधिकारी स्थान स्थापित केले आहे. तथापि, एकीकडे ज्ञान व्यवस्थापनाच्या संकल्पना आणि साधने आणि दुसरीकडे कॉर्पोरेट किंवा व्यवसाय धोरण यांच्यातील दुव्यावर व्यापकपणे चर्चा झालेली नाही. संस्थेच्या ज्ञान धोरण किंवा ज्ञान व्यवस्थापन धोरणाच्या चौकटीचा प्रारंभ बिंदू पारंपारिक SWOT विश्लेषण (शक्ती, कमकुवतपणा, संधी, धोके) यामध्ये पाहिला जाऊ शकतो ज्यामध्ये धोरण एखाद्या संस्थेचे बाह्य वातावरणात (त्याच्या संधी) आणि त्याच्या अंतर्गत क्षमतांशी (शक्ती, कमकुवतपणा) संतुलन राखते.

४.१ ज्ञान धोरण :

ज्ञान धोरण ही एक नवीन अर्थपूर्ण रचना आहे जी ज्ञान व्यवस्थापन आणि व्यूहरचनात्मक व्यवस्थापनाची एकत्रीकरण प्रक्रिया प्रतिबिंबित करते. व्यवस्थापकीय निर्णय घेण्यामध्ये ज्ञानाचा एक धोरणात्मक संसाधन म्हणून विचार करून नवीन मूल्य निर्माण करण्याच्या उद्देशाने ही रचना आहे. अनिश्चितता आणि पर्यावरणीय अशांतता यांचा विचार करून ज्ञानाची रणनीती आणि त्याचे नियोजन पाहण्याचा मार्ग प्रभावित होतो. अत्यंत अंदाज लावता येण्याजोग्या पर्यावरणात, ज्ञानाची रणनीती एक तर्कसंगत दृष्टीकोन म्हणून पाहिली जाऊ शकते, जिथे ज्ञान संसाधने आणि ते साध्य करण्यासाठी आणि व्यवस्थापित करण्यासाठी प्रक्रिया आधीच निश्चित आणि नियोजित केल्या जातात.

४.१.१ अर्थ :

ज्ञान धोरण हा व्यवसाय साहित्यात तुलनेने नवीन विषय आहे, स्पर्धात्मक फायदा मिळविण्यासाठी ज्ञानाचा वापर धोरणात्मक साधन म्हणून करण्याची संकल्पना संघटित व्यवसायाच्या सुरुवातीपासूनच ओळखली गेली आहे. डम स्मिथने अठराव्या शतकात उच्च ज्ञानाच्या वापराविषयी लिहिले आणि सध्याच्या संस्था, गुंतवणूक घरांपासून ते संहारकांपर्यंत त्यांच्या विपणनामध्ये त्यांच्या उत्कृष्ट ज्ञानाचा वापर करतात. सद्यकाळात ज्ञानाचा धोरणात्मक वापर अधिक औपचारिक वर्णावर घेतला गेला आहे. एक ज्ञान धोरण, व्यवसाय धोरणाचा एक घटक म्हणून, संस्थेचे धोरणात्मक निर्णय आणि त्याची ज्ञान संरचना व क्रियाकलाप यांच्यातील दुवा प्रदान करते. या संरचना आणि क्रियाकलापांमध्ये सहसा ज्ञान व्यवस्थापन प्रणाली समाविष्ट असते, जे ज्ञान व्यवस्थापन प्रणालीचे मार्गदर्शक तत्त्व म्हणून ज्ञान धोरण ठेवते.

४.१.२ व्याख्या :

ज्ञान धोरणाच्या व्याख्या खालीलप्रमाणे आहेत :

१) कास्टन :

''ज्ञान धोरणाची व्याख्या मार्गदर्शक तत्त्वे आणि विश्वासांचा संच म्हणून केली जाते जी संस्थेच्या ज्ञानाच्या हाताळणीला आकार देतात.''

२) झॅक :

''ज्ञान धोरणाची व्याख्या प्रतिस्पर्ध्यापेक्षा श्रेष्ठ उत्पादन आणि सेवा प्रदान करण्यासाठी आवश्यक असलेल्या ज्ञानाशी संस्थेची ज्ञान संसाधने आणि क्षमतांमध्ये संतुलन राखणे अशी केली जाते.''

३) कार्ल–एरिक स्वेबी :

''ज्ञान धोरण म्हणजे जाणूनबुजून योजना संस्था त्यांची उद्दिष्टे साध्य करण्यासाठी ज्ञान संपत्ती ओळखण्यासाठी, निर्माण करण्यासाठी, संग्रहित करण्यासाठी आणि शोषण करण्यासाठी नियुक्त करतात.''

४) डोरोथी लिओनार्ड आणि वॉल्टर स्वॅप :

''ज्ञान धोरण एक पद्धतशीर रूपरेषा बनवते ज्याचा वापर संस्था प्राप्त करण्यासाठी, संग्रहित करण्यासाठी, सामायिक करण्यासाठी आणि कार्यक्षमतेत वाढ करण्यासाठी तसेच नवकल्पना वाढवण्यासाठी ज्ञानाचा प्रभावीपणे वापर करण्यासाठी करते.''

४.१.३ ज्ञान धोरणाचे स्वरूप :

ज्ञान धोरणाचे स्वरूप घटकांना अंतर्भूत करते, त्यांच्या परस्परसंवादावर आणि एका सुसंगत व गतिमान मार्गक्रमणात एकत्रीकरणावर भर देते.

१) धोरणात्मक संरेखन :

ज्ञान धोरण संस्थेच्या व्यापक धोरणात्मक उद्दिष्टांशी जवळून संरेखित करते. हा एक स्वतंत्र उपक्रम नाही तर व्यापक संघटनात्मक धोरणाचा अविभाज्य भाग आहे. हे ओळखते की ज्ञान संपत्ती आणि क्षमता विशिष्ट व्यावसायिक उद्दिष्टे साध्य करण्यासाठी, ज्ञान पुढाकार आणि कंपनीचे ध्येय यांच्यातील समन्वय सुनिश्चित करण्यासाठी कसे योगदान देऊ शकतात.

२) संदर्भातील समज :

एक प्रभावी ज्ञान धोरण हे संदर्भ-विशिष्ट असते, जे संस्थेच्या पर्यावरणाची विशिष्टता मान्य करते. हे संस्थात्मक संस्कृती, रचना आणि क्षमता यासारख्या अंतर्गत घटकांचा तसेच उद्योग गतिशीलता, बाजाराचा प्रवाह आणि

नियामक परिदृश्य यासारख्या बाह्य घटकांचा विचार करते. ही समज विशिष्ट आव्हाने आणि संधींना तोंड देण्यासाठी ज्ञानाच्या दृष्टिकोनास मदत करते.

३) एकत्रीकरण आणि सहयोग :

ज्ञान धोरण हे विभाग आणि कार्यांमध्ये एकत्रीकरण व सहयोग यावर भर देते. एक मजबूत धोरण आंतर-कार्यात्मक सामायिकरण आणि सहयोगाला प्रोत्साहन देते. हे अशा संस्कृतीला चालना देते जिथे माहिती आणि कौशल्य अखंडपणे प्रवाहित होतात. तसेच हे नवकल्पना, समस्या सोडवणे आणि सामूहिक बुद्धिमत्तेला प्रोत्साहन देते.

४) ज्ञानाच्या प्रकारांवर भर :

ज्ञान धोरणे विविध प्रकारचे ज्ञान ओळखतात आणि त्याचा लाभ घेतात. वैयक्तिक अनुभव आणि कौशल्यामध्ये असलेले मौलिक ज्ञान हे स्पष्ट, संहिताकृत ज्ञानाइतकेच महत्त्वाचे आहे. रणनीतीमध्ये संघटनात्मक शिक्षण आणि नवकल्पना वाढवून, दोन्ही प्रकार प्रभावीपणे संग्रहित करणे, संहिताबद्ध करणे, सामायिक करणे आणि त्यांचा वापर करणे समाविष्ट आहे.

५) शिक्षण संस्कृती :

ज्ञान धोरण हे संस्थेमध्ये शिक्षण-केंद्रित संस्कृती वाढवते. ज्ञान धोरण सतत शिकणे, जिज्ञासा आणि प्रयोगाला प्रोत्साहन देते. हे ज्ञान सामायिकरणाला महत्त्व देते, कर्मचाऱ्यांना नवीन कौशल्ये आणि ज्ञान मिळविण्यासाठी प्रोत्साहित करते तसेच सतत विकासासाठी व्यासपीठ आणि प्रोत्साहन प्रदान करते.

६) तांत्रिक सक्षमीकरण :

तंत्रज्ञानाचा लाभ घेणे हे आधुनिक ज्ञानाच्या धोरणांसाठी अविभाज्य आहे. कृत्रिम बुद्धिमत्ता, मशीन लर्निंग, ज्ञान भांडार, सहयोग साधने आणि तथ्ये विश्लेषण हे महत्त्वाचे घटक आहेत. हे तंत्रज्ञान कार्यक्षम ज्ञान संग्रह, साठवणूक, पुनर्प्राप्ती आणि प्रसार, माहिती प्रभावीपणे व्यवस्थापित करण्यासाठी संस्थांना सक्षम करते.

७) अनुकूल आणि गतिमान दृष्टीकोन :

प्रभावी ज्ञान धोरणे अनुकूल आणि गतिमान आहेत. बदलते तांत्रिक परिदृश्य, बाजारातील बदल आणि संघटनात्मक परिवर्तनांशी ते विकसित होतात. लवचिकता हे सुनिश्चित करते की धोरणे संबंधित, प्रतिसादात्मक आणि विकसित होत असलेल्या गरजा पूर्ण करण्यासाठी अनुकूल राहतील.

८) मोजमाप आणि मूल्यमापन :

परिणामकारकता मोजण्यासाठी एक सु-परिभाषित ज्ञान धोरण निर्देशक आणि मुख्य कार्यप्रदर्शन निर्देशांक समाविष्ट करते. यामध्ये ज्ञान सामायिकरण दर, शिक्षण कार्यक्रमात कर्मचाऱ्यांची संलग्नता, नावीन्यपूर्ण निर्देशांक किंवा व्यवसाय परिणामांवर ज्ञान उपक्रमांचा प्रभाव यांचा समावेश असतो. हे मोजमाप सुधारणांचे मार्गदर्शन करतात आणि धोरणाचे मूल्य प्रदर्शित करतात.

९) नेतृत्व आणि शासन :

भक्कम नेतृत्व आणि प्रशासन महत्त्वाचे आहे. नेतृत्व करणारे ज्ञान उपक्रम, त्यांच्या महत्त्वावर जोर देतात आणि संसाधने वाटप करतात. स्पष्ट प्रशासन ज्ञानाच्या मालमत्तेचे व्यवस्थापन, निर्णय घेण्याचे मार्गदर्शन आणि ज्ञान-संबंधित क्रियाकलापांमध्ये गुंतवणुकीसाठी जबाबदारी आणि पर्यवेक्षण सुनिश्चित करते.

१०) मापनीयता आणि लवचिकता :

यशस्वी धोरण मापनीय आणि लवचिक असते. ते विविध व्यवसाय एकके किंवा कार्यपध्दतींच्या पातळीमधील विविध गरजा सामावून घेते. हे विविध संदर्भ किंवा विस्तारांना अनुकूल करण्यासाठी पुरेसे जुळवून घेताना यशस्वी पद्धतींची प्रतिकृती बनवण्यास चालना देते.

४.१.४ ज्ञान धोरणाची व्याप्ती :

ज्ञान धोरणाची व्याप्ती सर्वसमावेशक आहे, ज्यामध्ये ज्ञान व्यवस्थापन, संस्थात्मक संरेखन, सांस्कृतिक विकास, तांत्रिक एकात्मता आणि संघटनात्मक यशासाठी ज्ञानाचा वापर व लाभ घेण्यासाठी सतत सुधारणा अशा विविध आयामांचा समावेश आहे.

१) संघटनात्मक संरेखन :

ज्ञान धोरण संस्थेच्या व्यापक उद्दिष्टांद्वारे ज्ञान मालमत्तेचा वापर आणि व्यवस्थापन संरेखित करते. संस्थेच्या ध्येय, दृष्टी आणि धोरणात्मक उद्दिष्टांना समर्थन देण्यासाठी ज्ञान प्राप्त केले जाते, तयार केले जाते, संग्रहित केले जाते, सामायिक केले जाते आणि त्याचा वापर केला जातो. हे संरेखन सुनिश्चित करते की ज्ञान क्रियाकलाप उद्देशपूर्ण आहेत आणि संस्थात्मक यशामध्ये थेट योगदान देतात.

२) समग्र ज्ञान व्यवस्थापन :

ज्ञान धोरणाच्या व्याप्तीमध्ये ज्ञान व्यवस्थापन प्रक्रियेच्या संपूर्ण वर्णक्रमाचा समावेश होतो. त्यामध्ये संस्थेतील ज्ञान संपत्ती संग्रहित करणे, संघटित करणे, प्रसार करणे आणि त्याचा लाभ घेणे या धोरणांचा समावेश आहे. हा समग्र दृष्टीकोन हे सुनिश्चित करतो की ज्ञान त्याच्या जीवनचक्राच्या प्रत्येक टप्प्यावर प्रभावीपणे व्यवस्थापित केले जाते.

३) कार्यांमध्ये एकत्रीकरण :

ज्ञान धोरण विभागीय सीमा ओलांडते. हे संस्थेतील विविध कार्ये आणि व्यवसाय एककांमध्ये एकत्रीकरण आणि सहयोगास प्रोत्साहन देते. हे एकत्रीकरण ज्ञानाचा अखंड प्रवाह सुलभ करते, आंतर-कार्यात्मक अज्ञानास प्रोत्साहन देते तसेच सामायीकरणआणि सहयोगाची संस्कृती वाढवते.

४) मौखिक आणि स्पष्ट ज्ञानावर लक्ष :

ज्ञान धोरणाच्या व्याप्तीमध्ये स्पष्ट आणि संदिग्ध ज्ञान दोन्ही समाविष्ट आहे. हे विविध स्वरूपात दस्तऐवजीकरण केलेल्या सुस्पष्ट ज्ञानाद्वारे व्यक्तींच्या अनुभवांमध्ये आणि कौशल्यांमध्ये अंतर्भूत असलेल्या स्पष्ट ज्ञानाचे महत्त्व मान्य करते. रणनीतींमध्ये संघटनात्मक फायद्यासाठी दोन्ही प्रकारचे ज्ञान संग्रहित करणे, सामायिक करणे आणि त्याचा लाभ घेणे या पद्धतींचा समावेश होतो.

५) शिक्षण संस्कृती विकास :

ज्ञानाच्या धोरणामध्ये संस्थेमध्ये शिकण्याची संस्कृती जोपासणे समाविष्ट असते. हे कर्मचाऱ्यांमध्ये सतत शिकणे, प्रयोग करणे आणि ज्ञानाची देवाणघेवाण करण्यास प्रोत्साहन देते. हे अशा पर्यावरणास प्रोत्साहन देते जेथे व्यक्तींना त्यांच्या भूमिकांमध्ये ज्ञान शोधण्यासाठी, योगदान देण्यासाठी आणि प्रभावीपणे लागू करण्यासाठी प्रवृत्त केले जाते.

६) तांत्रिक एकात्मता आणि नवोपक्रम :

ज्ञान धोरणाच्या व्याप्तीमध्ये कार्यक्षम ज्ञान व्यवस्थापनासाठी तंत्रज्ञानाचा लाभ घेणे समाविष्ट आहे. यामध्ये कृत्रिम बुद्धिमत्ता, मशीन लर्निंग, ज्ञान भांडार, सहयोगी व्यासपीठ आणि नालिटिक्स सारख्या प्रगत साधनांचा वापर समाविष्ट आहे. हे एकत्रीकरण ज्ञान प्रक्रियेत नावीन्यपूर्णता वाढवते, प्रवेशयोग्यता वाढवते आणि प्रभावी वापर सक्षम करते.

७) सतत सुधारणा आणि अनुकूलता :

ज्ञान धोरणामध्ये सतत सुधारणा आणि अनुकूलन यांचा समावेश होतो. बदलत्या संघटनात्मक गरजा, तांत्रिक प्रगती आणि बाजारातील गतिशीलता यावर आधारित ज्ञान व्यवस्थापन पद्धतींचे पुनरावलोकन, परिष्कृत आणि

रुपांतर करण्याच्या प्रक्रियेचा यात समावेश आहे. ही सतत सुधारणा सुनिश्चित करते की ज्ञान धोरणे कालांतराने संबंधित आणि प्रभावी राहतील.

८) मोजमाप आणि मूल्यमापन :

ज्ञान धोरणाच्या व्याप्तीचा एक महत्त्वाचा पैलू म्हणजे निर्देशांक आणि मूल्यमापन यंत्रणेची स्थापना होय. यात ज्ञान उपक्रमांच्या परिणामकारकतेचे मूल्यांकन करण्यासाठी मुख्य कार्यप्रदर्शन निर्देशक (KPIs) परिभाषित करणे समाविष्ट आहे. हे मोजमाप संस्थात्मक कार्यक्षमतेवर ज्ञान क्रियाकलापांच्या प्रभावाचे मूल्यांकन करण्यास मदत करतात आणि सुधारणेसाठी भविष्यातील धोरणांचे मार्गदर्शन करतात.

४.२ ज्ञान धोरण निर्मिती :

एक मजबूत ज्ञान धोरण तयार करण्यामध्ये संस्थात्मक उद्दिष्टे ओळखणे, ज्ञानाच्या गरजा समजून घेणे आणि प्रभावीपणे माहिती प्राप्त करण्यासाठी, व्यवस्थापित करण्यासाठी आणि सामायिक करण्यासाठी प्रणाली लागू करणे समाविष्ट आहे. ज्ञान कसे गोळा केले जाईल, संघटित केले जाईल, सामायिक केले जाईल आणि नावीन्य आणण्यासाठी, निर्णय घेण्याची क्षमता वाढविण्यासाठी आणि संस्थेमध्ये सतत शिक्षण कसे वाढवले जाईल हे स्पष्ट करणारी रूपरेषा आवश्यक आहे. एक यशस्वी धोरण तंत्रज्ञान, प्रक्रिया आणि संस्कृती समाकलित करते जी सहयोग आणि ज्ञानाच्या देवाणघेवाणीला महत्त्व देते, शेवटी कंपनीला गतिमान व्यवसाय परिदृश्यामध्ये जुळवून घेण्यास, वाढण्यास आणि स्पर्धात्मक राहण्यास सक्षम करते.

४.२.१ ज्ञान धोरण तयार करण्याची प्रक्रिया :

ज्ञान धोरण तयार करण्याच्या प्रक्रियेसाठी संस्थात्मक उद्दिष्टे, प्रभावी ज्ञान संग्रह यंत्रणा, मजबूत सामायिकरण चौकट, सतत मूल्यमापन आणि विकसित होणाऱ्या मागण्यांशी जवळीक साधण्यासाठी अनुकूल मानसिकतेची व्यापक समज आवश्यक असते.

१) संस्थात्मक उद्दिष्टांचे मूल्यांकन :

संस्थेची उद्दिष्टे नीट समजून घेऊन सुरुवात केली जाते. दिशा आणि उद्देश समजून घेण्यासाठी मिशन, दृष्टी आणि धोरणात्मक योजनांमध्ये जावे लागते. यामध्ये अल्पकालीन उद्दिष्टे आणि दीर्घकालीन आकांक्षा या दोन्हींची छाननी करणे समाविष्ट आहे. ही उद्दिष्टे समजून घेऊन, आपण संस्थात्मक उद्दिष्टांद्वारे ज्ञानाच्या धोरणांना प्रभावीपणे संरेखित करण्यासाठी पाया घालू शकतो.

२) ज्ञानाच्या गरजांचे विश्लेषण :

विविध विभाग आणि कार्यांमधील ज्ञानाच्या आवश्यकतांचे सखोल विश्लेषण केले जाते. यामध्ये ज्ञान क्षमतांमधील विद्यमान अंतर ओळखणे आणि संस्थात्मक उद्दिष्टे पुढे नेण्यासाठी कोणते विशिष्ट ज्ञान आवश्यक आहे हे समजून घेणे आवश्यक आहे. या विश्लेषणामध्ये सुस्पष्ट ज्ञान, जे मूर्त आणि दस्तऐवजीकरण आहे तसेच मौखिक ज्ञान, जे अनुभवात्मक आणि संदर्भित आहे.

३) विद्यमान ज्ञान संपत्तीचे मूल्यांकन :

संस्थेमध्ये आधीपासूनच अस्तित्वात असलेल्या ज्ञान मालमत्तेचे मूल्यांकन केले जाते. या पायरीत संस्थात्मक उद्दिष्टांना समर्थन देण्यासाठी या मालमत्तेची प्रासंगिकता, प्रवेशयोग्यता आणि परिणामकारकता विचारात घेतली जाते. सध्याचे ज्ञानाचे परिदृश्य समजून घेऊन नवीन ज्ञान उपक्रमांमध्ये गुंतवणूक करण्यापूर्वी विद्यमान संसाधनांचा कार्यक्षमतेने फायदा घेऊ येतो.

४) मुख्य भागधारक ओळखणे :

संस्थेतील ज्ञान व्यवस्थापनामध्ये गुंतलेल्या प्रमुख भागधारकांना ओळखून त्यांच्याशी संलग्न होणे आवश्यक आहे. या भागधारकांमध्ये अधिकारी, व्यवस्थापक, कर्मचारी आणि बाह्य भागीदार यांचा समावेश होतो. त्यांच्या भूमिका, दृष्टीकोन आणि अपेक्षा समजून घेणे हे सहकार्याला चालना देण्यासाठी आणि संपूर्ण ज्ञान धोरण विकास प्रक्रियेत सरेखन सुनिश्चित करण्यासाठी महत्त्वपूर्ण आहे.

५) ज्ञान व्यवस्थापन चौकटीचा विकास :

संस्थेमध्ये ज्ञान कसे व्यवस्थापित, संग्रहित आणि प्रसारित केले जाईल याची रूपरेषा देणारी एक व्यापक चौकट विकसित करावी लागते. या चौकटीने ज्ञान क्रियाकलापांना प्रभावीपणे समर्थन देण्यासाठी स्पष्ट प्रक्रिया, साधने आणि तंत्रज्ञान परिभाषित केले पाहिजे. चौकट विद्यमान प्रणाली आणि कार्यप्रवाहांशी जुळवून घेण्यायोग्य आणि सुसंगत आहे याची खात्री करणे आवश्यक आहे.

६) ज्ञान उपक्रमांना प्राधान्य :

संस्थात्मक उद्दिष्टे आणि अंमलबजावणीच्या व्यवहार्यतेवर त्यांचा संभाव्य प्रभाव यावर आधारित ज्ञान उपक्रमांना प्राधान्य दिले जाते. या प्राधान्यक्रम प्रक्रियेत संसाधनांची उपलब्धता, वेळेची मर्यादा आणि धोरणात्मक उद्दिष्टांशी सरेखन यासारख्या घटकांचा विचार केला पाहिजे. सर्वात गंभीर उपक्रमांवर लक्ष केंद्रित करून, संसाधन वाटप पर्याप्त करता येते आणि यशाची शक्यता वाढते.

७) ज्ञान सामायिकरण यंत्रणा लागू करणे :

संपूर्ण संस्थेमध्ये ज्ञान सामायिक करण्यासाठी मजबूत यंत्रणा आणि व्यासपीठ लागू केले जाते. यामध्ये इंट्रानेट पोर्टल, सहयोगी साधने, सरावाचे समुदाय आणि औपचारिक ज्ञान-सामायिकरण सत्रे यांचा समावेश असतो. ज्ञानाची प्रभावी देवाणघेवाण सुलभ करण्यासाठी मुक्त संवाद आणि सहकार्याला प्रोत्साहन देणारी संस्कृती निर्माण करणे आवश्यक आहे.

८) शिक्षण आणि विकास सुलभ करणे :

संस्थेमध्ये सतत शिकण्याची आणि विकासाची संस्कृती वाढवली जाते. कर्मचाऱ्यांना त्यांचे ज्ञान आणि कौशल्ये वाढवण्यासाठी प्रशिक्षण, कार्यशाळा आणि मार्गदर्शनासाठी संधी दिली जाते. वाढीची मानसिकता आणि कर्मचाऱ्यांना नवीन आव्हाने आणि संधींशी प्रभावीपणे जुळवून घेण्यास सक्षम करण्यासाठी शिकण्यासाठी एक सक्रिय दृष्टीकोन प्रोत्साहित केला जातो.

९) कामगिरीचे निरीक्षण आणि मापन :

ज्ञान व्यवस्थापन प्रयत्नांच्या परिणामकारकतेवर लक्ष ठेवण्यासाठी संबंधित निर्देशक आणि मुख्य कार्यप्रदर्शन निर्देशक (KPIs) स्थापित केले जातात. ज्ञानाचा वापर, समायोजन दर आणि संस्थात्मक परिणामांवर परिणाम यासारख्या निर्देशकांचा मागोवा घेतला जातो. सुधारणा आणि पर्याप्तीकरणासाठीची क्षेत्रे ओळखण्यासाठी पूर्वनिर्धारित मापदंडांच्या विरूद्ध कामगिरीचे नियमितपणे मूल्यांकन केले जाते.

१०) पुनरावृत्ती आणि सुधारणा करणे :

ज्ञान व्यवस्थापन पद्धतींमध्ये सतत सुधारणा आणि पुनरावृत्तीची संस्कृती स्वीकारली जाते. हितधारक आणि कर्मचाऱ्यांकडून अभिप्राय मागवला जातो, जेणेकरून सुधारणा आणि नाविन्यपूर्ण संधी ओळखता येतील. पुनरावृत्तीने परिष्कृत करून आणि ज्ञान धोरणांचे रुपांतर करून संस्था बदलत्या परिस्थितींना आणि व्यावसायिक गरजा विकसित करण्यासाठी तत्पर प्रतिसाद देऊ शकतात.

४.२.२ ज्ञान धोरण निर्मितीमधील साधने :

ज्ञान निर्मिती निरंतर हस्तांतरण, संयोजन आणि विविध प्रकारचे ज्ञानाचे रूपांतरण याबद्दल आहे, जसे की वापरकर्ते सराव करतात, संवाद साधतात आणि शिकतात. प्रत्येक पुनर्प्राप्ती आणि देखभालीसाठी ज्ञान सामग्रीची रचना आणि व्यवस्था करण्यासाठी सामग्री तयार करणे आणि व्यवस्थापन साधने आवश्यक आहेत. यात खालील साधने आहेत :

१) लेखन साधने :

लेखन साधनांमध्ये असे सॉफ्टवेअर असते जे वापरकर्त्यांना वेबपृष्ठ किंवा मल्टीमीडिया अ‍ॅप्लिकेशन तयार करण्यास अनुमती देते. ही अशी साधने आहेत ज्याद्वारे विविध मीडिया घटकांची रचना आणि प्रवाहात एकत्र केली जाते. सुस्पष्ट ज्ञान हस्तगत करण्याच्या उद्देशाने आणि त्या ज्ञानाची सुस्पष्ट स्वरूपात रचना करण्यात मदत करण्याच्या उद्देशाने लेखन साधने सरेखित करतात.

२) भाष्य साधने :

भाष्य साधने कागदपत्रे तयार झाल्यानंतर स्पष्टीकरणात्मक टिप्पण्या व्यतिरिक्त मदत करतात. टिप्पण्या सार्वजनिक तसेच खाजगी देखील असू शकतात. एमएस वर्डमधील ट्रॅक बदलण्यासारख्या साधने भाष्य साधनांचे उदाहरण आहे. हे साधन लेखकांना त्यांचे कौशल्य एका विशिष्ट दस्तऐवजाशी जोडण्याची परवानगी देऊन सुगम ज्ञान घेण्याच्या उद्दीष्टात मदत करते.

३) डेटा मायनिंग आणि ज्ञान शोध :

यात संबंध, परस्परसंबंध आणि मार्केटशी संबंधित विश्लेषण शोधण्यासाठी सांख्यिकीय विश्लेषण समाविष्ट आहे. सांख्यिकीय विश्लेषण साधनांसारख्या डेटा मायनिंगमध्ये विविध विश्लेषण साधनांकडून संपर्क साधला जातो उदा. एसएएस, डेटा मायनिंग स्वीट्स आणि डेटा व्हिज्युअलायझेशन टूल्स. हे भविष्यातील घटनेचा अंदाज आणि अपेक्षित परिणामाचा अंदाज लावण्यास देखील मदत करते.

४) टेम्पलेट्स :

यात अशाच वस्तूंच्या डिझाइनिंग किंवा रचनासाठी मार्गदर्शक म्हणून काम करणाऱ्या एखाद्या वस्तूचे डिझाइनिंग किंवा नमुना समाविष्ट करते. हे साधन प्रस्थापित डिझाइनचे अनुसरण करून, नियोजित पद्धतीने ज्ञान आयोजित करण्यास उपयुक्त आहे.

५) ब्लॉग :

हे वेबपृष्ठे आहेत जी विशेषत: विशिष्ट विषयावर लक्ष केंद्रित करतात. ते वैयक्तिक पृष्ठांसारखे असू शकतात जे वैयक्तिक डायरीसारखे असतात जे नियमितपणे अद्यतनित केले जातात आणि सार्वजनिकरित्या प्रवेशयोग्य असतात.

ज्ञान संपादन म्हणजे एखाद्या फर्मला बाह्य स्रोतांकडून प्राप्त करण्याचा प्रयत्न करू शकणाऱ्या ज्ञानाचा संदर्भ असतो. बाह्य ज्ञानाचे स्रोत महत्वाचे आहेत. स्रोतांमध्ये पुरवठा करणारे, प्रतिस्पर्धी, भागीदार/मित्र, ग्राहक आणि बाह्य तज्ज्ञ यांचा समावेश आहे. ज्ञान व्यवस्थापन कॉर्पोरेट धोरणाशी जोडलेला नसल्यामुळे, संस्थेला उपलब्ध असलेल्या पर्यायांचा विहंगावलोकन संपूर्ण संभाव्य ज्ञान व्यवस्थापनाची भूमिका समजून घेण्यासाठी उपयुक्त ठरेल. हा उपखंड भिन्न स्त्रोतांकडून उपलब्ध असलेल्या ज्ञानाविषयी आणि विचारात घेणे आवश्यक असलेल्या व्यवस्थापकीय मुद्यांविषयी चर्चा करेल.

४.२.३ ज्ञान धोरण निर्मितीची उदाहरणे :

संस्थांमधील ज्ञान मालमत्तेचा प्रभावीपणे वापर आणि उपयोग करण्यासाठी ज्ञान धोरणे तयार केली जातात. संघटनात्मक उद्दिष्टे, उद्योग गतिशीलता आणि उपलब्ध संसाधनांवर आधारित ही धोरणे बदलतात. ज्ञान धोरण कसे विकसित केले जाते, हे स्पष्ट करणारी उदाहरणे पुढे दिली आहेत :

१) ज्ञान सामायीकरण व्यासपीठ :

कंपन्या बऱ्याचदा डिजिटल प्लॅटफॉर्म किंवा इंट्रानेट सिस्टम लागू करतात जिथे कर्मचारी हे माहिती, सर्वोत्तम पद्धती आणि अनुभव सामायिक करू शकतात. उदाहरणार्थ, IBM ने Jams प्लॅटफॉर्म तयार केला, ज्यामुळे जगभरातील कर्मचाऱ्यांना सहयोग आणि कल्पना सामायिक करण्यास चालना मिळाली तसेच यामुळे नाविन्यपूर्ण उपाय आणि उत्पादन विकास शक्य झाले.

२) सराव समुदाय :

समान कौशल्य किंवा स्वारस्य असलेले कर्मचारी सहयोग करतात अशा समुदायांची स्थापना करणे हा एक धोरणात्मक ज्ञान उपक्रम आहे. उदाहरणार्थ, McKinsey सारख्या सल्लागार संस्थांमध्ये विविध उद्योगांवर किंवा कौशल्यांवर लक्ष केंद्रित करणारे समुदाय अभ्यासकांना माहिती आणि कौशल्य सामायिक करण्यास सक्षम करतात.

३) शिक्षण आणि विकास उपक्रम :

संस्था ज्ञान वाढीस चालना देण्यासाठी प्रशिक्षण आणि सतत शिक्षण कार्यक्रमांमध्ये गुंतवणूक करतात. उदाहरणार्थ, Google चे २०% वेळ धोरण कर्मचाऱ्यांना त्यांच्या कामाच्या तासांचा एक भाग वैयक्तिक प्रकल्पांचा पाठपुरावा करण्यासाठी, नाविन्य आणि ज्ञान निर्मितीला चालना देण्यासाठी समर्पित करण्याची परवानगी देते.

४) ज्ञानाचे मापन आणि दस्तऐवजीकरण :

काही कंपन्या ज्ञान अंकेक्षण करतात आणि चिकित्सक ज्ञान क्षेत्रे ओळखण्यासाठी आणि दस्तऐवजीकरण करण्यासाठी ज्ञान नकाशे तयार करतात. Accenture चे नॉलेज एक्स्चेंज संपूर्ण संस्थेमध्ये कौशल्याचे नकाशा तयार करते, ज्ञानाचे स्थान आणि वापर सुलभ करते.

५) नवकल्पना केंद्रे आणि प्रयोगशाळा :

नवकल्पना आणि प्रयोगांसाठी समर्पित जागा स्थापन केल्याने ज्ञान निर्मितीला प्रोत्साहन मिळते. उदाहरणार्थ, Toyota चे Kaizen तत्वज्ञान फॅक्टरी फ्लोरवर नावीन्यपूर्ण आणि ज्ञानाची देवाणघेवाण करण्याची संस्कृती वाढवून सतत सुधारणा करण्यास प्रोत्साहन देते.

६) बाह्य ज्ञान सहयोग :

बाह्य संस्था, विद्यापीठे किंवा संशोधन संस्थांसोबत भागीदारी हा ज्ञानाच्या धोरणाचा भाग असतो. उदाहरणार्थ, फार्मास्युटिकल कंपन्या संशोधनासाठी विद्यापीठांशी सहयोग करतात, नवोपक्रम चालविण्यासाठी बाह्य कौशल्याचा लाभ घेतात.

७) ज्ञान जतन :

सेवानिवृत्त कर्मचाऱ्यांकडून किंवा प्रकल्पाच्या अंतर्दृष्टीपासून गुप्त ज्ञान जतन करण्यासाठी संस्था भांडार किंवा माहितीसंच तयार करतात. उदाहरणार्थ, NASA चा नॉलेज कॅप्चर प्रकल्प भविष्यातील मोहिमांसाठी महत्त्वपूर्ण प्रकल्प माहिती गोळा करतो आणि संग्रहित करतो.

८) कृत्रिम बुद्धिमत्ता आणि विश्लेषणे एकत्रीकरण :

विशाल तथ्य संचांमधून माहिती एकत्रित करण्यासाठी कृत्रिम बुद्धिमत्ता-आधारित विश्लेषणे वापरणे हे ज्ञान धोरणांचा एक भाग आहे. मेझॉन ग्राहक वर्तन आणि प्राधान्यांचे विश्लेषण करण्यासाठी, शिफारसी पर्याप्त करण्यासाठी आणि ग्राहक अनुभव वाढविण्यासाठी कृत्रिम बुद्धिमत्ता अल्गोरिदम वापरते.

९) आंतर–कार्यात्मक संघ आणि कार्यशाळा :

आंतर–कार्यात्मक संघ तयार करणे किंवा कार्यशाळा आयोजित करणे विविध दृष्टीकोन आणि ज्ञानाची देवाणघेवाण करण्यास प्रोत्साहन देते. Apple चे डिझाईन आणि विकास संघ जवळून सहकार्य करतात, नाविन्यपूर्ण उत्पादने तयार करण्यासाठी कौशल्य सामायिक करतात.

१०) कार्यप्रदर्शन निर्देशांक आणि अभिप्राय यंत्रणा :

ज्ञान धोरणांच्या परिणामकारकतेचे मूल्यांकन करण्यासाठी कार्यप्रदर्शन निर्देशांक आणि अभिप्राय यंत्रणा स्थापित करणे महत्त्वपूर्ण आहे. मायक्रोसॉफ्ट सारख्या कंपन्या त्यांचे ज्ञान–सामायिकरण व्यासपीठ आणि पुढाकार सुधारण्यासाठी नियमितपणे कर्मचारी अभिप्रायाचे पुनरावलोकन करतात.

४.३ बौद्धिक संपत्तीचे रक्षण करण्यासाठी ज्ञान व्यवस्थापनाचा वापर :

ज्ञान ही नवीन अर्थव्यवस्थेची मुख्य संपत्ती आहे; त्यामुळे व्यवस्थापन आणि ज्ञानाचे संरक्षण हे कंपन्यांच्या स्पर्धात्मक धोरणांचा भाग बनले आहे. या परिस्थितीने दोन विषयांची निर्मिती करण्यास प्रवृत्त केले जे या घटनेचा सर्वात मोठ्या प्रमाणात अभ्यास करतात: ज्ञान व्यवस्थापन (KM) आणि बौद्धिक संपदा व्यवस्थापन (IPM). ज्ञान व्यवस्थापन म्हणजे सरावांच्या संचाचा संदर्भ ज्यामुळे ज्ञानाला संस्थेमध्ये मूल्य निर्माण करणे शक्य होते. बौद्धिक संपदा व्यवस्थापन हे ज्ञान मालमत्तेचे व्यवस्थापन आहे, जे बौद्धिक संपदा कायद्यांतर्गत संरक्षणासाठी पात्र आहेत. यातील प्रत्येक विषय वेगवेगळ्या उद्दिष्टांद्वारे ज्ञानाला संबोधित करतो, ज्यामुळे संस्थांमध्ये ज्ञान आणि ज्ञान व्यवस्थापनाची विघटित संकल्पना आणि सराव होतो.

४.३.१ बौद्धिक संपदा हक्क :

बौद्धिक संपदा हक्क (IPR) ची व्याख्या कल्पना, आविष्कार आणि सर्जनशील अभिव्यक्ती म्हणून केली गेली आहे, ज्यावर आधारित मालमत्तेचा दर्जा देण्याची सार्वजनिक इच्छा आहे. बौद्धिक संपदा हक्क त्या मालमत्तेचे शोधक किंवा निर्मात्यांना त्यांच्या सर्जनशील प्रयत्नातून किंवा प्रतिष्ठेतून व्यावसायिक लाभ मिळवून देण्यासाठी काही विशेष अधिकार प्रदान करते. पेटंट, कॉपीराईट, ट्रेडमार्क इ. सारखे बौद्धिक संपदा संरक्षणाचे अनेक प्रकार आहेत. पेटंट ही एखाद्या शोधाची ओळख आहे, जी जागतिक नवीनता, गैर–स्पष्टता आणि औद्योगिक अनुप्रयोगाचे निकष पूर्ण करते. चांगली ओळख, नियोजन, व्यापारीकरण, प्रस्तुतीकरण आणि त्याद्वारे आविष्कार किंवा सर्जनशीलतेचे संरक्षण यासाठी बौद्धिक संपदा हक्क ही पूर्वअट आहे. प्रत्येक उद्योगाने त्याची स्वतःची बौद्धिक संपदा हक्क धोरणे, व्यवस्थापन शैली, रणनीती इत्यादी विकसित केल्या पाहिजेत.

अ) अर्थ :

बौद्धिक संपदा हक्क (IPR) मध्ये बुद्धीद्वारे निर्मितीसाठी कायदेशीर संरक्षण समाविष्ट आहे, व्यक्ती किंवा संस्थांना त्यांचे आविष्कार, कलात्मक कार्ये, आराखडा किंवा व्यापार रहस्ये यावर विशेष अधिकार प्रदान करते. हे अधिकार निर्माते आणि शोधकांना त्यांच्या बौद्धिक मालमत्तेचा वापर, वितरण आणि व्यापारीकरण नियंत्रित करण्यास, नवकल्पना, सर्जनशीलता आणि आर्थिक वृद्धीस चालना देण्यासाठी आणि त्यांच्या योगदानासाठी योग्य मोबदला सुनिश्चित करण्यास सक्षम करतात.

ब) व्याख्या :

“बौद्धिक संपदा हक्कांची व्याख्या ही व्यक्ती किंवा कंपनीच्या मालकीच्या अमूर्त मालमत्तेशी संबंधित आणि संमतीशिवाय वापरण्यापासून संरक्षित असलेले कोणतेही आणि सर्व अधिकार आहेत. बौद्धिक मालमत्तेतील मालकीच्या अधिकाराद्वारे अमूर्त मालमत्ता गैर–भौतिक मालमत्तेचा संदर्भ देते.”

४.३.२ बौद्धिक संपदा हक्कांचे रक्षण करण्यासाठी ज्ञान व्यवस्थापनाचा वापर :

ज्ञान व्यवस्थापन हे सर्वसमावेशक चौकट आणि पद्धती स्थापन करून बौद्धिक संपदा अधिकारांचे संरक्षण करण्यासाठी एक मजबूत साधन म्हणून काम करते. व्यवस्थापन प्रणाली पेटंट, कॉपीराइट, ट्रेडमार्क आणि व्यापार गुपिते यासारख्या महत्वपूर्ण दस्तऐवजीकरण, संस्था आणि महत्वपूर्ण बौद्धिक संपदा मालमत्तेचे सुरक्षित संचयन सक्षम करते. या प्रणाली प्रवेश नियंत्रणे सुलभ करतात, केवळ अधिकृत कर्मचाऱ्यांना प्रतिबंधित प्रवेश सुनिश्चित करण्यासाठी कडक सुरक्षा उपाय लागू करतात. शिवाय, ज्ञान व्यवस्थापन आंतर-कार्यात्मक सहकार्याला चालना देते, जे कायदेशीर, संशोधन व विकास आणि व्यवसाय विकास कार्यसंघांना माहिती आणि सर्वोत्तम पद्धती सामायिक करण्यास चालना देते आणि कर्मचाऱ्यांना बौद्धिक संपदा सुरक्षेच्या महत्त्वाबद्दल शिक्षित करण्यासाठी ज्ञान सामायिकरण धोरणे आणि व्यापक प्रशिक्षण कार्यक्रमांची अंमलबजावणी करते.

१) बौद्धिक संपदा मालमत्तेचे दस्तऐवजीकरण :

ज्ञान व्यवस्थापन प्रणाली बौद्धिक संपदा मालमत्तेची सूची आणि आयोजन करण्यात महत्त्वाची भूमिका बजावतात. यात पेटंट, कॉपीराइट, ट्रेडमार्क, व्यापार रहस्ये किंवा इतर बौद्धिक संपदा मालमत्तांचे तपशीलवार माहितीसंच किंवा भांडार तयार करणे समाविष्ट आहे. उदाहरणार्थ, एक सर्वसमावेशक माहितीसंच पेटंटचे वर्गीकरण करू शकतो, त्यांच्या फाइलिंग तारखा, वर्णन आणि मालकीचे तपशील देतो, बौद्धिक संपदा व्यवस्थापनासाठी सुलभ पुनर्प्राप्ती आणि संदर्भ सुनिश्चित करते.

२) प्रवेश नियंत्रण आणि सुरक्षा उपाय :

संवेदनशील बौद्धिक संपदा माहितीचे रक्षण करण्यासाठी प्रवेश नियंत्रणे आणि सुरक्षा उपाय लागू करण्यास ज्ञान व्यवस्थापन मदत करते. विशिष्ट व्यक्तींना त्यांच्या भूमिका किंवा निष्कासन पातळीच्या आधारावर प्रतिबंधित प्रवेश नियुक्त करून ज्ञान व्यवस्थापन प्रणाली हे सुनिश्चित करतात की केवळ अधिकृत कर्मचारीच महत्वपूर्ण बौद्धिक संपदा मालमत्ता पाहू शकतात किंवा सुधारित करू शकतात, अनधिकृत प्रवेश किंवा गळती रोखू शकतात.

३) निरीक्षण आणि ट्रॅकिंग बदल :

ज्ञान व्यवस्थापन तात्काळ ट्रॅकिंग आणि बौद्धिक संपदा मालमत्तेमधील बदल किंवा अद्यतनांचे निरीक्षण करण्याची सुविधा देते. हे सुनिश्चित करते की पेटंट, ट्रेडमार्क किंवा कॉपीराइटशी संबंधित कोणतीही सुधारणा, अद्यतने किंवा नवीन माहिती पद्धतशीरपणे लॉग केली गेली आहे, उत्तरदायित्वासाठी तपासणीचे सूत्र राखून आणि बौद्धिक संपदा मालमत्तेच्या उत्क्रांतीचा मागोवा ठेवला जातो.

४) ज्ञान सामायिकरण धोरण आणि प्रशिक्षण :

बौद्धिक संपदा अधिकारांचे रक्षण करण्यासाठी स्पष्ट ज्ञान सामायिकरण धोरणे स्थापित करणे आणि सर्वसमावेशक प्रशिक्षण कार्यक्रम प्रदान करणे महत्वाचे आहे. ज्ञान व्यवस्थापन उपक्रमांनी कर्मचाऱ्यांना बौद्धिक संपदा संरक्षित करण्याच्या महत्त्वाबद्दल शिक्षित केले पाहिजे, संवेदनशील माहिती हाताळण्यासाठी मार्गदर्शक तत्त्वे आखली पाहिजे आणि अनावधानाने प्रकटीकरण टाळाले पाहिजे.

५) आंतर-कार्यात्मक सहयोगास प्रोत्साहन देणे :

ज्ञान व्यवस्थापन कायदेशीर, संशोधन व विकास आणि व्यवसाय विकास संघामधील सहकार्याला प्रोत्साहन देते, बौद्धिक संपदेचे संरक्षण वाढवते. हे विभाग सहयोग करू शकतील असे व्यासपीठ किंवा मंच तयार करून ज्ञान व्यवस्थापन चांगल्या बौद्धिक संपदा व्यवस्थापनासाठी माहिती, धोरणे आणि सर्वोत्तम पद्धती सामायिक करण्यास प्रोत्साहन देते.

६) कृत्रिम बुद्धिमत्ता आणि तथ्य विश्लेषण :

ज्ञान व्यवस्थापन प्रणालीमध्ये कृत्रिम बुद्धिमत्ता-आधारित विश्लेषणे वापरणे हे बौद्धिक संपदा सुरक्षेतील विसंगती किंवा संभाव्य उल्लंघन शोधण्यात मदत करू शकते. नमुने किंवा वापरकर्त्याच्या वर्तनाचे विश्लेषण करून कृत्रिम बुद्धिमत्ता संशयास्पद क्रियाकलाप किंवा अनधिकृत प्रवेश प्रयत्नांना ध्वजांकित करू शकते, मौल्यवान बौद्धिक संपदा मालमत्तेचे सक्रियपणे संरक्षण करते.

७) बौद्धिक संपदा जीवनचक्र व्यवस्थापनाची अंमलबजावणी :

ज्ञान व्यवस्थापन बौद्धिक संपदा मालमत्तेचे संपूर्ण जीवनचक्र, निर्मितीपासून कालबाह्यतेपर्यंत व्यवस्थापित करण्यास मदत करते. बौद्धिक संपदा जीवनचक्र आराखडा करून संस्था नूतनीकरण, परवाना किंवा मालमत्तेची विल्हेवाट लावण्याची रणनीती बनवतात, आयुष्यभर त्यांचे संरक्षण सुनिश्चित करतात.

८) सर्वोत्तम पद्धती आणि मार्गदर्शक तत्त्वांचे दस्तऐवजीकरण :

ज्ञान व्यवस्थापन उपक्रम बौद्धिक संपदा व्यवस्थापनासाठी सर्वोत्तम पद्धती आणि मार्गदर्शक तत्त्वे संकलित आणि प्रसारित करतात. या दस्तऐवजांमध्ये गोपनीय माहिती हाताळण्यासाठी शिष्टचार, पेटंट दाखल करण्याची प्रक्रिया किंवा ट्रेडमार्क वापरासाठी मार्गदर्शक तत्त्वे, संपूर्ण संस्थेमध्ये एकसमानता आणि अनुपालन सुनिश्चित करणे समाविष्ट असते.

९) बौद्धिक संपदा जोखीम मूल्यांकन आणि शमन :

ज्ञान व्यवस्थापन बौद्धिक संपदा मालमत्तेशी संबंधित भेद्यता किंवा जोखीम ओळखण्यासाठी नियमित मूल्यांकन करण्यास मदत करते. माहितीचे उल्लंघन किंवा अपुरे संरक्षण उपाय यासारख्या संभाव्य धोक्यांचे मूल्यमापन करून संस्था शमन धोरण विकसित करतात आणि बौद्धिक संपदा सुरक्षा मजबूत करतात.

१०) केंद्रीकृत बौद्धिक संपदा भांडार :

ज्ञान व्यवस्थापन बौद्धिक संपदा-संबंधित दस्तऐवजांसाठी केंद्रीकृत भांडार तयार करते, सुलभ प्रवेश करते आणि पुनर्प्राप्ती सक्षम करते. या भांडारात कायदेशीर करार, पेटंट फाइलिंग, ट्रेडमार्क नोंदणी आणि इतर महत्वपूर्ण बौद्धिक संपदा दस्तऐवज आहेत, जे सर्व संबंधित माहितीसाठी केंद्रीकृत आणि सुरक्षित स्थान सुनिश्चित करतात.

११) सतत सुधारणा आणि अनुकूलन :

ज्ञान व्यवस्थापन बौद्धिक संपदा व्यवस्थापनामध्ये सतत सुधारणा करण्याच्या संस्कृतीला प्रोत्साहन देते. नियमित मूल्यांकन, अभिप्राय यंत्रणा आणि ज्ञान सामायिकरण सत्रे बौद्धिक संपदा संरक्षण धोरणे परिष्कृत करण्यासाठी आणि विकसित होणाऱ्या धोक्यांशी किंवा नियामक बदलांशी जुळवून घेण्यासाठी एक सक्रिय दृष्टीकोन वाढवतात.

१२) जागतिक सहयोग आणि अनुपालन :

बहुराष्ट्रीय संस्थांमध्ये ज्ञान व्यवस्थापन विविध बौद्धिक संपदा कायदे आणि नियमांचे जागतिक अनुपालन सुनिश्चित करण्यास मदत करते. आंतरराष्ट्रीय बौद्धिक संपदा कायद्यांवरील माहितीचे केंद्रीकरण करून आणि जगभरातील कायदेशीर संघांमधील सहकार्य वाढवून ज्ञान व्यवस्थापन विविध कायदेशीर चौकटीचे पालन करण्यास सुलभ करते, सीमा ओलांडून बौद्धिक संपदा उल्लंघनांशी संबंधित जोखीम कमी करते.

४.४ माहिती तंत्रज्ञान आधारित सेवांसाठी ज्ञान अभियांत्रिकी :

माहिती तंत्रज्ञान-आधारित सेवांसाठी ज्ञान अभियांत्रिकीमध्ये माहिती तंत्रज्ञान (IT) सेवांच्या क्षेत्रात ज्ञान-आधारित प्रणाली आणि उपायांची पद्धतशीर रचना, विकास आणि अंमलबजावणी यांचा समावेश आहे. यात माहिती तंत्रज्ञान

प्रणाली आणि प्रक्रियांमधील स्पष्ट आणि पारदर्शक ज्ञान संग्रहित करण्यासाठी, व्यवस्थापित करण्यासाठी आणि त्याचा फायदा घेण्यासाठी अभियांत्रिकी तत्त्वांचा वापर समाविष्ट आहे. माहिती तंत्रज्ञान सेवांच्या संदर्भात, ज्ञान अभियांत्रिकीमध्ये बुद्धिमान प्रणाली तयार करणे समाविष्ट आहे जे जटिल समस्यांचे निराकरण करण्यासाठी, माहितीपूर्ण निर्णय घेण्यासाठी आणि सेवा वितरण वाढविण्यासाठी कार्यक्षेत्र-विशिष्ट ज्ञान प्राप्त करू शकतात, प्रतिनिधित्व करू शकतात आणि लागू करू शकतात.

४.४.१ अर्थ :

ज्ञान अभियांत्रिकी संगणक प्रणाली विकसित करण्याच्या पद्धतशीर प्रक्रियेचा संदर्भ देते जी ज्ञान, नियम, अल्गोरिदम आणि ह्युरिस्टिक्सचा फायदा घेऊन बुद्धिमान वर्तन प्रदर्शित करते. त्यामध्ये मानवी आकलनशक्तीप्रमाणे तर्क, समस्या सोडवणे आणि निर्णय घेण्यास सक्षम ज्ञान-आधारित प्रणालींची रचना करणे, बांधणे आणि अंमलबजावणी करणे समाविष्ट आहे. ज्ञान अभियांत्रिकी विविध शाखांमधून जसे की कृत्रिम बुद्धिमत्ता, संज्ञानात्मक विज्ञान आणि संगणक विज्ञान संग्रहित करणे, औपचारिक करणे आणि मानवी कौशल्य किंवा संगणक प्रणालीमधील कार्यक्षेत्र-विशिष्ट ज्ञानाचे प्रतिनिधित्व करणे यासाठी काढले जाते. हे क्षेत्र जटिल समस्यांचे निराकरण करण्यासाठी, कार्ये स्वयंचलित करण्यासाठी आणि बुद्धिमान प्रणालींमध्ये निर्णय घेण्याची प्रक्रिया वाढविण्यासाठी ज्ञानाचे प्रारूप आणि हाताळणी करण्यासाठी पद्धती, साधने आणि तंत्रांवर लक्ष केंद्रित करते.

४.४.२ माहिती तंत्रज्ञान-आधारित सेवांसाठी ज्ञान अभियांत्रिकी :

माहिती तंत्रज्ञान-आधारित सेवांमधील ज्ञान अभियांत्रिकीमध्ये मानवासारख्या संज्ञानात्मक क्षमतांचे अनुकरण करणाऱ्या बुद्धिमान प्रणालींचे पद्धतशीर रचना आणि विकास यांचा समावेश होतो. हे कृत्रिम बुद्धिमत्ता, संगणक विज्ञान आणि संज्ञानात्मक मानसशास्त्रातील तत्त्वे एकत्र करून तर्क, समस्या सोडवणे आणि निर्णय घेण्यास सक्षम प्रणाली तयार करते. त्याच्या केंद्रस्थानी ज्ञान अभियांत्रिकी सॉफ्टवेअर सिस्टममध्ये कार्यक्षेत्र-विशिष्ट ज्ञान संग्रह, प्रतिनिधित्व आणि वापरण्याचा प्रयत्न करते. यामध्ये केवळ माहिती प्रक्रियाच नाही तर एखाद्या विशिष्ट कार्यक्षेत्रामधील संदर्भ, नियम आणि नमुने समजून घेणे देखील समाविष्ट आहे, ज्यामुळे मानवासारख्या बुद्धिमत्तेचे अनुकरण करू शकतील अशा प्रणाली तयार करता येतील.

१) कार्यक्षेत्र समजून घेणे :

माहिती तंत्रज्ञान-आधारित सेवांमधील ज्ञान अभियांत्रिकीमध्ये सेवा लागू केल्या जातील अशा विशिष्ट कार्यक्षेत्र किंवा उद्योगाचे सर्वसमावेशक आकलन समाविष्ट असते. यामध्ये गुंतागुंत, कार्यप्रवाह, नियम आणि त्या कार्यक्षेत्रासाठी विशिष्ट बारकावे समजून घेणे, विकसित ज्ञान प्रणाली त्या विशिष्ट गरजा पूर्ण करतात याची खात्री करणे समाविष्ट आहे. उदाहरणार्थ, आरोग्यसेवा माहिती तंत्रज्ञान सेवांमध्ये, ज्ञान अभियंत्यांना संबंधित उपाय तयार करण्यासाठी वैद्यकीय प्रक्रिया, शब्दावली आणि अनुपालन मानकांची सखोल माहिती असणे आवश्यक आहे.

२) ज्ञान संपादन :

ज्ञान अभियंते हे कार्यक्षेत्र तज्ज्ञ आणि संस्थेतील विद्यमान संसाधनांकडून माहिती आणि कौशल्य गोळा करतात. ते माहिती तंत्रज्ञान सेवा निर्मितीसाठी महत्त्वपूर्ण असलेले स्पष्ट आणि पारदर्शक ज्ञान संग्रहित करण्यासाठी मुलाखती, कार्यशाळा किंवा दस्तऐवजीकरण विश्लेषण यासारख्या विविध तंत्रांचा वापर करतात. वित्तीय माहिती तंत्रज्ञान सेवांच्या संदर्भात, यामध्ये वित्तीय तज्ज्ञांकडून गुंतवणूक धोरण, जोखीम विश्लेषण किंवा बाजारातील प्रवाहांबद्दल माहिती प्राप्त करणे समाविष्ट असते.

३) ज्ञानाचे प्रतिनिधित्व :

ज्ञान अभियंते हे अधिग्रहित ज्ञान प्रारूप तयार करण्यासाठी औपचारिक संरचना आणि प्रतिनिधित्व वापरतात. यामध्ये ऑनटोलॉजीज, नॉलेज आलेख, नियम-आधारित प्रणाली किंवा अर्थपूर्ण नेटवर्क्सचा समावेश होतो, ज्यामुळे माहिती तंत्रज्ञान सेवांना कार्यक्षेत्र-विशिष्ट माहितीचा प्रभावीपणे अर्थ लावता येतो आणि त्याचा वापर करता येतो. उदाहरणार्थ, ग्राहक सेवा माहिती तंत्रज्ञान उपायांमध्ये, ज्ञानाच्या प्रतिनिधित्वामध्ये विविध ग्राहकांच्या शंकांचे निराकरण करण्यासाठी ज्ञान आलेख तयार करणे समाविष्ट असते.

४) नियम-आधारित प्रणाली :

ज्ञान अभियांत्रिकी तार्किक नियम किंवा अल्गोरिदममध्ये कार्यक्षेत्र कौशल्य संहितीकरण करण्यासाठी नियम-आधारित प्रणाली समाविष्ट करते. हे नियम वेगवेगळ्या परिस्थितीत प्रणालीने कसा प्रतिसाद द्यावा किंवा कार्य करावे हे परिभाषित करतात, माहिती तंत्रज्ञान सेवांना निर्णय घेण्याच्या प्रक्रियेत मार्गदर्शन करतात. माहिती तंत्रज्ञान मदत कक्ष सेवांमध्ये नियम-आधारित प्रणाली सामान्य समस्यांचे निदान आणि निराकरण करण्यासाठी पूर्वनिर्धारित नियमांचे पालन करून समस्या निवारण करण्यास मदत करतात.

५) मशीन लर्निंग आणि माहिती तंत्रज्ञान एकत्रीकरण :

ज्ञान अभियंते माहिती तंत्रज्ञान-आधारित सेवा वाढविण्यासाठी मशीन लर्निंग अल्गोरिदम आणि कृत्रिम बुद्धिमत्ता तंत्रांचा फायदा घेतात. परिणामांचा अंदाज लावण्यासाठी, नमुन्यांचे वर्गीकरण करण्यासाठी किंवा निर्णय घेण्याची प्रक्रिया स्वयंचलित करण्यासाठी ते ऐतिहासिक माहिती वापरून प्रारूपास प्रशिक्षण देतात. सायबर सुरक्षा माहिती तंत्रज्ञान सेवांमध्ये, मशीन लर्निंग मॉडेल हे विसंगती आणि संभाव्य धोके शोधण्यासाठी नेटवर्क ट्रॅफिक पॅटर्नचे विश्लेषण करतात.

६) ऑन्टोलॉजी विकास :

ज्ञान अभियंते हे ऑनटोलॉजीजचे औपचारिक प्रतिनिधित्व आणि कार्यक्षेत्रामधील त्यांच्या संबंधांची रचना करतात. माहिती तंत्रज्ञान सेवा व्यवस्थापनामध्ये सेवा, मालमत्ता किंवा घटनांबद्दल माहितीचे वर्गीकरण आणि आयोजन करण्यास, कार्यक्षम पुनर्प्राप्ती आणि ज्ञानाचा उपयोग करण्यास सक्षम करण्यासाठी ऑनटोलॉजीज मदत करतात.

७) ज्ञान पडताळणी आणि प्रमाणीकरण :

ज्ञान अभियंते हे माहिती तंत्रज्ञान सेवांमध्ये अंतर्भूत ज्ञानाची अचूकता आणि विश्वासार्हता सुनिश्चित करतात. पडताळणीमध्ये हे पुष्टी करणे समाविष्ट आहे की संबंधित ज्ञान कार्यक्षेत्र कौशल्याशी सरेखित होते, तर प्रमाणीकरण वास्तविक-जगातील समस्यांचे निराकरण करण्यासाठी ज्ञान-आधारित प्रणालींच्या प्रभावीतेचे मूल्यांकन करते. लॉजिस्टिक माहिती तंत्रज्ञान सेवांमध्ये, वास्तविक वितरण माहितीच्या विरूद्ध मार्ग पर्याप्तीकरण अल्गोरिदम प्रमाणित करणे समाविष्ट असते.

८) सतत शिकणे आणि अनुकूलन :

माहिती तंत्रज्ञान सेवांमधील ज्ञान अभियांत्रिकी सतत सुधारणा आणि अनुकूलन यावर भर देते. अभियंते वेळोवेळी प्रणाली वाढवण्यासाठी अभिप्राय यंत्रणा आणि विश्लेषणे वापरतात, ज्यामुळे माहिती तंत्रज्ञान सेवा विकसित होतात आणि नवीन माहिती किंवा बदलत्या आवश्यकतांमधून शिकतात. उदाहरणार्थ, ई-कॉमर्स शिफारस प्रणालींमध्ये सतत शिक्षण प्रणाली वापरकर्त्याच्या वर्तनावर आधारित अधिक वैयक्तिकृत उत्पादन सूचना प्रदान करण्यास सक्षम करते.

९) ज्ञान सामायिकरण व्यासपीठ :

अभियंते माहिती तंत्रज्ञान सेवांमध्ये ज्ञान सामायिक करण्यासाठी आणि प्रसारित करण्यासाठी व्यासपीठ किंवा भांडार विकसित करतात. कार्यक्षेत्र-विशिष्ट माहिती आणि सर्वोत्तम पद्धती प्रवेशयोग्य आणि कार्यक्षमतेने वापरल्या जातील याची खात्री करून हे व्यासपीठ सहयोग सुलभ करतात. प्रकल्प व्यवस्थापन माहिती तंत्रज्ञान सेवांमध्ये, असे व्यासपीठ प्रकल्प दस्तऐवजीकरण आणि सर्वोत्तम पद्धती केंद्रीकृत करतात.

१०) नैतिक आणि कायदेशीर बाबी :

ज्ञान अभियंते हे माहिती तंत्रज्ञान-आधारित सेवा डिझाइन करताना नैतिक आणि कायदेशीर मानकांचे पालन सुनिश्चित करतात. यामध्ये संवेदनशील माहितीचे संरक्षण करणे, माहितीची गोपनीयता सुनिश्चित करणे आणि कार्यक्षेत्राशी संबंधित नियमांचे पालन करणे समाविष्ट आहे. कायदेशीर माहिती तंत्रज्ञान सेवांमध्ये, गोपनीयतेचे आणि अनुपालन नियमांचे पालन करणे आवश्यक आहे.

११) वापरकर्ता-केंद्रित आराखडा :

अभियंते माहिती तंत्रज्ञान सेवा आराखड्यामध्ये वापरकर्ता अनुभव आणि उपयोगिता यांना प्राधान्य देतात. अंतर्ज्ञानी इंटरफेस आणि वापरकर्त्यांच्या गरजेनुसार कार्यक्षमतेची खात्री करून, अंतिम वापरकर्ते प्रणालीशी कसा संवाद साधतात याचा ते विचार करतात. शैक्षणिक माहिती तंत्रज्ञान सेवांमध्ये, वापरकर्ता-केंद्रित आराखडा तत्त्वे हे सुनिश्चित करतात की शिकण्याचे व्यासपीठ विद्यार्थ्यांसाठी आकर्षक आणि समायोजन करणे सोपे आहे.

१२) मापनीयता आणि एकत्रीकरण :

ज्ञान अभियंते हे माहिती तंत्रज्ञान सेवांची रचना सध्याच्या प्रणालीशी मापनीय आणि अविभाज्य करण्यासाठी करतात. यामध्ये मॉड्युलर आर्किटेक्चर तयार करणे समाविष्ट आहे जे वृद्धीस सामावून घेतात आणि विविध तंत्रज्ञान किंवा व्यासपीठांद्वारे अखंडपणे एकत्रित करतात. क्लाउड-आधारित माहिती तंत्रज्ञान सेवांसाठी मापनीयता हे सुनिश्चित करते की प्रणाली विविध कार्यभार हाताळू शकते आणि वेगवेगळ्या क्लाउड पर्यावरणात अखंडपणे समाकलित होऊ शकते.

४.५ ज्ञान आधारित व्यवसाय सेवा :

ज्ञान आधारित व्यवसाय सेवा (KIBS) हे विशेष सेवांचा संदर्भ देते ज्या ग्राहकांना मूल्य देण्यासाठी प्रगत ज्ञान, कौशल्य आणि नवकल्पना यावर मोठ्या प्रमाणावर अवलंबून असतात. या सेवांमध्ये अनेकदा उच्च स्तरीय बौद्धिक आदान समाविष्ट असते आणि ते विशेष ज्ञान, कौशल्ये आणि माहितीवर अवलंबून असतात.

४.५.१ अर्थ :

ज्ञान आधारित व्यवसाय सेवा हे असे क्षेत्र किंवा व्यवसायांच्या श्रेणीचा संदर्भ देते जे प्रामुख्याने विशेष ज्ञान, कौशल्य आणि बौद्धिक भांडवलावर आधारित सेवा देतात. या सेवांमध्ये सामान्यतः उच्च स्तरावरील व्यावसायिक कौशल्ये, सर्जनशीलता आणि समस्या सोडवण्याच्या क्षमतांचा समावेश असतो, त्यांना अधिक पारंपारिक किंवा प्रमाणित सेवांपासून वेगळे करते. ज्ञान आधारित व्यवसाय सेवांमध्ये अनेक उद्योगांचा समावेश आहे उदा. सल्ला, संशोधन आणि विकास, माहिती तंत्रज्ञान, वित्तीय आणि कायदेशीर सेवा, आराखडा आणि नावीन्यपूर्ण समर्थन इ. ज्ञान आधारित व्यवसाय सेवांचे परिभाषित वैशिष्ट्य म्हणजे सेवा वितरणासाठी प्राथमिक आदान म्हणून त्यांच्या ज्ञानावर अवलंबून राहणे. हे व्यवसाय ग्राहकांच्या विशिष्ट गरजा पूर्ण करण्यासाठी सानुकूलित, अनेकदा नाविन्यपूर्ण उपाय प्रदान करतात. ते त्यांच्या कौशल्याचा, बौद्धिक मालमत्तेचा आणि प्रगत ज्ञानाचा वापर करून उच्च-मूल्य सेवा देतात, नवकल्पना, उत्पादकता आणि आर्थिक वृद्धीसाठी महत्त्वपूर्ण योगदान देतात.

४.५.२ ज्ञान आधारित व्यवसाय सेवांची भविष्यातील संभावना :

ज्ञान आधारित व्यवसाय सेवांच्या भविष्यातील संभावना तांत्रिक नवकल्पना, डिजिटल परिवर्तन, ग्राहक-केंद्रितता, जागतिक विस्तार, नैतिक पद्धती, सहयोग आणि कौशल्य संचांच्या उत्क्रांतीत आहेत. या प्रवाहांचा स्वीकार केल्याने ज्ञान आधारित व्यवसाय सेवांना उद्योगांमध्ये वृद्धी आणि परिवर्तन घडवून आणण्यासाठी अनुकूल, नाविन्यपूर्ण आणि अपरिहार्य भागीदार राहण्यास सक्षम बनवेल.

१) तांत्रिक एकात्मता आणि नवीनता :

ज्ञान आधारित व्यवसाय सेवांचे भविष्य तांत्रिक प्रगतीशी खोलवर गुंफलेले आहे. कृत्रिम बुद्धिमत्ता, मशीन लर्निंग, ब्लॉकचेन आणि बिग डेटा नालिटिक्स यासारख्या अत्याधुनिक तंत्रज्ञानाच्या एकत्रीकरणामुळे सेवा वितरणात क्रांती घडेल अशी अपेक्षा आहे. हे तंत्रज्ञान ज्ञान आधारित व्यवसाय सेवांना त्यांच्या श्रेणी वाढवण्यासाठी, प्रक्रिया स्वयंचलित करण्यासाठी आणि अधिक कार्यक्षम, तथ्य-आधारित समाधाने प्रदान करण्यासाठी सक्षम करेल. ज्ञान आधारित व्यवसाय सेवांसाठी स्पर्धात्मक राहण्यासाठी आणि उच्च मूल्यवर्धित सेवा देण्यासाठी तंत्रज्ञानातील सातत्यपूर्ण नवनवीनता महत्त्वपूर्ण ठरेल.

२) डिजिटल स्थित्यंतरणावर लक्ष :

ज्ञान आधारित व्यवसाय सेवांची भविष्यातील शक्यता विविध क्षेत्रांमधील डिजिटल परिवर्तन उपक्रमांना चालविण्याच्या आणि समर्थन देण्याच्या त्यांच्या क्षमतेवर अवलंबून आहे. क्लाउड कंप्युटिंग, सायबर सुरक्षा, डिजिटल मार्केटिंग आणि डेटा नालिटिक्स यासारख्या क्षेत्रात कौशल्य प्रदान करून डिजिटल संक्रमणांद्वारे संस्थांना मार्गदर्शन करण्यात त्यांनी महत्त्वपूर्ण भूमिका बजावण्याची अपेक्षा आहे. कार्यपद्धती पर्याप्त करण्यासाठी आणि ग्राहकांचा अनुभव वाढवण्यासाठी डिजिटल तंत्रांचा लाभ घेण्यासाठी ज्ञान आधारित व्यवसाय सेवा महत्त्वपूर्ण ठरतील.

३) ज्ञानाची देवाणघेवाण आणि सहयोग :

ज्ञान आधारित व्यवसाय सेवा कंपन्यांमध्ये आणि त्यांच्या ग्राहकांसोबत सहयोग आणि ज्ञानाची देवाणघेवाण हा मुख्य प्रवाह असेल. हा सहयोगी दृष्टिकोन कौशल्य, अंतर्दृष्टी आणि सर्वोत्तम पद्धतींची देवाणघेवाण सुलभ करेल, ज्यामुळे अधिक नाविन्यपूर्ण आणि सर्वसमावेशक उपाय मिळतील. ज्ञान आधारित व्यवसाय सेवा अधिकाधिक भागीदार म्हणून काम करेल, मूल्य सह-निर्मित करण्यासाठी आणि जटिल आव्हाने सोडवण्यासाठी ग्राहकांशी जवळून काम करेल.

४) ग्राहक-केंद्रित उपायांवर भर :

ज्ञान आधारित व्यवसाय सेवांचे भविष्य अत्यंत वैयक्तिकृत आणि ग्राहक-केंद्रित समाधाने वितरीत करण्यात आहे. प्रगत विश्लेषणाद्वारे ग्राहकांच्या गरजा, प्राधान्ये आणि वर्तनांची सखोल माहिती घेऊन, ज्ञान आधारित व्यवसाय सेवा विशिष्ट आव्हानांना तोंड देणाऱ्या आणि मोजता येण्याजोगे परिणाम वितरीत करणाऱ्या दर्जेदार सेवा देतील. हा ग्राहक-केंद्रित दृष्टीकोन स्पर्धात्मक धार राखण्यासाठी महत्त्वपूर्ण ठरेल.

५) जागतिक पोहोच आणि बाजारपेठेचा विस्तार :

ज्ञान आधारित व्यवसाय सेवांनी जगभरातील ग्राहकांना सेवा देण्यासाठी डिजिटल प्लॅटफॉर्म आणि कम्युनिकेशन तंत्रज्ञानाचा फायदा घेऊन त्यांच्या जागतिक पदचिन्हांचा विस्तार करणे अपेक्षित आहे. दूरस्थ सहयोग आणि आभासी सेवांमधील प्रगतीद्वारे, हे व्यवसाय भौगोलिक मर्यादांशिवाय सीमा ओलांडून त्यांचे कौशल्य प्रदान करून नवीन बाजारपेठ आणि लोकसंख्याशास्त्रात प्रवेश करतील.

६) शाश्वत आणि नैतिक आचरणांकडे स्थित्यंतर :

ज्ञान आधारित व्यवसाय सेवांच्या भविष्यातील शक्यतांमध्ये शाश्वतता आणि नैतिक पद्धतींवर अधिक जोर देण्याची शक्यता आहे. हे व्यवसाय शाश्वत उपाय प्रदान करण्यावर, नैतिक चौकटीची अंमलबजावणी करण्यावर आणि त्यांच्या सेवांना पर्यावरणीय आणि सामाजिक जबाबदाऱ्यांशी संरेखित करण्यावर अधिकाधिक लक्ष केंद्रित करतील.

७) नावीन्य परिसंस्था सुलभ करण्यात भूमिका :

ज्ञान आधारित व्यवसाय सेवा नाविन्यपूर्ण परिसंस्थांना चालना देण्यासाठी महत्त्वपूर्ण भूमिका बजावत राहतील. स्टार्टअप्स, ज्ञान आधारित व्यवसाय सेवा आणि मोठ्या उद्योगांसोबत सहयोग करून ते नवकल्पना वाढविण्यासाठी कौशल्य, ज्ञान आणि संसाधनांमध्ये योगदान देतील. या भागीदारी कल्पना निर्मिती, प्रयोग आणि नाविन्यपूर्ण उपायांचे व्यापारीकरण यासाठी गतिशील पर्यावरण निर्माण करतील.

८) कौशल्य आणि प्रावीण्याची उत्क्रांती :

ज्ञान आधारित व्यवसाय सेवांचे भविष्य कौशल्य आणि प्रावीण्याच्या सतत उत्क्रांतीचे साक्षीदार असेल. तांत्रिक कौशल्य, कार्यक्षेत्राचे ज्ञान, सर्जनशीलता, अनुकूलनक्षमता आणि वेगाने विकसित होणारे प्रवाह आणि तंत्रज्ञानाशी ताळमेळ राखण्यासाठी आजीवन शिक्षणाकडे प्रबळ झुकाव यासारखी आंतरविद्याशाखीय कौशल्य असलेल्या व्यावसायिकांची मागणी वाढेल.

४.५.३ ज्ञान आधारित व्यवसाय सेवा आणि त्याचा अर्थव्यवस्थेवर होणारा परिणाम :

ज्ञान आधारित व्यवसाय सेवा हा आधुनिक अर्थव्यवस्थेचा एक महत्त्वाचा आधारस्तंभ आहे. त्यांचा प्रभाव विविध आयामांमध्ये पसरलेला आहे, ज्यामध्ये नावीन्य आणि उत्पादकता वाढविण्यापासून ते आंतरराष्ट्रीय व्यापार सुलभ करणे आणि उच्च कुशल कामगारांना चालना देणे समाविष्ट आहे. आजच्या ज्ञान-आधारित जागतिक अर्थव्यवस्थेमध्ये शाश्वत आर्थिक वृद्धी आणि स्पर्धात्मकतेसाठी या क्षेत्रांना समजून घेणे आणि त्यांचे पालनपोषण करणे आवश्यक आहे.

१) आर्थिक वृद्धीचे माध्यम :

ज्ञान आधारित व्यवसाय सेवांमध्ये सल्लागार, माहिती तंत्रज्ञान सेवा आणि संशोधन व विकास सारख्या क्षेत्रांचा समावेश असून ते आर्थिक विकासाला चालना देण्यासाठी महत्त्वपूर्ण आहेत. ते नाविन्य आणतात, उत्पादकता वाढवतात आणि अत्याधुनिक उपायांचा विकास करतात. उदाहरणार्थ, सल्लागार कंपन्या धोरणात्मक निर्णय घेण्यामध्ये व्यवसायांना मदत करतात, ज्यामुळे कार्यक्षमता आणि बाजारातील स्पर्धात्मकता सुधारते. हा नवकल्पना-केंद्रित दृष्टीकोन नवीन कल्पनांचा परिचय करून आणि व्यवसाय प्रक्रिया सुधारून, शेवटी देशांतर्गत उत्पादन वाढीला प्रोत्साहन देऊन आर्थिक विस्ताराला चालना देतो.

२) रोजगार निर्मिती आणि कौशल्य विकास :

विशेषत: उच्च कुशल व्यावसायिकांसाठी ही क्षेत्रे रोजगार निर्मितीत महत्त्वपूर्ण योगदान देतात. त्यांना विशेष कौशल्याची आवश्यकता असते; ज्यामुळे तंत्रज्ञान, संशोधन आणि सल्लामसलत यासारख्या क्षेत्रात रोजगार निर्मिती होते. शिवाय, कुशल कामगारांची मागणी सतत कौशल्य विकास उपक्रमांना चालना देते, उच्च सक्षम व्यावसायिकांचा समूह तयार करते आणि विविध दृष्टीकोन व क्षमतांद्वारे नवकल्पना वाढवते.

३) इतर क्षेत्रांना उत्तेजित करणे :

ज्ञान आधारित व्यवसाय सेवांचा विविध उद्योगांवर आधिक्य प्रभाव पडतो. उदाहरणार्थ, वित्तीय सेवा भांडवल आणि सल्लागार सहाय्य प्रदान करतात, ज्यामुळे उत्पादन किंवा किरकोळ क्षेत्रातील व्यवसायांना कार्यपद्धती

वाढवता येतात ...वा नाविन्यपूर्ण गुंतवणूक करता येते. त्याचप्रमाणे, माहिती तंत्रज्ञान सेवा क्षेत्रांमध्ये कार्यक्षमतेत वाढ कर... प्रक्रियांना अनुकूल करतात आणि संपूर्ण अर्थव्यवस्थेत वृद्धी घडवून आणतात.

४) व...तिक स्पर्धात्मकता :

ज्ञान आधारित व्यवसाय सेवा क्षेत्रे असलेली राष्ट्रे जागतिक स्तरावर अधिक स्पर्धात्मक असतात. या सेवा व्यवसायांना सर्वोत्कृष्ट पद्धतींचा अवलंब करण्यासाठी, आंतरराष्ट्रीय बाजारपेठांमध्ये प्रवेश करण्यासाठी आणि तंत्रज्ञानातील प्रगतीच्या जवळ राहण्यासाठी, राष्ट्रातील उद्योगांची एकूण स्पर्धात्मकता वाढविण्यास मदत करतात.

५) विदेशी गुंतवणूक आकर्षित करणे :

मजबूत ज्ञान आधारित व्यवसाय सेवा क्षेत्रे विशेष कौशल्य आणि समर्थन शोधणाऱ्या परदेशी गुंतवणूकदारांना आकर्षित करतात. प्रस्थापित सल्लागार, आर्थिक किंवा संशोधन व विकास सेवा असलेले देश त्यांच्या विविध व्यवसाय उपक्रमांना सुविधा आणि समर्थन देण्याच्या क्षमतांमुळे गुंतवणूकीची पसंतीची ठिकाणे बनतात, परिणामी थेट परदेशी गुंतवणूक वाढते.

६) नावीन्य परिसंस्थीची रुजवणूक :

ज्ञान आधारित व्यवसाय सेवा सहयोग, ज्ञानाची देवाणघेवाण आणि तांत्रिक प्रगतीला प्रोत्साहन देऊन नाविन्यपू परिसंस्था वृद्धिंगत करते. या सेवा स्टार्टअप्स आणि उद्योजकतेसाठी अनुकूल पर्यावरण तयार करतात, नाविन्य संस्कृतीला प्रोत्साहन देतात आणि वृद्धी आणि विकासास सतत समर्थन देणारी परिसंस्था जोपासतात.

७) सतत शिकणे आणि कौशल्य विकास :

ज्ञान आधारित व्यवसाय सेवांचे स्वरूप सतत कौशल्य वर्धन आणि शिकण्याची मागणी करते. हे कर्मचाऱ् सतत शिकण्याची संस्कृती उत्तेजित करते, उच्च कौशल्य आणि आजीवन शिक्षणाच्या महत्त्वावर जे परिणामी, कामगार अधिक अनुकूल आणि लवचिक बनतात, शाश्वत आर्थिक वृद्धीस हातभार लावत

८) लघु आणि मध्यम उद्योगांना आणि उद्योजकतेला सहाय्यक :

ज्ञान आधारित व्यवसाय सेवा लघु आणि मध्यम उद्योगांना (SMEs) विशेष सेवा आणि कौशल्य प्र महत्त्वपूर्ण समर्थन देते, ज्याची या व्यवसायांमध्ये अंतर्गत कमतरता असू शकते. सल्लागार, तंत्र वित्तीय सेवांमध्ये प्रवेश प्रदान करून, ज्ञान आधारित व्यवसाय सेवा लघु आणि मध्यम उद्योगांनाच आणि वृद्धीस चालना देते, एक समृद्ध उद्योजकीय परिदृश्यास प्रोत्साहन देते.

९) प्रादेशिक विकास आणि शहरीकरण :

विशिष्ट प्रदेशांमध्ये ज्ञान आधारित व्यवसाय सेवांचे केंद्रीकरण प्रादेशिक विकास आणि शहरीक देते. या सेवा चुंबक म्हणून काम करतात, प्रतिभा आणि गुंतवणूक आकर्षित करतात, ज्यामु पायाभूत विकास आणि आर्थिक वृद्धी घडून येते तसेच प्रादेशिक असमानता कमी होते.

१०) ज्ञान अधिक्याची सुविधा :

ज्ञान आधारित व्यवसाय सेवा सर्व उद्योगांमध्ये ज्ञानाचा प्रसार सुलभ करते. त्यांचे कौ... दृष्टीकोन सहसा इतर क्षेत्रांमध्ये पसरतात, सर्वोत्तम पद्धतींचा प्रसार करतात, नाविन्यपूर्णतेल संपूर्ण अर्थव्यवस्थेत कार्यक्षमतेत सुधारणा करतात. तसेच त्यांची एकूण गतिमानता आण योगदान देतात.

४.६ ज्ञान अंकेक्षण :

ज्ञान अंकेक्षण ही एखाद्या संस्थेतील सर्वसमावेशक मूल्यमापन प्रक्रिया आहे, ज्याचा उद्देश तिच्या ब... माहितीचे, संसाधने आणि ज्ञान व्यवस्थापन पद्धतींचे मूल्यांकन करणे आणि समजून घेणे आहे. यात संपत्तीचे, संदिग्ध ज्ञान ओळखणे, वर्गीकरण करणे आणि त्यांचे विश्लेषण करणे, विद्यमान प्रणाली आणि प्रक्रियांचे मूल्य... करणे, ज्ञानातील अंतर ओळखणे, ज्ञानाच्या वाटणीशी संबंधित सांस्कृतिक पैलूंचे मूल्यांकन करणे आणि सुधारणेसा... धोरणे प्रस्तावित करणे समाविष्ट आहे. अंकेक्षण हे ज्ञानाचा उपयोग वाढवण्यासाठी, नाविन्यपूर्णतेला चालना देण्यासाठी आणि संस्थेमध्ये अधिक प्रभावी ज्ञान-वाटप पर्यावरण तयार करण्यासाठी एक पाया म्हणून काम करते.

४.६.१ अर्थ :

...न अंकेक्षण हे संस्थेच्या बौद्धिक भांडवलाचे संपूर्ण मूल्यमापन, सूची आणि संपूर्ण कंपनीमध्ये ज्ञान कसे प्रवाहित ... व त्याचा वापर कसा होतो हे समजून घेण्यासाठी आयोजित केलेले संरचित मूल्यांकन आहे. ज्ञान व्यवस्थापनाशी ... सामर्थ्य, कमकुवतपणा आणि संधी ओळखणे, ज्ञानाची देवाणघेवाण, नाविन्य आणि संस्थात्मक परिणाम ... वाढविण्यासाठी माहितीपूर्ण धोरणे सक्षम करणे हे त्याचे उद्दिष्ट आहे.

...ख्या :

...च्या व्याख्या खालीलप्रमाणे आहेत :

...णि ओल्फमन :

...ण म्हणजे संस्थेकडे कोणते ज्ञान आहे, ते कुठे आहे आणि ते पुढील संस्थात्मक उद्दिष्टांसाठी ...वापरले जाऊ शकते याचे परीक्षण होय. यात संस्थेचे स्पष्ट ज्ञान आणि संदिग्ध तपासणे समाविष्ट

...ल्गो :

...क पद्धतशीर आणि विश्लेषणात्मक प्रक्रिया आहे जी संस्थेतील विद्यमान ज्ञान मालमत्ता, ...ल्यांकन आणि समजून घेण्यावर लक्ष केंद्रित करते. तिचे उद्दीष्ट अंतर ओळखणे, ज्ञान ...ार्यक्षमतेचे मूल्यांकन करणे आणि ज्ञानाची देवाणघेवाण वाढविण्यासाठी सुधारणा

...क प्रक्रिया आहे जी व्यवस्थापनाला बौद्धिक भांडवल समजून मोजमाप आणि ...ासाठी तयार केलेली ज्ञान संपत्ती कोणती आहे, त्यांचे मूल्य आणि ते संपूर्ण ...रूपरेषा प्रदान करते. हे धोरणात्मक ज्ञानाचा पाया म्हणून काम करते.''

...चे आणि साठ्याचे विश्लेषण असते, ज्याची रचना संस्थेला निर्णय ...त करण्यास मदत करण्यासाठी केली जाते. यामध्ये ज्ञान मालमत्ता ...ंची प्रवेशयोग्यता व उपयोगिता सुधारणे समाविष्ट असते.''

...े, ज्याचा वापर संस्थेच्या प्रक्रिया, पद्धती किंवा कार्यप्रदर्शन ...रण्यासाठी केला जातो. या पद्धतीमध्ये स्वतःची कार्यक्षमता

...मध्ये
... देते.
...त.

...ान करून
...ान आणि
... शाश्वतता

...णाला चालना
...े या क्षेत्रांमध्ये

आणि नाविन्यपूर्ण
चालना देतात आणि
वृद्धीसाठी महत्त्वपूर्ण

सुधारण्यासाठी इतर संस्था किंवा उद्योगांकडील उत्कृष्ट पद्धती ओळखणे, समजून घेणे आणि स्वीकारणे ही पद्धतशीर प्रक्रिया असते.

अ) अर्थ :

बेंचमार्किंग ही एक धोरणात्मक व्यवस्थापन पद्धत आहे जी एखाद्या संस्थेच्या प्रक्रिया, पद्धती किंवा कार्यप्रदर्शन निर्देशकांची उद्योग मानके किंवा सर्वोत्तम पद्धतींशी तुलना करून मूल्यांकन आणि सुधारण्यासाठी वापरली जाते. यामध्ये सुधारणेसाठी क्षेत्रे ओळखणे, बेंचमार्क (उत्तम पद्धती असलेल्या संस्था किंवा उद्योग) निवडणे, त्यांच्या पद्धतींचे विश्लेषण करणे आणि कार्यप्रदर्शन वृद्धी व स्पर्धात्मक फायदा मिळविण्यासाठी बदल लागू करणे यांचा समावेश आहे.

ब) व्याख्या :

बेंचमार्किंग पद्धतीच्या व्याख्या खालीलप्रमाणे आहेत :

१) रॉबर्ट कॅम्प :

''बेंचमार्किंग ही उत्पादने, सेवा आणि प्रथा मोजण्याची सातत्यपूर्ण प्रक्रिया आहे जी सर्वात कठीण प्रतिस्पर्धी किंवा उद्योग नेते म्हणून ओळखल्या जाणाऱ्या कंपन्यांच्या विरूद्ध आहे. यामध्ये संस्था कुठे आहे हे समजून घेणे, तिला कुठे जायचे आहे हे ठरवणे आणि नंतर सुधारणेसाठी संधी ओळखण्यासाठी तुलना करणे समाविष्ट आहे.''

२) डेव्हिड टी. केर्न्स :

''बेंचमार्किंग हा उद्योगातील सर्वोत्तम पद्धतींचा शोध आहे ज्यामुळे उत्कृष्ट कार्यप्रदर्शन घडते. ही माहिती मिळवण्यासाठी जगभरात कोठेही असलेल्या नेत्यांशी संस्थेच्या व्यवसाय प्रक्रियांची तुलना आणि मोजमाप करण्याची सातत्यपूर्ण प्रक्रिया आहे, जी संस्थेला कामगिरी सुधारण्यासाठी कारवाई करण्यास मदत करते.''

क) बेंचमार्किंग पद्धतीतील पायऱ्या :

बेंचमार्किंग पद्धतीमध्ये खालील पायऱ्या आहेत :

१) बेंचमार्किंग उद्दिष्टे ओळखणे :

बेंचमार्किंगची पहिली पायरी म्हणजे उद्दिष्टे आणि सुधारणेची क्षेत्रे स्पष्टपणे परिभाषित करणे. यामध्ये मुख्य कार्यप्रदर्शन निर्देशक (KPI), प्रक्रिया किंवा पद्धती ओळखणे समाविष्ट आहे, ज्यामध्ये मूल्यमापन किंवा सुधारणा आवश्यक आहे. ग्राहक सेवेत सुधारणा करणे, उत्पादन प्रक्रिया सुलभ करणे किंवा उत्पादनाची गुणवत्ता वाढवणे, विशिष्ट आणि मोजता येणारी उद्दिष्टे निश्चित करणे महत्त्वाचे आहे.

२) बेंचमार्किंग भागीदार निवडणे :

उद्दिष्टे निश्चित केल्यानंतर, पुढील पायरी म्हणजे बेंचमार्किंग भागीदार ओळखणे. हे भागीदार एकाच उद्योगातील (स्पर्धात्मक बेंचमार्किंग), वेगवेगळ्या उद्योगांमध्ये (व्यूहरचनात्मक बेंचमार्किंग) किंवा एकाच संस्थेतील (अंतर्गत बेंचमार्किंग) संस्था असू शकतात. ओळखल्या गेलेल्या क्षेत्रांमध्ये उत्कृष्ट कामगिरीद्वारे योग्य भागीदार निवडणे महत्त्वाचे आहे.

३) तथ्य संकलन आणि विश्लेषण :

बेंचमार्किंग भागीदारांची ओळख पटल्यानंतर तथ्य संकलन सुरू होते. यामध्ये त्यांच्या प्रक्रिया, पद्धती, धोरणे आणि कार्यप्रदर्शन निर्देशकांबद्दल संबंधित माहिती गोळा करणे समाविष्ट आहे. गुणात्मक आणि परिमाणात्मक तथ्ये गोळा करण्यासाठी सर्वेक्षण, मुलाखती, क्षेत्र भेटी आणि दस्तऐवज विश्लेषण यासारख्या विविध पद्धती वापरल्या

जातात. या तथ्यांचे विश्लेषण केल्याने संस्थेची सध्याची कामगिरी आणि बेंचमार्किंग भागीदार यांच्यातील अंतर ओळखण्यात मदत होते.

४) सर्वोत्तम पद्धती समजून घेणे :

बेंचमार्किंग भागीदारांद्वारे नियोजित केलेल्या सर्वोत्तम पद्धती समजून घेण्यासाठी गोळा केलेल्या तथ्यांचे नंतर विश्लेषण केले जाते. यामध्ये प्रक्रियांचे विच्छेदन करणे, कार्यप्रवाह समजून घेणे आणि त्यांच्या उत्कृष्ट कार्यक्षमतेमध्ये योगदान देणारी अंतर्निहित धोरणे किंवा पद्धती ओळखणे यांचा समावेश आहे. ते केवळ काय करतात हे ओळखणे महत्त्वाचे नाही तर ते कसे आणि का करतात हे देखील ओळखणे महत्वाचे आहे. त्यासाठी संस्थेमध्ये लागू केली जाऊ शकणारी माहिती शोधणे आवश्यक आहे.

५) कार्यप्रदर्शन लक्ष्य निश्चित करणे :

बेंचमार्किंग भागीदारांकडून एकत्रित केलेल्या अंतर्दृष्टीच्या आधारावर, पुढील पायरी म्हणजे कामगिरी लक्ष्ये किंवा सुधारणेसाठी उद्दिष्टे निश्चित करणे. ही लक्ष्ये वास्तववादी, मोजण्यायोग्य आणि संस्थेच्या उद्दिष्टांशी जुळलेली असावीत. बेंचमार्किंग प्रक्रियेदरम्यान ओळखल्या गेलेल्या सर्वोत्तम पद्धती विचारात घेऊन संस्थेने प्रयत्न करण्यासाठी ते मापदंड म्हणून काम करतात.

६) कृती योजना विकसित करणे :

कार्यक्षमतेची स्पष्ट उद्दिष्टे असताना ओळखलेल्या कामगिरीतील अंतर भरून काढण्यासाठी कृती योजना तयार केल्या जातात. या योजना संस्थेमध्ये बदल किंवा सुधारणा अंमलात आणण्यासाठी विशिष्ट पावले, धोरणे आणि कालमर्यादेची रूपरेषा देतात. त्यामध्ये प्रक्रिया पुनर्अभियांत्रिकी, तंत्रज्ञानाचा अवलंब, प्रशिक्षण कार्यक्रम किंवा संस्थात्मक पुनर्रचना यांचा समावेश असतो ज्याचा उद्देश ओळखलेल्या सर्वोत्तम पद्धतींद्वारे सरावांना सरेखित करणे आहे.

७) अंमलबजावणी आणि देखरेख :

सुधारणा साकारण्यासाठी कृती योजनांची अंमलबजावणी करणे महत्त्वाचे आहे. यामध्ये संपूर्ण संस्थेत बदल तैनात करणे, प्रगतीचे निरीक्षण करणे आणि अंमलात आणलेल्या रणनीती ओळखल्या गेलेल्या सर्वोत्तम पद्धतींशी जुळतात याची खात्री करणे समाविष्ट आहे. नियमित निरीक्षण आणि मूल्यमापन केलेल्या बदलांच्या परिणामकारकतेचा मागोवा घेण्यासाठी आणि इच्छित कार्यप्रदर्शन स्तर साध्य करण्यासाठी आवश्यक समायोजन करण्यास मदत करते.

८) सतत सुधारणा आणि पुनर्मूल्यांकन :

बेंचमार्किंग ही सातत्यपूर्ण प्रक्रिया आहे. सातत्यपूर्ण सुधारणेसाठी सतत देखरेख, अभिप्राय संकलन आणि पुनर्मूल्यांकन आवश्यक आहे. जसजशी संस्था विकसित होत जाते, उद्योग मानके बदलतात किंवा नवीन सर्वोत्तम पद्धती उदयास येतात, तसतसे कार्यप्रदर्शन पातळी राखण्यासाठी आणि पुढे वाढवण्यासाठी बेंचमार्किंग प्रक्रियेची वेळोवेळी पुनरावृत्ती करणे आवश्यक आहे.

ड) बेंचमार्किंग पद्धतीचे फायदे :

बेंचमार्किंग पद्धतीचे खालील फायदे आहेत :

१) कामगिरी सुधारणा :

बेंचमार्किंग संस्थांना त्यांच्या प्रक्रिया, पद्धती आणि कार्यप्रदर्शन निर्देशकांची उद्योगातील नेत्यांशी किंवा सर्वोत्तम-श्रेणीतील कंपन्यांशी तुलना करण्यास सक्षम करून कार्यप्रदर्शन सुधारण्यासाठी उत्प्रेरक म्हणून काम करते.

हे तुलनात्मक विश्लेषण सामर्थ्य आणि कमकुवतपणाचे क्षेत्र अधोरेखित करते, सुधारणेसाठी स्पष्ट रूपरेषा प्रदान करते. बेंचमार्किंगद्वारे ओळखल्या गेलेल्या उत्कृष्ट पद्धती आणि धोरणांचा अवलंब करून संस्था त्यांची कार्यक्षमता, उत्पादकता, गुणवत्ता आणि एकूण कार्यप्रदर्शन पातळी वाढवू शकतात.

२) वर्धित स्पर्धात्मक फायदा :

बेंचमार्किंगचा लाभ संस्थांना त्यांच्या उद्योगात स्पर्धात्मक धार प्राप्त करण्यास चालना देते. प्रतिस्पर्ध्यांच्या किंवा आघाडीच्या कंपन्यांच्या सर्वोत्तम पद्धतींमधून शिकून, संस्था नाविन्यपूर्ण दृष्टिकोन किंवा उत्पादने, सेवा किंवा प्रक्रियांमध्ये सुधारणा करून स्वतःला वेगळे करू शकतात. हा फरक ग्राहकांना आकर्षित करतो, बाजारातील हिस्सा वाढवतो आणि उद्योगात संस्थेचे स्थान मजबूत करतो.

३) उद्योग प्रवाह आणि मानकांची माहिती :

बेंचमार्किंग उद्योग प्रवाह, मानके आणि उदयोन्मुख पद्धतींबद्दल मौल्यवान माहिती प्रदान करते. उद्योगातील नेत्यांच्या कार्यपद्धतींचे विश्लेषण करून संस्था नवीनतम प्रगती, तांत्रिक नवकल्पना आणि बाजारातील प्रवाहांबाबत अद्यतनित राहतात. हे ज्ञान त्यांना उद्योग परिदृश्यामधील बदलांशी सक्रियपणे जुळवून घेण्यास मदत करते, ते संबंधित आणि स्पर्धात्मक राहतील याची खात्री करते.

४) वर्धित संस्थात्मक शिक्षण आणि ज्ञान सामायिकरण :

बेंचमार्किंगमध्ये गुंतल्याने संस्थेमध्ये सतत शिकण्याची आणि ज्ञानाची देवाणघेवाण करण्याची संस्कृती वाढते. हे कर्मचाऱ्यांना बाह्य सर्वोत्तम पद्धती अन्वेषित करण्यासाठी आणि हे ज्ञान आंतरिकरित्या लागू करण्यासाठी प्रोत्साहित करते. कर्मचारी बेंचमार्किंग प्रक्रियेत व्यस्त असल्याने त्यांना नाविन्यपूर्ण पद्धतींबद्दल माहिती मिळते, ज्यामुळे सर्जनशीलता वाढते, प्रयोगांना प्रोत्साहन मिळते आणि अंतर्गत सुधारणा होतात.

५) सर्वोत्तम पद्धती आणि नावीन्यपूर्ण संधींची ओळख :

बेंचमार्किंग संस्थांना विविध उद्योग किंवा स्पर्धकांकडून सर्वोत्तम पद्धती ओळखण्यास आणि त्यांचा अवलंब करण्यास सक्षम करते, ज्यामुळे नाविन्य आणि सर्जनशीलता निर्माण होते. इतर यशस्वी संस्था कशा चालवतात हे समजून घेऊन कंपन्या असे नवीन दृष्टिकोन, तंत्रज्ञान किंवा धोरणे शोधतात ज्यांचा त्यांनी पूर्वी विचार केला नव्हता. यामुळे कार्यक्षमता आणि परिणामकारकता वाढवणाऱ्या नवनवीन शोध किंवा सुधारणा घडून येतात.

६) सुधारित निर्णय घेणे आणि धोरण तयार करणे :

बेंचमार्किंगद्वारे प्राप्त केलेली माहिती संस्थांना माहितीपूर्ण निर्णय घेण्यास आणि धोरणात्मक योजना तयार करण्यास सक्षम करते. हे लक्ष्य निश्चित करण्यासाठी, कार्यप्रदर्शन लक्ष्य स्थापित करण्यासाठी आणि कृती योजना विकसित करण्यासाठी एक तथ्यात्मक आधार प्रदान करते. नेतृत्व तथ्य-चालित मूल्यांकनांवर आधारित सुधारणेसाठी क्षेत्रांना प्राधान्य देते, हे सुनिश्चित करून इच्छित परिणाम साध्य करण्यासाठी संसाधनांचे प्रभावीपणे वाटप केले जाते.

७) ग्राहकांचे समाधान आणि निष्ठा :

बेंचमार्किंगद्वारे ओळखल्या गेलेल्या सुधारणांची अंमलबजावणी केल्याने अनेकदा ग्राहकांचे समाधान वाढते. उद्योगातील नेत्यांद्वारे पद्धती संरेखित करून, संस्था अधिक चांगली उत्पादने किंवा सेवा वितरीत करतात, ग्राहकांच्या अपेक्षा अधिक प्रभावीपणे पूर्ण करतात आणि वेदना बिंदूंना संबोधित करतात. समाधानी ग्राहक दीर्घकालीन यशामध्ये योगदान देऊन संस्थेसाठी एकनिष्ठ आणि निष्ठावान राहण्याची अधिक शक्यता असते.

८) खर्चात कपात आणि कार्यक्षमता :

बेंचमार्किंग संस्थांना त्यांच्या प्रक्रियेतील अकार्यक्षमता ओळखण्यास आणि दूर करण्यास मदत करते. सर्वोत्तम पद्धतींचा अवलंब करून, कार्यप्रवाह सुव्यवस्थित करून आणि कार्यपद्धती पर्याप्त करून कंपन्या कचरा, त्रुटी किंवा अनावश्यक क्रियाकलापांशी संबंधित खर्च कमी करतात. कार्यात्मक कार्यक्षमतेवर हे लक्ष केंद्रित केल्याने नफा आणि टिकाव सुधारतो तसेच थेट तळाच्या ओळीवर परिणाम होतो.

इ) बेंचमार्किंग पद्धतीचे तोटे :

बेंचमार्किंग पद्धतीचे खालील तोटे आहेत :

१) तथ्य आणि निर्देशकांचा चुकीचा अर्थ लावणे :

बेंचमार्किंगच्या प्राथमिक आव्हानांपैकी एक म्हणजे तथ्य आणि निर्देशकांचा संभाव्य चुकीचा अर्थ लावणे. इतर संस्थांशी कार्यप्रदर्शन निर्देशकांची तुलना केल्याने नेहमीच संपूर्ण चित्र प्रदान होत नाही. संघटनात्मक संरचना, बाजार परिस्थिती किंवा तथ्य संकलन पद्धतींमधील फरकांमुळे विकृत अर्थ लावले जाऊ शकतात. संस्था चुकून बाह्य घटकांचा विचार न करता केवळ अंतर्गत अकार्यक्षमतेसाठी कार्यप्रदर्शनातील फरकांना कारणीभूत ठरतात, ज्यामुळे चुकीच्या सुधारणेच्या धोरणांना कारणीभूत प्रोत्साहन मिळते.

२) उपयुक्तता आणि संदर्भातील फरकांचा अभाव :

बेंचमार्किंगमध्ये संदर्भ महत्त्वाचे आहेत. एका संस्थेसाठी किंवा उद्योगासाठी जे कार्य करते ते दुसऱ्यासाठी थेट लागू किंवा योग्य असू शकत नाही. विविध संस्थात्मक संस्कृती, बाजार विभाग किंवा भौगोलिक प्रदेशांना अनुरूप दृष्टिकोन आवश्यक असतात. या संदर्भातील फरकांचा विचार न करता आंधळेपणाने पद्धतींचा अवलंब केल्याने अप्रभावी किंवा विसंगत बदल होतात, जे संस्थेच्या अद्वितीय गरजा किंवा उद्दिष्टांशी जुळत नाहीत.

३) बाह्य तथ्ये आणि बेंचमार्किंग भागीदारांवर अवलंबित्व :

बेंचमार्किंग बाह्य तथ्ये आणि इतर संस्थांशी भागीदारीवर मोठ्या प्रमाणात अवलंबून असते. तथापि, बेंचमार्किंगद्वारे भागीदारांकडून अचूक, संबंधित आणि अद्ययावत माहिती मिळवणे आव्हानात्मक असते. शिवाय, संस्था बाह्य बेंचमार्कवर अत्याधिक अवलंबून राहतात, संभाव्यतः अंतर्गत सामर्थ्यांकडे दुर्लक्ष करतात किंवा अंतर्गत क्षमतांमधून उद्भवलेल्या नावीन्य आणि भिन्नतेच्या संधी गमावतात.

४) संसाधनाची गहनता आणि वेळेची मर्यादा :

सर्वसमावेशक बेंचमार्किंग विश्लेषण आयोजित करण्यासाठी वेळ, वित्तपुरवठा आणि कर्मचारी यासारखी महत्त्वपूर्ण संसाधने आवश्यक आहेत. तथ्ये गोळा करणे, साइटला भेट देणे आणि माहितीचे विश्लेषण करणे यासाठी मोठ्या गुंतवणुकीची गरज असते. लहान किंवा संसाधन-संबंधित संस्थांना संपूर्ण बेंचमार्किंग प्रक्रिया करण्यासाठी पुरेशा संसाधनांचे वाटप करणे आव्हानात्मक वाटते. याव्यतिरिक्त, बेंचमार्किंग हा वेळखाऊ प्रयत्न असतो दैनंदिन कामकाज आणि मुख्य व्यावसायिक क्रियाकलापांपासून लक्ष विचलित करतो.

५) बदल आणि संघटनात्मक संस्कृतीचा प्रतिकार :

बेंचमार्किंग निष्कर्षांवर आधारित बदलांची अंमलबजावणी केल्याने संस्थेमध्ये विरोध निर्माण होऊ शकतो. कर्मचारी प्रस्थापित प्रक्रिया किंवा पद्धतींमध्ये बदल करण्यास विरोध करतात. व्यत्यय किंवा नोकरीच्या असुरक्षिततेच्या भीतीने हे केले जाते. शिवाय, संघटनात्मक संस्कृती महत्त्वपूर्ण भूमिका बजावते. संघटनात्मक संस्कृती म्हणजे अशी संस्कृती जी बदलण्यास प्रतिकूल आहे किंवा बाह्य कल्पनांबद्दल मोकळेपणाचा अभाव आहे, बेंचमार्किंगद्वारे ओळखल्या गेलेल्या सुधारणांच्या यशस्वी अंमलबजावणीमध्ये अडथळा आणू शकते.

६) मौखिक ज्ञान आणि नवकल्पना संग्रहित करण्यास असमर्थता :

बेंचमार्किंग अनेकदा मोजता येण्याजोग्या आणि सुस्पष्ट तथ्यांवर लक्ष केंद्रित करते, संभाव्यत: मौल्यवान ज्ञान किंवा नवीनतेसाठी महत्त्वपूर्ण असलेल्या अमूर्त पैलूंकडे दुर्लक्ष करते. एखाद्या संस्थेतील नाविन्यपूर्ण पद्धती किंवा अद्वितीय क्षमता सहजपणे संग्रहित केल्या जाऊ शकत नाहीत किंवा बाह्य मानकांविरुद्ध बेंचमार्क केले जाऊ शकत नाहीत. परिणामी, बेंचमार्किंग नाविन्यपूर्ण आणि सर्जनशीलतेच्या पैलूंकडे दुर्लक्ष करते, ज्यामुळे संस्थेची स्वतःची वेगळी ओळख निर्माण करण्याची क्षमता मर्यादित होते.

७) अल्पकालीन लक्ष आणि दीर्घकालीन दृष्टीचा अभाव :

बेंचमार्किंग दीर्घकालीन धोरणात्मक दृष्टी वाढवण्याऐवजी अल्प-मुदतीच्या कार्यप्रदर्शन सुधारणांवर भर देते. बदलांची शाश्वतता किंवा त्यांचा दीर्घकालीन परिणाम विचारात न घेता संस्था तात्काळ नफ्यावर जास्त लक्ष केंद्रित करतात. ही अल्पकालीन अभिमुखता संस्थेच्या एकूण उद्दिष्टांशी संरेखित एकसंध, दीर्घकालीन धोरणाच्या विकासात अडथळा आणते.

४.६.४ बॅलन्स्ड स्कोअरकार्ड पद्धत :

बॅलन्स्ड स्कोअरकार्ड हे धोरणात्मक कार्यप्रदर्शन व्यवस्थापन साधन आहे ज्याचा वापर संस्थांद्वारे धोरणात्मक उद्दिष्टांच्या विरूद्ध त्यांचे कार्यप्रदर्शन मोजण्यासाठी आणि व्यवस्थापित करण्यासाठी केला जातो. हे व्यावसायिक क्रियाकलापांना संस्थेच्या दृष्टी आणि धोरणानुसार संरेखित करण्यास, संप्रेषण सुधारण्यास आणि परिभाषित उद्दिष्टांच्या विरूद्ध कार्यक्षमतेचे परीक्षण करण्यास मदत करते.

अ) अर्थ :

बॅलन्स्ड स्कोअरकार्ड पद्धत ही एक धोरणात्मक चौकट आहे जी संस्थांना त्यांची दृष्टी आणि धोरण मूर्त उद्दिष्टे आणि कार्यप्रदर्शन उपायांमध्ये चार प्रमुख दृष्टीकोनांमध्ये अनुवादित करण्यास सक्षम करते: वित्तीय, ग्राहक, अंतर्गत प्रक्रिया आणि शिक्षण व वृद्धी. या दृष्टीकोनांचा विचार करून ते क्रियाकलाप संरेखित करण्यास, प्रगतीचे निरीक्षण करण्यास आणि धोरणात्मक उद्दिष्टे साध्य करण्याच्या दिशेने एकूण कार्यप्रदर्शनास चालना देण्यास मदत करते, निर्णय घेण्याच्या आणि कार्यप्रदर्शन मूल्यमापनासाठी अधिक संतुलित दृष्टीकोन वाढवते.

ब) व्याख्या :

बॅलन्स्ड स्कोरकार्ड पद्धतीच्या व्याख्या खालीलप्रमाणे आहेत :

१) रॉबर्ट एस. कॅप्लान :

''बॅलन्स्ड स्कोअरकार्ड ही एक धोरणात्मक व्यवस्थापन प्रणाली आहे, जी संस्थेच्या ध्येय आणि धोरणाचे कार्यप्रदर्शन उपायांच्या सर्वसमावेशक संचामध्ये भाषांतर करते, धोरणात्मक मापन आणि व्यवस्थापन प्रणालीसाठी चौकट प्रदान करते.''

२) गॅरी कोकिन्स :

''बॅलन्स्ड स्कोअरकार्ड हे धोरणात्मक कार्यप्रदर्शन व्यवस्थापन साधन आहे जे कंपनीच्या रणनीतीला त्याच्या कार्यात्मक क्रियाकलापांशी जोडते; वित्तीय, ग्राहक, अंतर्गत प्रक्रिया आणि शिक्षण व वृद्धीच्या दृष्टीकोनातील कामगिरीचे मोजमाप आणि व्यवस्थापन करते.''

३) ख्रिस्तोफर डी. इटनर :

''बॅलन्स्ड स्कोअरकार्ड ही कामगिरी मापन प्रणाली आहे जी कंपनीच्या कामगिरीचे अनेक दृष्टीकोनातून मूल्यमापन करण्यासाठी, कार्यप्रदर्शन उपायांद्वारे धोरणात्मक उद्दिष्टे संरेखित करण्यासाठी वित्तीय आणि गैर-वित्तीय उपायांचा विचार करते.''

४) पॉल आर. निवेन :

''बॅलन्स्ड स्कोअरकार्ड ही एक धोरणात्मक नियोजन आणि व्यवस्थापन प्रणाली आहे जी संस्थेची दृष्टी आणि धोरण कृतीत रूपांतरित करते; वित्तीय, ग्राहक, अंतर्गत व्यवसाय प्रक्रिया आणि शिक्षण व वृद्धीच्या दृष्टीकोनातून अनेक कार्यप्रदर्शन उपायांचा वापर करते.''

क) बॅलन्स्ड स्कोअरकार्ड पद्धतीतील पायऱ्या :

बॅलन्स्ड स्कोअरकार्ड ही एक धोरणात्मक कार्यप्रदर्शन व्यवस्थापन चौकट आहे, ज्याचा उपयोग संस्थांद्वारे त्यांची दृष्टी आणि धोरण संतुलित उद्दिष्टे आणि उपायांच्या संचामध्ये चार प्रमुख दृष्टीकोनांमध्ये अनुवादित करण्यासाठी केला जातो: वित्तीय, ग्राहक, अंतर्गत प्रक्रिया आणि शिक्षण व वृद्धी. बॅलन्स्ड स्कोअरकार्ड पद्धतीच्या अंमलबजावणीमध्ये गुंतलेल्या मुख्य पायऱ्या पुढीलप्रमाणे आहेत:

१) दृष्टी आणि धोरण परिभाषित करणे :

संस्थेची दृष्टी आणि धोरण स्पष्ट करून सुरुवात केली जाते. यामध्ये दीर्घकालीन उद्दिष्टे समजून घेणे समाविष्ट आहे जे संस्थेने साध्य करायचे आहे. दृष्टी हे अंतिम गंतव्यस्थान म्हणून काम करते, तर रणनीती तेथे जाण्याचा मार्ग दर्शवते. सरेखन आणि खरेदी सुनिश्चित करण्यासाठी मुख्य भागधारकांना चर्चेत गुंतवावे लागते. प्रत्येकाने दृष्टी आणि रणनीती समजून घेणे आणि त्याचे समर्थन करणे महत्वाचे आहे, कारण ते कार्यान्वित करण्यात महत्त्वपूर्ण ठरतील.

२) धोरणात्मक उद्दिष्टे ओळखणे :

एकदा दृष्टी आणि रणनीती प्रस्थापित झाल्यानंतर, मुख्य धोरणात्मक उद्दिष्टे ओळखावी लागतात, जी दृष्टीच्या दिशेने प्रगती करतील. ही उद्दिष्टे विशिष्ट, मोजण्यायोग्य, साध्य करण्यायोग्य, संबंधित आणि कालबद्ध (SMART) असावीत. धोरणात्मक उद्दिष्टे सामान्यत: संस्थेच्या विविध पैलूंचा विस्तार करतात, जसे की वित्तीय कामगिरी, ग्राहकांचे समाधान, अंतर्गत प्रक्रिया आणि शिक्षण व वृद्धी.

३) मुख्य कार्यप्रदर्शन निर्देशक (KPIs) विकसित करणे :

प्रत्येक धोरणात्मक उद्दिष्टासाठी मुख्य कार्यप्रदर्शन निर्देशक (KPIs) परिभाषित केले जातात जे प्रगती मोजण्यासाठी वापरले जातात. मुख्य कार्यप्रदर्शन निर्देशकांनी धोरणात्मक उद्दिष्टांच्या विरूद्ध कार्यक्षमतेची कृती करण्यायोग्य पाहिजे प्रदान केली पाहिजे. मुख्य कार्यप्रदर्शन निर्देशक संबंधित, मोजता येण्याजोगे आणि धोरणात्मक उद्दिष्टांशी सरेखित आहेत याची खात्री केली पाहिजे. खूप जास्त मुख्य कार्यप्रदर्शन निर्देशकाशी ओव्हरलोडिंग टाळावे जे खरोखर महत्त्वाचे आहेत त्यांच्यावर लक्ष केंद्रित करावे.

४) लक्ष्य आणि पुढाकार निश्चिती :

सुधारण्यासाठी स्पष्ट दिशा आणि प्रेरणा देण्यासाठी प्रत्येक मुख्य कार्यप्रदर्शन निर्देशकासाठी लक्ष्य किंवा मापदंड स्थापित केले जातात. लक्ष्ये वास्तववादी असली तरी आव्हानात्मक असली पाहिजेत, जी सतत प्रगती घडवून आणतात. याव्यतिरिक्त, धोरणात्मक उद्दिष्टे साध्य करण्यात मदत करणारे धोरणात्मक उपक्रम किंवा प्रकल्प ओळखून त्यांना प्राधान्य दिले जाते. या उपक्रमांनी मुख्य कार्यप्रदर्शन निर्देशक कार्यप्रदर्शन सुधारण्यासाठी आणि एकूण धोरणाला पुढे नेण्यासाठी थेट योगदान दिले पाहिजे.

५) संसाधने आणि प्रक्रिया सरेखित करणे :

संसाधने-मानवी आणि वित्तीय दोन्ही धोरणात्मक उद्दिष्टे आणि पुढाकारांशी सरेखित आहेत हे सुनिश्चित केले जाते. यामध्ये स्ट्रॅटेजिक प्राधान्यक्रमांना अधिक चांगल्या प्रकारे समर्थन देण्यासाठी संसाधनांचे पुनर्वाटप करणे

किंवा पुनर्रचना प्रक्रियांचा समावेश असतो. सरेखन आणि धोरणात्मक उद्दिष्टांची सामायिक समज वाढविण्यासाठी विविध विभागांमध्ये किंवा कार्यांमध्ये सहयोग आणि संवादास प्रोत्साहित केले जाते.

६) मापन आणि तथ्य संकलन प्रणाली लागू करणे :

मुख्य कार्यप्रदर्शन निर्देशकांवर तथ्ये संकलित करण्यासाठी आणि कालांतराने कामगिरीचा मागोवा घेण्यासाठी प्रणाली आणि प्रक्रिया निर्माण करणे आवश्यक आहे. यामध्ये नवीन सॉफ्टवेअर टूल्स लागू करणे, रिपोर्टिंग यंत्रणा स्थापित करणे किंवा विद्यमान तथ्य संकलन पद्धती सुधारणे यांचा समावेश असतो. माहितीपूर्ण निर्णय घेण्यास आणि कार्यप्रदर्शन मूल्यांकनास समर्थन देण्यासाठी तथ्य संकलन सुसंगत, विश्वासार्ह आणि वेळेवर असल्याची खात्री केली जाते.

७) कामगिरीचे निरीक्षण आणि विश्लेषण :

धोरणात्मक उद्दिष्टांच्या दिशेने प्रगतीचे मूल्यांकन करण्यासाठी मुख्य कार्यप्रदर्शन निर्देशकांविरुद्ध कामगिरीचे नियमितपणे निरीक्षण केले जाते. ताकदीची क्षेत्रे आणि सुधारणेची आवश्यकता असलेली क्षेत्रे ओळखण्यासाठी प्रवाह, नमुने आणि बाह्यतेचे विश्लेषण केले जाते. कार्यप्रदर्शन तिठ्यावर चर्चा करण्यासाठी, माहिती सामायिक करण्यासाठी आणि आवश्यकतेनुसार अभ्यासक्रम दुरुस्त्या करण्यासाठी नियतकालिन पुनरावलोकने किंवा तपास आयोजित केले जाते. हे चालू असलेले निरीक्षण आणि विश्लेषण धोरणात्मक दृष्टीकडे लक्ष केंद्रित करण्यास आणि गती राखण्यात मदत करते.

८) संप्रेषण आणि उतरंड उद्दिष्टे :

धोरणात्मक दृष्टीकोन साध्य करण्यासाठी प्रत्येकाला त्यांची भूमिका समजली आहे याची खात्री करण्यासाठी संतुलित स्कोअरकार्ड उद्दिष्टे, मुख्य कार्यप्रदर्शन निर्देशक आणि लक्ष्य संपूर्ण संस्थेमध्ये संप्रेषण केले जाते. पारदर्शकता आणि स्पष्टता हे जबाबदारी व सरेखन वाढवते. वैयक्तिक संघ किंवा कर्मचाऱ्यांपर्यंत उद्दिष्टे आणि पुढाकार उतरंड करून त्यांच्या दैनंदिन क्रियाकलाप आणि संस्थेच्या व्यापक उद्दिष्टांमध्ये संबंध निर्माण केला जातो. सर्व स्तरांवर मालकी आणि प्रतिबद्धता प्रोत्साहित केली जाते.

९) जुळवून घेणे आणि सुधारा :

अभिप्राय, बदलत्या परिस्थिती आणि मिळालेल्या अनुभवांवर आधारित संतुलित स्कोरकार्ड चौकटीचे सतत पुनरावलोकन आणि परिष्कृत करणे आवश्यक आहे. उद्दिष्टे, मुख्य कार्यप्रदर्शन निर्देशक आणि उपक्रम विकसित होण्याच्या परिस्थितीशी संबंधित व प्रतिसादात्मक राहण्यासाठी आवश्यकतेनुसार अनुकूल केले पाहिजे. सतत सुधारणा आणि नावीन्यपूर्ण संस्कृतीला प्रोत्साहन द्यावे, जिथे कर्मचाऱ्यांना कार्यप्रदर्शन वाढवणारे आणि धोरणात्मक यश मिळवून देणारे बदल सुचविण्याचे व अंमलात आणण्याचे अधिकार असतात.

१०) मूल्यांकन करणे आणि शिकणे :

कार्यप्रदर्शन आणि धोरणात्मक उद्दिष्टे साध्य करण्यासाठी संतुलित स्कोअरकार्डच्या प्रभावीतेचे वेळोवेळी मूल्यांकन केले जाते. उद्दिष्टे पूर्ण होत आहेत की नाही, मुख्य कार्यप्रदर्शन निर्देशक प्रभावीपणे प्रगती मोजत आहेत की नाही आणि उपक्रम अपेक्षित परिणाम देत आहेत की नाही याचे मूल्यांकन केले जाते. यश आणि अडथळ्यांमधून शिकण्यासाठी, सुधारणेसाठी क्षेत्रे ओळखण्यासाठी आणि धोरणात्मक दृष्टीकोन सुधारण्यासाठी मूल्यांकन निष्कर्ष वापरले जातात. संतुलित स्कोअरकार्ड पद्धतीची सतत प्रासंगिकता आणि परिणामकारकता सुनिश्चित करण्यासाठी शिकण्याची आणि अनुकूलन करण्याची मानसिकता स्वीकारली जाते.

ड) बॅलन्स्ड स्कोअरकार्ड पद्धतीचे फायदे :

बॅलन्स्ड स्कोरकार्ड पद्धतीचे खालील फायदे आहेत :

१) उद्दिष्टे आणि रणनीती यांचे सरेखन :

बॅलन्स्ड स्कोअरकार्ड पद्धत व्यवसाय क्रियाकलापांना धोरणात्मक दृष्टी आणि संस्थेच्या उद्दिष्टांशी सरेखित करते. प्रत्येक विभाग आणि कर्मचारी एकूण धोरणात्मक उद्दिष्टे साध्य करण्यासाठी त्यांची भूमिका समजून घेत असल्याची खात्री करते. संस्थेच्या सर्व स्तरांवर विशिष्ट कृतीयोग्य उद्दिष्टांमध्ये अमूर्त दृष्टीचे भाषांतर करून लक्ष आणि स्पष्टता वाढवते.

२) कामगिरीचा समग्र दृष्टिकोन :

बॅलन्स्ड स्कोअरकार्ड पद्धत ही केवळ वित्तीय निर्देशांकच नव्हे तर ग्राहकांचे समाधान, अंतर्गत प्रक्रिया आणि शिक्षण/वृद्धीच्या उपक्रमांचाही विचार करून संतुलित दृष्टीकोन प्रदान करते. वित्तीय निर्देशकांच्या पलीकडे असलेल्या संस्थात्मक कामगिरीचे सर्वसमावेशक दृश्य प्रदान करते, ज्यामुळे अधिक माहितीपूर्ण निर्णय घेणे शक्य होते.

३) स्पष्टता आणि संवाद :

बॅलन्स्ड स्कोअरकार्ड पद्धत संपूर्ण संस्थेमध्ये रणनीती आणि उद्दिष्टे प्रभावीपणे संप्रेषण करते. सर्व स्तरांवर कार्यप्रदर्शन अपेक्षांवर चर्चा करण्यासाठी आणि समजून घेण्यासाठी एक स्पष्ट चौकट प्रदान करते. हितधारकांसह कार्यप्रदर्शन निर्देशांक आणि प्रगती अद्यतने सामायिक करून उद्दिष्टे आणि प्राधान्यक्रमांची सामायिक समज वाढवून पारदर्शकता वाढवते.

४) सुधारणा आणि नाविन्य यावर लक्ष केंद्रित करा :

बॅलन्स्ड स्कोअरकार्ड पद्धत लक्ष आणि सुधारणा आवश्यक असलेल्या क्षेत्रांना अधोरेखित करून सतत सुधारणा करण्यास प्रोत्साहन देते. धोरणात्मक उद्दिष्टे साध्य करण्यासाठी शिक्षण, वृद्धी आणि नवीन कल्पनांच्या विकासाला महत्त्व देणारी संस्कृती वाढवून नवकल्पना उत्तेजित करते.

५) धोरणात्मक नियोजन आणि अंमलबजावणी सुलभ करते :

बॅलन्स्ड स्कोअरकार्ड पद्धत मुख्य उद्दिष्टे ओळखून आणि त्यानुसार संसाधने व पुढाकार सरेखित करून धोरणात्मक योजनांच्या विकासासाठी मार्गदर्शन करते. रणनीतींच्या अंमलबजावणीचे निरीक्षण आणि मागोवा घेण्यात मदत करते, ते प्रभावीपणे आणि कार्यक्षमतेने अंमलात आणले जात असल्याची खात्री करते.

६) कामगिरी मापन आणि व्यवस्थापन :

बॅलन्स्ड स्कोअरकार्ड पद्धत विशिष्ट मुख्य कार्यप्रदर्शन निर्देशांक (KPIs) वापरून कार्यप्रदर्शन मोजण्यासाठी आणि व्यवस्थापित करण्यासाठी एक संरचित दृष्टीकोन प्रदान करते. उद्दिष्टांची पूर्तता होत नसल्यास वेळेवर हस्तक्षेप किंवा समायोजन करण्यास चालना देऊन उद्दिष्टांच्या दिशेने प्रगतीचे मूल्यांकन सक्षम करते.

७) वर्धित निर्णयक्षमता :

निर्णय घेणाऱ्यांना विविध दृष्टीकोनातून सर्वसमावेशक तथ्ये आणि माहितीने सुसज्ज करते, माहितीपूर्ण निर्णय घेणे सक्षम करते. धोरणात्मक उद्दिष्टांद्वारे त्यांच्या सरेखनावर आधारित उपक्रम आणि संसाधन वाटपांना प्राधान्य देण्यास मदत करते.

८) कर्मचारी प्रतिबद्धता आणि सरेखन :

बॅलन्स्ड स्कोअरकार्ड पद्धतीमध्ये कर्मचाऱ्यांना त्यांची वैयक्तिक उद्दिष्टे व्यापक संस्थात्मक धोरणाशी जोडून गुंतवून ठेवतात. कंपनीच्या एकूण यशात त्यांचे प्रयत्न कसे योगदान देतात हे दाखवून कर्मचाऱ्यांची प्रेरणा आणि वचनबद्धता वाढवते.

९) अनुकूलता आणि लवचिकता :

बॅलन्स्ड स्कोअरकार्ड पद्धत बदलत्या बाजारपेठेतील परिस्थितीशी जुळवून घेण्यासाठी किंवा संघटनात्मक प्राधान्यक्रम विकसित करण्यात लवचिकतेसाठी चालना देते. तत्कालीन कार्यप्रदर्शन तथ्य आणि अभिप्रायावर आधारित रणनीती किंवा उपक्रमांमध्ये द्रुत समायोजन सुलभ करते.

१०) जबाबदारीची सुविधा :

बॅलन्स्ड स्कोअरकार्ड पद्धत धोरणात्मक उद्दिष्टांमध्ये योगदान देण्यासाठी प्रत्येक विभाग किंवा व्यक्तीसाठी जबाबदाऱ्या आणि अपेक्षा स्पष्टपणे परिभाषित करून जबाबदारी वाढवते. प्रस्थापित मुख्य कार्यप्रदर्शन निर्देशांका विरुद्ध व्यक्ती किंवा संघांना त्यांच्या कामगिरीसाठी जबाबदार धरून ट्रॅकिंग आणि धारण करणे सक्षम करते.

ई) बॅलन्स्ड स्कोअरकार्ड पद्धतीचे तोटे :

बॅलन्स्ड स्कोरकार्ड पद्धतीचे खालील तोटे आहेत :

१) जटिलता आणि अंमलबजावणी आव्हाने :

बॅलन्स्ड स्कोरकार्ड पद्धत चौकट लागू करताना जटिल आणि वेळ घेणारे असू शकते, प्रत्येक दृष्टीकोनासाठी अर्थपूर्ण उद्दिष्टे आणि निर्देशांक विकसित करण्यासाठी महत्त्वपूर्ण प्रयत्न करणे आवश्यक आहे. योग्य मुख्य कार्यप्रदर्शन निर्देशांक ओळखण्याची आणि त्यांना धोरणात्मक उद्दिष्टांशी संरेखित करण्याची प्रक्रिया, विशेषतः वैविध्यपूर्ण किंवा जटिल संस्थांमध्ये आव्हाने निर्माण करू शकतात.

२) मेट्रिक्सवर जास्त भर देणे :

बॅलन्स्ड स्कोरकार्ड पद्धत मोजण्यासाठी असलेल्या धोरणात्मक उद्दिष्टांपेक्षा निर्देशांकावर जास्त लक्ष केंद्रित करण्याचा धोका असतो. मुख्य कार्यप्रदर्शन निर्देशांकावरील अत्याधिक अवलंबनामुळे काहीवेळा विवर दृष्टि निर्माण होऊ शकते, जेथे कार्यक्षमतेवर परिणाम करणाऱ्या इतर गंभीर घटकांकडे दुर्लक्ष केले जाते.

३) मापन आणि माहिती उपलब्धतेमध्ये अडचण :

काही धोरणात्मक उद्दिष्टे विशेषत: गैर-वित्तीय दृष्टीकोनांमध्ये जसे की ग्राहकांचे समाधान किंवा नावीन्य, अचूकपणे परिमाण करणे आव्हानात्मक असते. विशिष्ट मुख्य कार्यप्रदर्शन निर्देशांकासाठी संबंधित आणि विश्वासार्ह माहिती मिळवणे कठीण असते, ज्यामुळे व्यक्तिनिष्ठ किंवा अपूर्ण मूल्यांकन होते.

४) चुकीचा अर्थ लावण्याची किंवा गैरवापराची संभाव्यता :

निर्देशांक किंवा मुख्य कार्यप्रदर्शन निर्देशांकाचा चुकीचा अर्थ लावला जाऊ शकतो, ज्यामुळे भागधारकांनी तथ्ये चुकीची वाचली किंवा चुकीचा वापर केला तर चुकीचे निर्णय होतात. निर्देशांक चांगल्या प्रकारे परिभाषित किंवा संप्रेषित नसल्यास, धोरणात्मक उद्दिष्टांमध्ये खरोखर योगदान न देता लक्ष्य पूर्ण करण्यासाठी कर्मचाऱ्यांकडून प्रणालीमध्ये फेरफार किंवा अफरातफर करण्याचा धोका असतो.

५) स्थिर स्वरूप आणि अनुकूलतेचा अभाव :

बॅलन्स्ड स्कोरकार्ड चौकट कठोर होऊ शकते, विशेषतः जर उद्दिष्टे आणि ख्य कार्यप्रदर्शन निर्देशांकाचे नियमितपणे पुनरावलोकन आणि अद्यतनित केले जात नाही. झपाट्याने बदलणाऱ्या वातावरणात, बॅलन्स्ड स्कोअरकार्ड पद्धतीचे निश्चित स्वरूप विकसित होत असलेल्या धोरणात्मक प्राधान्यांसोबत राहण्यासाठी संघर्ष करते.

६) संसाधन आधारित आणि खर्चिक :

बॅलन्स्ड स्कोअरकार्ड पद्धतीत विकसित आणि देखरेख करण्यासाठी वेळ, संसाधने आणि कौशल्याची लक्षणीय गुंतवणूक आवश्यक आहे. सॉफ्टवेअर, प्रशिक्षण, तथ्य संकलन आणि विश्लेषणाशी संबंधित खर्च विशेषतः लहान संस्थांसाठी महत्त्वपूर्ण असतात.

७) उद्दिष्टांमध्ये संघर्ष होण्याची शक्यता :

वेगवेगळ्या दृष्टीकोनातून परस्परविरोधी उद्दिष्टे संतुलित करणे आव्हानात्मक असते. उदाहरणार्थ, खर्च कमी करण्याचे उद्दिष्ट साध्य करणे गुणवत्ता वाढवण्याच्या उद्देशाने केलेल्या उपक्रमांशी संघर्ष करते. एका दृष्टीकोनाला दुसऱ्यापेक्षा प्राधान्य दिल्याने संस्थेमध्ये तणाव निर्माण होतो, ज्यामुळे सुसंवादी संतुलन शोधणे कठीण बनते.

८) नेतृत्व आणि संस्कृतीवर अवलंबित्व :

बॅलन्स्ड स्कोअरकार्ड पद्धतीद्वारे यश हे मजबूत नेतृत्व समर्थन आणि कार्यप्रदर्शन व्यवस्थापन व सतत सुधारणांना महत्त्व देणारी संस्कृती यावर अवलंबून असते. अधोगामी वचनबद्धता किंवा सहाय्यक संस्थात्मक संस्कृतीच्या अनुपस्थितीत, बॅलन्स्ड स्कोअरकार्ड पद्धत प्रभावीपणे स्वीकारली किंवा अंमलात आणली जाऊ शकत नाही.

९) बाह्य घटकांवर मर्यादित लक्ष :

बॅलन्स्ड स्कोअरकार्ड पद्धती प्रामुख्याने अंतर्गत घटकांवर भर देते आणि वित्तीय बदल, बाजारातील कल किंवा नियामक बदल यासारख्या बाह्य पर्यावरणीय घटकांचा पुरेसा विचार करत नाही. बाह्य प्रभावांचा विचार करण्यास अयशस्वी झाल्यास बदलत्या व्यवसायाच्या परिदृश्यामध्ये धोरणांच्या अनुकूलतेमध्ये अडथळा येतो.

बहुविकल्पी प्रश्न

१) ---------- मध्ये ज्ञानाच्या वापराद्वारे संस्थात्मक उद्दिष्टे संरेखित करण्यासाठी योजना विकसित करणे समाविष्ट आहे.

अ) नवोपक्रम ब) ज्ञान धोरण निर्मिती क) होर्डिंग ड) दुर्लक्ष

२) बौद्धिक मालमत्तेचे रक्षण करण्यासाठी ज्ञान व्यवस्थापनाचा वापर करण्यामध्ये मजबूत ---------- उपाय लागू करणे समाविष्ट आहे.

अ) शोषण ब) सुरक्षा क) अज्ञान ड) लवाद

३) माहिती तंत्रज्ञान आधारित सेवांसाठी ज्ञान अभियांत्रिकी ---------- प्रणाली तयार आणि इष्टतम करण्यावर लक्ष केंद्रित करते.

अ) सहयोग ब) होर्डिंग क) माहिती ड) दुर्लक्ष

४) ज्ञान आधारित व्यवसाय सेवांच्या भविष्यातील संभावना आणि त्याचा अर्थव्यवस्थेवर होणारा परिणाम आर्थिक वृद्धीमध्ये ---------- च्या भूमिकेवर भर देतो.

अ) नवोपक्रम ब) होर्डिंग क) शोषण ड) लवाद

५) ज्ञान अंकेक्षणाची बेंचमार्किंग पद्धत संस्थेच्या ---------- आणि उद्योग मानकांच्या विरूद्ध कामगिरीचे मूल्यांकन करते.

अ) सहयोग ब) होर्डिंग क) कार्यक्षमता ड) अज्ञान

६) ---------- मध्ये मुख्य क्षेत्रांमध्ये संस्थात्मक कामगिरी मोजण्यासाठी पद्धतशीर दृष्टिकोन वापरणे समाविष्ट आहे.

अ) दुर्लक्ष ब) नवोपक्रम

क) बॅलन्स्ड स्कोअरकार्ड पद्धत ड) लवाद

७) ज्ञान धोरण निर्मिती ज्ञान उपक्रमांना संस्थेच्या एकूण ---------- शी संरेखित करते.
अ) सहयोग ब) होर्डिंग क) धोरण ड) अज्ञान

८) ज्ञान व्यवस्थापनाद्वारे बौद्धिक संपत्तीचे रक्षण करण्यासाठी प्रभावी ---------- रणनीती लागू करणे आवश्यक आहे.
अ) शोषण ब) सुरक्षा क) दुर्लक्ष ड) लवाद

९) माहिती तंत्रज्ञान–आधारित सेवांसाठी ज्ञान अभियांत्रिकीमध्ये बुद्धिमान ---------- प्रणाली डिझाइन करणे समाविष्ट आहे.
अ) सहयोग ब) होर्डिंग क) माहिती ड) नेटवर्क

१०) ज्ञान आधारित व्यवसाय सेवांच्या भविष्यातील संभावना आणि त्याचा अर्थव्यवस्थेवर होणारा परिणाम ---------- वाढीचे महत्त्व अधोरेखित करतो.
अ) नवोपक्रम ब) दुर्लक्ष क) होर्डिंग ड) लवाद

११) ज्ञान अंकेक्षणाची बेंचमार्किंग पद्धत संस्थेच्या कामगिरीची ---------- मानकांशी तुलना करून मूल्यांकन करते.
अ) होर्डिंग ब) सहयोग क) उद्योग ड) अज्ञान

१२) बॅलन्स स्कोअरकार्ड पद्धत संस्थेच्या ---------- आणि कामगिरीचे सर्वसमावेशक दृश्य प्रदान करते
अ) लवाद ब) नवोपक्रम क) दुर्लक्ष ड) धोरण

१३) ज्ञान धोरण निर्मितीमध्ये संघटनात्मक ज्ञानाचा उपयोग करण्यासाठी ---------- योजना विकसित क समाविष्ट आहे.
अ) होर्डिंग ब) धोरणात्मक क) अज्ञान ड) शोषण

१४) ज्ञान व्यवस्थापनाद्वारे बौद्धिक संपत्तीचे रक्षण करण्यासाठी ---------- उपायांची अंमलबजावणी आवश्यक आहे.
अ) होर्डिंग ब) सुरक्षा क) दुर्लक्ष ड) लवाद

१५) माहिती तंत्रज्ञान–आधारित सेवांसाठी ज्ञान अभियांत्रिकी माहिती तंत्रज्ञान–आधारित -------- कार्यक्षमता वाढवण्यावर लक्ष केंद्रित करते.
अ) सहयोग ब) होर्डिंग क) सेवा ड) अज्ञान

१६) ज्ञान आधारित व्यवसाय सेवांच्या भविष्यातील संभावना आणि त्याचा अर्थव्यवस्थेवर होणारा परि ------- चालविण्यामध्ये ज्ञानाची भूमिका अधोरेखित करतात.
अ) नवोपक्रम ब) होर्डिंग क) दुर्लक्ष ड) लवाद

१७) ज्ञान अंकेक्षणाची बेंचमार्किंग पद्धत संस्थेचे ---------- मूल्यांकन करते आणि ओळखते.
अ) सहयोग ब) होर्डिंग क) कार्यक्षमता ड) अज्ञ

१८) बॅलन्स स्कोअरकार्ड पद्धत वित्तीय आणि गैर–वित्तीय पैलूंद्वारे संस्थेच्या ---------- प्रदान करते.
अ) लवाद ब) नवोपक्रम क) दुर्लक्ष ड) ध

१९) ज्ञान धोरण निर्मिती ज्ञान उपक्रमांना संस्थेच्या एकूण ---------- सह संरेखित करते.

अ) होर्डिंग ब) धोरण क) सहयोग ड) अज्ञान

२०) ज्ञान व्यवस्थापनाद्वारे बौद्धिक संपत्तीचे रक्षण करण्यासाठी ---------- आणि कायदेशीर अनुपालनावर लक्ष केंद्रित करणे आवश्यक आहे.

अ) होर्डिंग ब) सुरक्षा क) शोषण ड) लवाद

२१) माहिती तंत्रज्ञान-आधारित सेवांसाठी ज्ञान अभियांत्रिकीमध्ये माहिती तंत्रज्ञान सेवा वितरण सुधारण्यासाठी ---------- चा लाभ घेणे समाविष्ट आहे.

अ) सहयोग ब) होर्डिंग क) माहिती ड) नेटवर्क

२२) ज्ञान आधारित व्यवसाय सेवांच्या भविष्यातील संभावना आणि त्याचा अर्थव्यवस्थेवर होणारा परिणाम जागतिक स्पर्धात्मकतेमध्ये ---------- ची भूमिका अधोरेखित करतो.

अ) नवोपक्रम ब) होर्डिंग क) दुर्लक्ष ड) लवाद

ज्ञान अंकेक्षणाची बेंचमार्किंग पद्धत एखाद्या संस्थेच्या उद्योगाविरुद्धच्या कामगिरीचे मूल्यांकन करते_.

) होर्डिंग ब) सहयोग क) मानके ड) अज्ञान

न्स स्कोअरकार्ड पद्धत ---------- आणि ग्राहक समाधान यासारख्या प्रमुख क्षेत्रांमध्ये संस्थात्मक ोरी मोजते.

ाद ब) नवोपक्रम क) धोरण ड) कार्यक्षमता

ा निर्मितीमध्ये ---------- साठी सर्वसमावेशक योजना तयार करणे आणि संस्थात्मक ज्ञानाचा समाविष्ट आहे.

ब) होर्डिंग क) शोषण ड) सहयोग

ब, ३) क, ४) अ, ५) क, ६) क, ७) क, ८) ब, ९) ड, १०) अ, ११) क, १२) क, १३) १५) क, १६) अ, १७) क, १८) क, १९) ब, २०) ब, २१) ड, २२) अ, २३) क, २४)

सरावासाठी प्रश्न

प्र. १. ज्ञान धोरण म्हणजे काय? ज्ञान धोरणाचे स्वरूप आणि व्याप्ती स्पष्ट करा.

प्र. २. ज्ञान धोरण म्हणजे काय? ज्ञान धोरण कसे विकसित केले जाते हे उदाहरणांद्वारे स्पष्ट करा.

प्र. ३. ज्ञान धोरण तयार करण्याची प्रक्रिया स्पष्ट करा.

प्र. ४. 'बौद्धिक संपदा हक्क' म्हणजे काय? बौद्धिक संपदा हक्कांचे रक्षण करण्यासाठी ज्ञान व्यवस्थापनाचा वापर कसा करता येईल?

प्र. ५. ज्ञान अभियांत्रिकी म्हणजे काय? माहिती तंत्रज्ञान आधारित सेवांसाठी ज्ञान अभियांत्रिकी स्पष्ट करा.

प्र. ६. ज्ञान आधारित व्यवसाय सेवा म्हणजे काय? ज्ञान आधारित व्यवसाय सेवांच्या भविष्यातील संभावना सांगा.

प्र. ७. ज्ञान आधारित व्यवसाय सेवा आणि त्याचा अर्थव्यवस्थेवर होणारा परिणाम याबद्दल चर्चा करा.

प्र. ८. ज्ञान अंकेक्षण म्हणजे काय? ज्ञान अंकेक्षणाच्या विविध पद्धती स्पष्ट करा.

प्र. ९. बेंचमार्किंग पद्धत काय आहे? बेंचमार्किंग पद्धतीच्या पायऱ्या लिहा.

प्र. १०. बेंचमार्किंग पद्धतीचे फायदे आणि तोटे स्पष्ट करा.

प्र. ११. बॅलन्स्ड स्कोअरकार्ड पद्धत काय आहे? बॅलन्स्ड स्कोअरकार्ड पद्धतीच्या पायऱ्या लिहा.

प्र. १२. बॅलन्स्ड स्कोअरकार्ड पद्धतीचे फायदे आणि तोटे सांगा.

प्र. १३. **खालील विषयांवर टिपा लिहा:**

अ) ज्ञान धोरणाचे स्वरूप.

ब) ज्ञान धोरणाची व्याप्ती.

क) ज्ञान धोरण निर्मिती.

ड) माहिती तंत्रज्ञान आधारित सेवांसाठी ज्ञान अभियांत्रिकी.

इ) ज्ञान आधारित व्यवसाय सेवांच्या भविष्यातील संभावना.

ई) ज्ञान धोरण निर्मितीमधील साधने.

फ) ज्ञान अंकेक्षण.

ग) बेंचमार्किंग पद्धत.

ह) बॅलन्स्ड स्कोअरकार्ड पद्धत.

NOTES

www.ingramcontent.com/pod-product-compliance
Lightning Source LLC
LaVergne TN
LVHW082042051026
849532LV00011B/3457